छोट्या वाचकांसाठी काळ आणि अवकाशाच्या क्लिष्ट संकल्पना खूप चांगल्या प्रकारे हाताळल्या आहेत. त्या संकल्पनांचा वापर करून लेखिकेने एक रोमांचकारी रहस्यमय नाट्य निर्माण केले आहे. या वैश्विकदृष्ट्या महत्त्वाच्या नाट्यात जीवन-मृत्यूचा उत्कंठावर्धक थरार आहे. कथावस्तू गुंतागुंतीची असून त्यात गूढरम्य धार्मिकतेची समृद्धताही आहे. हे पुस्तक म्हणजे निखळ चित्तथरारक मनोरंजन.

–'स्कूल लायब्ररी जर्नल'मधील तारांकित परीक्षण

'THE TIME QUINTET' या पंचकडीतील इतर पुस्तके

A Wrinkle in Time : मराठी अनुवाद - कालपटलावरील सुरकुती
A Swiftly Tilting Planet : मराठी अनुवाद - वेगाने कलणारा ग्रह
Many Waters : मराठी अनुवाद - अमाप पाणी
An Acceptable Time : मराठी अनुवाद - अनुकूल काळ

'THE TIME QUINTET' या पंचकडीतील दुसरे पुस्तक

'A WIND IN THE DOOR' या इंग्रजी पुस्तकाचा अनुवाद

द्वारातील वादळ

मॅडेलिन लेन्गल

अनुवाद

मुग्धा गोखले

मेहता पब्लिशिंग हाऊस

Email : production@mehtapublishinghouse.com

Website : www.mehtapublishinghouse.com

- *या पुस्तकातील लेखकाची मते, घटना, वर्णने ही त्या लेखकाची असून, त्याच्याशी प्रकाशक सहमत असतीलच असे नाही.*

A WIND IN THE DOOR by MADELEINE L'ENGLE

Translated into Marathi Language by Mugdha Gokhale

दारातील वादळ / अनुवादित कादंबरी

अनुवाद : मुग्धा गोखले

author@mehtapublishinghouse.com

प्रकाशक : सुनील अनिल मेहता, मेहता पब्लिशिंग हाऊस,
१९४१, सदाशिव पेठ, माडीवाले कॉलनी, पुणे - ३०.

मुद्रक : ट्रिनिटी अ‍ॅकॅडमी फॉर कॉर्पोरेट ट्रेनिंग लिमिटेड, सर्व्हे नं. २६/५,
नऱ्हे इंडस्ट्रिअल एरिया, झील कॉलेज रोड, नऱ्हे, पुणे - ४१.

मुखपृष्ठ : चंद्रमोहन कुलकर्णी

प्रथमावृत्ती : एप्रिल, २०२१

किंमत : ₹ २७०

P Book ISBN 9789353175436

E Book ISBN 9789353175443

E Books available on :play.google.com/store/books
www.amazon.in
https://books.apple.com

पॅट साठी

अनुक्रमणिका

राजानं विचारलं, 'माझ्या भाच्या, त्या दारात ते
कसलं वादळ घोंगावतंय रे?'
सर थॉमस मॅलरी
ल मोर्ट ड'आर्थर

१

चार्ल्स वॉलेसचे ड्रॅगन्स

"**आ**पल्या जुळ्या भावांनी भाज्यांची ती छोटीशी बाग लावलेली आहे नं, तिथे ड्रॅगन्स आहेत."

हे ऐकताच मेगनं फ्रीजमधून आपलं डोकं खाड्कन बाहेर काढलं. शाळेतून आल्यानंतर भूक लागली होती. ती फ्रीजमध्ये काही खायला मिळतंय का हे शोधत होती. आपल्या सहा वर्षांच्या धाकट्या भावाचं बोलणं ऐकून त्याच्याकडे पाहत तिनं विचारलं, "काय?"

"आपल्या जुळ्या भावांच्या फळबागेत ड्रॅगन्स आहेत, किंवा ते तिथे होते. आता ते उत्तरेकडे जे कुरण आहे नं तिकडे गेलेत."

मेग काहीच बोलली नाही. चार्ल्स वॉलेस जेव्हा असं काही विचित्र बोलतो, तेव्हा त्याला पटकन उत्तर देणं निरर्थक असतं. ती पुन्हा फ्रीजकडे वळली. "नेहमीचंच लेट्यूस आणि टोमॅटोचं सँडविच करून घेते. खरं तर मला काहीतरी छान, नवं, वेगळं खायचं आहे."

"मेग, मी काय म्हटलं, ऐकलंस का?"

"हो, ऐकलं. अं... मी मांसाचे तुकडे आणि चीज घालून सँडविच करते." तिनं सँडविचला लागणाऱ्या सगळ्या वस्तू बाहेर काढल्या. दुधाची बाटलीही बाहेर काढली आणि स्वयंपाकघरातल्या टेबलावर ठेवली. चार्ल्स वॉलेस शांतपणे तिच्या उत्तराची वाट पाहत होता. तिनं त्याच्याकडे नीट निरखून पाहिलं. त्याची निळी जीन्स गुडघ्यांपाशी फाटली होती. शर्टावर मातीचे, चिखलाचे फराटे उमटले होते. डाव्या डोळ्याखाली, गालावर चांगलीच जखम झालेली दिसत होती. चिंतेनं तिच्या कपाळावर आठ्या पडल्या. तिनं विचारलं, "शाळेतल्या मोठ्या मुलांनी मारलं का रे तुला? कुठे? शाळेच्या आवारात? का बसमधून उतरताना?"

“मेग, अगं, तू माझ्या बोलण्याकडे लक्षच देत नाहीयेस.”

“तू शाळेत जायला लागलास त्याला दोन महिने झाले आता, आणि मारामारी झाली नाही, असा एकही आठवडा गेलेला नाही. तू जर असं बागेतल्या, किंवा आणखी कुठल्या ड्रॅगन्सबद्दल बोलत सुटलास, तर दुसरं काय होणार चार्ल्स?”

“अगं, पण मी शाळेत काहीच बोललो नाहीये. तेवढं समजतं की मला. इतकं कमी लेखू नकोस. घरी येईपर्यंत ते दिसलेसुद्धा नव्हते. मी घरी आल्यानंतर दिसले ते मला.”

मेग खूप चिंतेत असली की तिच्या रागाचा पारा चढायचा. कपाळाला आठ्या घालून सँडविचकडे बघत ती म्हणाली, “नीट पसरू शकेल असं चीज आणायला हवं आईनी. हे नुसतंच पावात आतपर्यंत जातंय. आई कुठे आहे?”

“प्रयोगशाळेत. ती एक प्रयोग करतीये. तिला फार वेळ लागणार नाही. असं सांगितलंय तिनं.”

“बाबा कुठे आहेत?”

“त्यांना लॉस अँजेलिसहून (L.A.) एक फोन आला, आणि दोन-तीन दिवसांसाठी ते वॉशिंग्टनला गेले आहेत.”

बागेतल्या ड्रॅगन्ससारखंच, बाबांच्या व्हाईट हाउसला होणाऱ्या फेऱ्यांबद्दलही शाळेत न बोललेलंच बरं असतं. त्यांच्या या भेटी मात्र खऱ्याखुऱ्या असायच्या, ड्रॅगन्ससारख्या खोट्याखोट्या नाही.

चार्ल्सला मेगच्या मनातला संशय समजला. “अगं, मी खरंच बघितलं ग मेग त्या ड्रॅगन्सना. तू सँडविच खा आणि मग तूच येऊन बघ.”

“सँडी आणि डेनीस कुठे आहेत?”

“फुटबॉलच्या सरावासाठी गेले आहेत. मी फक्त तुला एकटीला सांगितलंय, बाकी कोणालाही नाही.” निराश होऊन, वयापेक्षा आणखी लहान असल्यासारखं तो म्हणाला, “तुझी हायस्कूलची बस लवकर यावी, असं कित्ती वाटत होतं ग मला. तुझी खूप खूप वाट पाहत होतो मी.”

मेग लेट्यूस आणायला पुन्हा फ्रीजकडे गेली. हा नुसताच बहाणा होता, तिला झटपट विचार करायला वेळ हवा होता. अर्थात, चार्ल्सला तिच्या मनातले विचार समजायचे म्हणा! ड्रॅगन्सबद्दलची तिची शंका कळलीच की त्याला. त्यानं नक्की काय बघितलं असेल, याचा काहीही अंदाज येत नव्हता; पण त्यानं काहीतरी नक्कीच पाहिलेलं आहे, याची मात्र तिला खात्री होती.

ती सँडविच बनवत होती. चार्ल्स ते शांतपणे बघत राहिला. तिनं पावाचे स्लाईस नीट रचले आणि अगदी अचूकतेनं त्यांचे एकसारखे तुकडे कापले.

"मिस्टर जेनकिन्सनी कधी एखादा ड्रॅगन पाहिला असेल का?" चार्ल्सनं विचारलं.

मिस्टर जेनकिन्स हे त्या खेड्यातल्या शाळेचे हेडमास्तर होते. मेगचे त्यांच्याशी खूपदा खटके उडायचे. चार्ल्स वॉलेसला काय झालंय, याची त्यांना काहीही फिकीर नसेल असंच मेगला वाटत होतं. किंवा ते म्हणायचे तसं 'लोकशाहीच्या नेहमीच्या कार्यपद्धतीत,' ते ढवळाढवळ करणार नाहीत अशी तिची खात्री होती. ती खातखात म्हणाली, "मिस्टर जेनकिन्स जंगलाचे नियम मानतात. जंगलात ड्रॅगन्स असतात नं?"

चार्ल्सनं आपल्या ग्लासातलं दूध संपवलं. "हं.... तू नेहमीच समाजशास्त्रात नापास होतेस, यात काहीच नवल नाहीये. तुझं सँडविच संपव आणि टाळाटाळ करणं बंद कर. आपण जाऊन बघूया, ते अजूनही तिथेच आहेत का ते."

ते घरासमोरच्या हिरवळीवरून चालत जाऊ लागले. फोर्टिनब्रास त्यांच्या मागोमाग येत होता. मोठ्ठा, काळ्या रंगाचा, बऱ्याच प्रमाणात लॅब्रॅडॉरसारखा दिसणारा हा कुत्रा, लालसर रंगाच्या ह्रबार्बच्या झुडपांना हुंगत, नाकातून फुसफुस आवाज काढत चालला होता. हिरवळीवर खेळल्या जाणाऱ्या क्रोके या खेळातल्या, एका तारेच्या गोल कड्यात पाय अडकल्यानं, मेग अडखळली. चिडून धुसफुसली. ती स्वत:वरच चिडली होती, कारण खेळून झाल्यावर तिनंच ती सगळी तारेची गोल कडी, खेळातल्या काठ्या उचलून ठेवून दिल्या होत्या. हे एवढं कडं मात्र उचलायचं विसरली होती मेग. क्रोके खेळायची हिरवळ, आणि सँडी, डेनीस यांची फळबाग, यांच्यामध्ये बरबेरी या पिवळी फुलं असणाऱ्या काटेरी झुडपांचं कुंपण होतं. फोर्टिनब्रास त्या कुंपणावरून उडी मारून पलीकडे गेला, आणि मेग नकळतच ओरडली, "त्या बागेत नाही हं फोर्ट", आणि ते ऐकून फोर्टदेखील, कोबी आणि ब्रोकोलीच्या वाफ्यांमधून मागे परतला. सँडी व डेनीस या दोघांना आपल्या या सेंद्रिय उत्पादनांचा अभिमान होता. या भाज्या ते त्या गावात विकत. त्यातून मिळालेले पैसे ते वरखर्चासाठी पॉकेटमनी म्हणून वापरत असत.

"एक ड्रॅगन ही बाग सहज उद्‌ध्वस्त करू शकेल." चार्ल्स वॉलेस म्हणाला. तो मेगला भाज्यांच्या वाफ्यांकडे नेत पुढे म्हणाला, "मला वाटतंय, की त्याला समजली असेल ही गोष्ट, कारण अचानकच तो तिथून दिसेनासा झाल्यासारखं वाटलं."

"दिसेनासा झाल्यासारखं वाटलं, म्हणजे काय रे? एकतर तो तिथे असेल किंवा नसेल."

"तो होता तिथे, आणि मी नीट बघायला म्हणून त्याच्या जवळ गेलो, तर तो तिथे नव्हताच. मी त्याच्या मागोमाग गेलो, म्हणजे अगदीच पाठोपाठ नाही...

कारण तो माझ्यापेक्षा अधिक वेगानं गेला. मी फक्त तो जिथे होता, तिथे गेलो. मग तो त्या उत्तरेकडच्या माळरानात हिमनदीमुळे बनलेले खडक आहेत ना, तिथे गेला''.

कपाळाला आठ्या घालून मेग भाज्यांच्या वाफ्यांकडे बघतच राहिली. चार्ल्स आत्तापर्यंत असं इतकं अविश्वसनीय, असंबद्ध कधीच बोलला नव्हता.

''इकडे ये'', असं म्हणून तो पुढे जाऊ लागला. तिथे मक्याच्या पेंढ्या रचून ठेवलेल्या होत्या. त्यात अगदी एखाद्दुसरं वाळकं कणीस शिल्लक राहिलं होतं. त्या पेंढ्या ओलांडून तो पुढे गेला. पुढे सूर्यफुलांचा ताटवा होता. दुपारच्या उन्हाच्या तिरप्या किरणांत ती सोनेरी फुलं छान चमकदार दिसत होती.

''चार्ल्स, तू ठीक आहेस नं?'' मेगनं विचारलं. खरं तर तो कधीही वास्तव जगाशी फटकून वागत नसे. तिच्या लक्षात आलं की त्याला दम लागलाय. खूप वेगात पळल्यामुळे लागतो तसा... पण ते तर भरभर चाललेसुद्धा नव्हते. त्याचा चेहरा फिकट पडला होता, कपाळावर घाम साचला होता; जणू खूप दमून गेल्यासारखा.

चार्ल्सचं हे रूप तिला आवडलं नाही. तिनं आपलं लक्ष त्या ड्रॅगन्सच्या अवास्तव गोष्टीकडे वळवलं. भोपळ्याच्या छानपैकी वाढलेल्या वेलींच्यामधून वाट काढत ती म्हणाली, ''चार्ल्स, ते... ड्रॅगन्स... ते कधी बघितलेस तू?''

''अगं, खूप होते ते, ड्रॅगन्सची टोळी, किंवा ड्रॅगन्सचा कळप होता तो'', चार्ल्स धापा टाकत बोलत होता. ''मी शाळेतून घरी आलो ना तेव्हा पाहिलं. घरी आल्यावर माझा अवतार बघून आई खूपच अस्वस्थ झाली होती. माझ्या नाकातून रक्त येत होतं.''

''मी पण तशी अस्वस्थच झाले होते.''

''मेग, आईच्या मते, मोठी मुलं मला मारतात हे एवढंच नाहीये. माझ्या या अवस्थेचं त्यापेक्षाही मोठ्ठं कारण आहे.''

''मोठ्ठं कारण? काय ते?''

तिथे एक अगदी छोटीशी फळबाग होती. त्याच्याभोवती कुंपण म्हणून कमी उंचीची, दगडी बांधासारखी एक भिंत होती. चार्ल्स कसाबसा अडखळत, धडपडत त्या भिंतीवर चढला. हे असं धडपडत चढणं चार्ल्सच्या बाबतीत पहिल्यांदाच घडत होतं. ''मला सारखा दम लागतो.''

मेगनं एकदम पटकन विचारलं, ''का रे? आई काय म्हणाली?''

फळांच्या बागेतल्या गवतावरून हळूहळू चालत तो म्हणाला, ''आईनं मला नाही सांगितलं, पण मला कळतं तिच्या मनातलं. एखाद्या रडारच्या सिग्नलसारखं.''

मेग त्याच्या शेजारून चालत होती. वयाच्या मानानं चांगली उंच होती ती,

आणि चार्ल्स मात्र लहानखुरा होता. ''कधीकधी मला असं वाटतं की, तुला हे रडार सिग्नलसारखं मनातलं कळत नसतं, तर किती बरं झालं असतं'', मेग म्हणाली.

''ते माझ्या हातात नाहीये, मेग, मी मुद्दाम तसं नाही करत गं, ते आपोआपच होतं. आईला वाटतंय, की माझ्या तब्येतीत काहीतरी बिघाड झालाय.''

''अरे, पण काय?'', मेग जवळजवळ ओरडलीच.

चार्ल्स अगदी शांतपणे म्हणाला, ''मला माहीत नाही. पण, आईला प्रचंड काळजी वाटण्याइतकं काहीतरी गंभीर आहे, एवढं मात्र नक्की. आणि काहीतरी झालंय, हे मलाही कळतंय गं. इतकी लहानशी बाग ओलांडतानासुद्धा कष्ट पडतायत मला. असं व्हायला नको खरं तर. आत्तापर्यंत कधीच झालं नाही असं.''

''कधी सुरू झालं हे असं?'', तिनं तीव्रतेनं विचारलं. ''मागच्या आठवड्यात आपण त्या रानात फिरायला गेलो होतो, तेव्हा तर ठीक होतास की तू.''

''हो गं, तसा पूर्ण शरद ऋतूभर मला फार थकवा जाणवतच होता, पण या आठवड्यात मात्र जास्तच झालंय, आणि कालच्यापेक्षा आज आणखीच वाईट परिस्थिती आहे. ए...मेग... तुझ्या लक्षात आलं नाही म्हणून तू स्वत:ला दोष द्यायचं थांबव पाहू आधी.''

ती मनातल्या मनात अगदी नेमका हाच विचार करत होती. घाबरल्यामुळं तिचे हात गार पडले. तिनं मनातून भीती काढून टाकायचा प्रयत्न केला. चार्ल्सला तिचं मन अगदी सहजगत्या छान वाचता यायचं; अगदी आईच्या मनातले विचार कळायचे त्यापेक्षाही जास्त चांगलं. वाऱ्यामुळे खाली पडलेलं एक सफरचंद चार्ल्सनं उचललं, कीड आहे का ते पाहिलं, आणि ते खायला सुरुवात केली. त्याचा चेहरा अत्यंत फिकट, म्लान झाला होता. डोळ्यांखाली काळसर छटा उमटली होती. हे सगळं आधीच तिच्या लक्षात का नाही आलं? या गोष्टींकडे लक्ष द्यावंसं वाटलंच नाही तिला. चार्ल्सचा थकवा, निस्तेजपणा या सगळ्याला शाळेतल्या समस्या कारणीभूत आहेत, असं मानणं जास्त सोपं होतं.

''मग आई तुला डॉक्टरांकडे का नाही घेऊन जात? म्हणजे खरेखुरे डॉक्टर.''

''डॉक्टरांना दाखवलंय.''

''कधी?''

''आज.''

''अरे, मग तू मला आधीच का सांगितलं नाही?''

''मला त्या ड्रॅगन्सबद्दल जास्त कुतूहल वाटत होतं.''

"काय हे, चार्ल्स!"

"तू शाळेतून घरी येण्याआधी डॉक्टरांनी तपासलं मला. त्या डॉ. लुईस आहेत नं, त्या आईसोबत जेवायला घरी आल्या होत्या. त्या नेहमी येतात तशा."

"ते माहितीये मला. पुढे सांग."

"मी शाळेतून घरी आलो, तेव्हा तपासलं त्यांनी, अगदी डोक्यापासून पायापर्यंत."

"त्या काय म्हणाल्या?"

"जास्त काहीच बोलल्या नाहीत. मला जसं आईच्या मनातलं वाचता येतं, तसं त्यांच्या मनातलं नाही येत. त्या एखाद्या छोट्याशा पक्ष्यासारख्या वाटतात मला, आणि त्यांच्या मनात सतत वेगळेच विचार चालू असतात. स्वत:चं मन माझ्यासाठी बंद करून घेण्यात पटाईत आहेत त्या. आईला माझ्या तब्येतीबद्दल जी शंका वाटतीये, ती कदाचित खरी असेल, असं त्यांचं मत आहे. मला एवढंच समजलंय. त्या आईच्या संपर्कात राहणार आहेत."

बाग संपत आली होती. चार्ल्स पुन्हा भिंतीवर चढला आणि तिथेच उभा राहिला. पलीकडे वापरात नसलेलं माळरान होतं. त्या माळरानात लांबवर, हिमनदीमुळे तयार झालेले दोन भलेमोठे खडक जमिनीतून वर आल्यासारखे दिसत होते. तो म्हणाला, "गेले ते. माझे ड्रॅगन्स गेले निघून."

मेग भिंतीवर चढून त्याच्याशेजारी उभी राहिली. तसं वेगळं काही दिसत नव्हतं. उन्हामुळे पिवळसर पडलेल्या गवतातून वारा वाहत होता. ते दोन उंच खडक संध्याकाळच्या उन्हात जांभळट दिसायला लागले होते. "तुला जे काय दिसलं, ते म्हणजे....... हे खडक, किंवा काही सावल्या, किंवा असंच दुसरं काहीतरी नव्हतं नं? तुला खात्री आहे तशी?"

"अगं, खडक किंवा सावल्या ड्रॅगन्ससारख्या दिसतात का?"

"नाही, अरे पण---"

"मेग, अगं, ते तिथेच, खडकांपाशी होते. ते नं, दाटीवाटीनं एकत्र गोळा झाल्यासारखे दिसत होते. शेकडो पंख एकत्र असल्यासारखे......आणि त्या पंखांच्या मध्ये खूप डोळे उघडझाप करत होते.... आणि धूर आणि आग फेकत होते अधूनमधून. या माळरानाला आग लावू नका, अशी ताकीद दिली मी त्यांना."

"तू कशी ताकीद दिलीस रे त्यांना?"

"मी मोठ्या आवाजात बोललो त्यांच्याशी. मग त्यांनी आगीचे लोळ फेकणं थांबवलं."

"तू जवळ गेलास त्यांच्या?"

"नाही, ते योग्य वाटलं नाही मला. मी इथेच भिंतीवर उभा राहिलो आणि खूप वेळ त्यांच्याकडे बघत राहिलो. ते सतत पंखांची उघडझाप करत होते आणि माझ्याकडे बघून सगळे डोळे मिचकावत होते. नंतर ते सगळे आणखीच दाटीवाटीनं एकत्र गोळा झाले, अगदी एकमेकांना चिकटून, आणि मग झोपले. मग मी घरी येऊन तुझी वाट पाहत बसलो. मेग! अगं, तुझा विश्वास बसत नाहीये नं?'

तिनं निक्षून विचारलं, "बरं. मग आता ते कुठे गेलेत?"

"तू आजवर कधीच माझ्यावर अविश्वास दाखवला नव्हतास हं मेग."

ती काळजीपूर्वक म्हणाली, "तसं नाही रे, अविश्वास नाही वाटत मला." तिचा विश्वास बसला होता या गोष्टीवर आणि विचित्रच होतं ते. कदाचित खरेखुरे, प्रत्यक्ष ड्रॅगन्स बघितले नसतीलही त्यानं... चार्ल्स वॉलेसनं आजवर कधीही वास्तविक आणि भ्रामक, काल्पनिक गोष्टींची सरमिसळ केली नव्हती. वास्तव आणि भ्रामक कल्पना यांच्यात इतका कमालीचा फरकही कधीच करायचा नाही तो. तिनं चार्ल्सकडे निरखून पाहिलं. मळक्या शर्टावर त्यानं स्वेटर घातला होता. तिनं हातांची घडी घालत शहारल्यासारखं केलं आणि पुरेसं उबदार वाटत असूनही त्याला म्हणाली, "मी घरी जाऊन स्वेटर घालून येते. तू इथेच थांब हं. मी पटकन येते. ते ड्रॅगन्स जर परत आले तर..."

"मला वाटतंय, की ते येतील परत."

"बरं, मग त्यांना थांबवून ठेव. मी जमेल तितक्या लवकर येते."

तिच्याकडे एकटक बघत चार्ल्स म्हणाला, "आईच्या कामात आत्ता अडथळा आणू नकोस."

"अरे, मी तिला त्रास देणार नाहीये. मी फक्त माझा स्वेटर घेऊन येणार आहे."

सुस्कारा सोडत तो म्हणाला, "ठीक आहे मेग."

त्याला तसाच त्या भिंतीवर बसवून मेग घरी गेली. तो त्या मोठाल्या खडकांकडे बघत, ड्रॅगन्सची, म्हणजे त्यानं जे काय पाहिलं होतं, त्याची वाट पाहत बसून राहिला. हो, ती आईशी बोलायलाच घरी जातीये, हे त्याला समजलं होतं. तिनं ते उघडपणे कबूल केलं नाही, म्हणून तिच्या मनातली चिंता थोड्या प्रमाणात तरी, तिला त्याच्यापासून लपवता आली.

ती आईच्या प्रयोगशाळेत धाड्कन घुसली.

आई प्रयोगशाळेतल्या एका उंच स्टुलावर बसली होती. तिच्या समोर टेबलावर सूक्ष्मदर्शक यंत्र होतं, पण ती त्यात बघत नव्हती. तिचा क्लिपबोर्ड (लिहिण्याचं पॅड) तिच्या मांडीवर होता, पण ती त्यावर काही लिहीत नव्हती.

आई नुसतीच विचार करत बसून राहिली होती. मेगला पाहून तिनं विचारलं, "काय गं मेग?"

चार्ल्स ड्रॅगन्सबद्दल जे बोलतो, ते तिला आईला सांगायचं होतं, त्याला आजवर कधीही भ्रम झालेला नसल्याचंदेखील सांगायचं होतं. पण ती त्याबद्दल बोललीच नाही. चार्ल्स आईपाशी हे काहीही बोललेला नाहीये, मग आपण असं सांगणं, म्हणजे त्याचा विश्‍वासघात केल्यासारखं होईल, असं तिला वाटलं. डॉ. लुईस तिथेच असल्यामुळे, त्यांच्यासमोर चार्ल्सनं हे सांगायचं टाळलं असावं, असाही विचार तिच्या मनात आला.

आईनं पुन्हा जराशा अधीरतेनं विचारलं, "अगं, काय झालंय मेग?"

"चार्ल्स वॉलेसला काय झालंय?"

सौ. मरींनी क्लिपबोर्ड समोरच्या टेबलावर, सूक्ष्मदर्शकाशेजारी ठेवला. "आज शाळेत त्या मोठ्या मुलांनी पुन्हा चार्ल्सला त्रास दिला."

"त्याबद्दल बोलायचं नाहीये मला."

"मग कशाबद्दल बोलायचंय मेग?"

"त्याला तपासण्यासाठी तू डॉ. कोलुब्रा यांना घरी बोलावलं होतंस, असं चार्ल्स म्हणाला."

"हो. लुईस आपल्या घरी जेवायला आली होती, मग मी विचार केला की चार्ल्सला तिनं तपासलं तर बरं होईल."

"आणि मग?"

"आणि मग काय मेग?"

"अगं, त्याला काय झालंय?"

"माहीत नाही गं मेग, अजून काहीच कळलेलं नाहीये."

"चार्ल्स म्हणाला, की तुला त्याची खूप काळजी वाटते."

"हो. मला त्याची काळजी वाटते. तुला नाही वाटत?"

"हो, वाटतीये ना, पण मला वाटत होतं, की शाळेतल्या अडचणींमुळे होतंय असं. आता मात्र मला तसं मुळीच वाटत नाही. त्या बागेत नुसतं चालल्यावरसुद्धा त्याला दम लागतोय. किती निस्तेज, फिकुटलेला दिसतो तो.... आणि त्याला भ्रमही होऊ लागलाय. कसा दिसायला लागलाय तो... मला अजिबात आवडलं नाहीये ते."

"मला पण नाही."

"काय झालंय आई? कशामुळे झालंय? कुठल्या विषाणूचा किंवा जंतूंचा संसर्ग झालाय का?"

सांगावं की नाही, असा विचार करत सौ. मरी म्हणाल्या, "मला नक्की

सांगता येत नाहीये.''

"आई, प्लीज, अगं, चार्ल्सला खरंच काही झालेलं असेल, तर ते समजण्याइतकी मी मोठी आहे की गं.''

"खरंच काही झालेलं आहे की नाही, हे मला कळतच नाहीये. लुईसलासुद्धा कळत नाहीये. जेव्हा नक्की काय ते आम्ही शोधून काढू ना, तेव्हा तुला सांगीन हं. मी वचन देते तुला तसं.''

"तू माझ्यापासून काही लपवत तर नाहीये ना?''

"मेग, ज्या बाबतीत मलाच खात्री नाहीये, त्याबद्दल बोलण्यात काही अर्थ नाहीये. काही दिवसांत कळेल मला.''

मेग आपले दोन्ही हात अस्वस्थपणे एकमेकांत गुंफून फिरवत म्हणाली, "तुला खरंच खूप चिंता वाटतीये.''

सौ. मरी हलकेच हसत म्हणाल्या, "ती सगळ्याच आयांना वाटते. आता कुठे आहे तो?''

"ओ.......तो त्या दगडी भिंतीवर बसलाय. मी त्याला स्वेटर घेऊन येते असं सांगितलं. आता मला त्याच्याकडे पटकन परत जायला हवं, नाहीतर त्याला वाटेल.......'' वाक्य पूर्ण न करताच ती प्रयोगशाळेतून बाहेर पळाली, कोठीघरातल्या खुंटीला टांगलेला स्वेटर घेतला आणि ती हिरवळीवरून पळत सुटली.

ती चार्ल्स वॉलेसपाशी पोचली, तेव्हा तो तसाच भिंतीवर बसून राहिलेला होता. आजूबाजूला कुठेही ड्रॅगन्स किंवा त्यांच्या खुणादेखील दिसत नव्हत्या.

तसं काही दिसेल अशी आशा तिला नव्हतीच, तरीसुद्धा ती किंचित निराश झाली. चार्ल्सबद्दलची तिच्या मनातली चिंता जराशी वाढली.

"आई काय म्हणाली?'' त्यानं विचारलं.

"काही नाही.''

आपले टपोरे, निळे डोळे तिच्यावर रोखत त्यानं विचारलं, "तिनं मायटोकॉन्ड्रियाचा (Mitochondria) उल्लेख केला नाही? किंवा फॅरन्डोली (Farandolae) या शब्दाचा तरी?''

"आं........? हे काय आता? आणि ती का उल्लेख करील?''

भिंतीवर बसलेल्या चार्ल्सनं आपले पाय हलवले. त्याच्या बुटांच्या टाचा भिंतीवर आपटत होत्या. त्यानं मेगकडे नुसतंच पाहिलं, पण काहीही बोलला नाही.

मेगनं खोदून विचारलं, "आई मायटोकॉन्ड्रियाचा उल्लेख का करील रे? आणि.....अं.........त्याबद्दल बोलल्यामुळेच तुला शाळेच्या पहिल्याच दिवशी त्रास दिला होता ना?''

“मला अत्यंत कुतूहल वाटतं त्याबद्दल. आणि ड्रॅगन्सबद्दलही. ते ड्रॅगन्स अजूनही परत आले नाहीयेत.” चार्ल्स नक्कीच विषय बदलू पाहत होता. “ते येतील परत कदाचित. आपण थोडा वेळ वाट पाहूया त्यांची. शाळेतल्या त्या आडदांड पोरांपेक्षा, या ड्रॅगन्सचा सामना करणं जास्त बरं. मिस्टर जेनकिन्सना माझ्यासाठी भेटायला गेल्याबद्दल आभार हं मेग.”

हे तर अगदी खास लपवून ठेवलेलं गुपित होतं. “तुला कसं कळलं रे?” तिनं विचारलं.

“मला माहीत होतं.”

खांदे उडवत मेग म्हणाली, “त्याचा फारसा फायदा झालाच नाही म्हणा.” अर्थात, तिला तशी आशा नव्हतीच. अनेक वर्षं मिस्टर जेनकिन्स तिथल्या माध्यमिक शाळेचे मुख्याध्यापक होते. या वर्षीच्याच सप्टेंबर महिन्यात त्यांना त्या गावच्या लहान मुलांच्या शाळेचे मुख्याध्यापक करण्यात आलं होतं. अधिकृत माहितीनुसार त्या शाळेचा दर्जा सुधारण्याची गरज होती, आणि मिस्टर जेनकिन्स हे त्या कामासाठी एकमेव पात्र शिक्षक होते. मोठ्या मुलांना त्यांच्या मस्तीसकट सांभाळणं मिस्टर जेनकिन्सना जमत नव्हतं, अशीही अफवा पसरली होती. मेगला तर त्यांना कोणालाही, कुठेही सांभाळता येईल की नाही, याबद्दलच शंका होती. तिची तर पूर्ण खात्री पटली होती, की ते चार्ल्स वॉलेसला समजून घेऊ शकणार नाहीत, आणि तो त्यांना आवडणारदेखील नाही.

चार्ल्स जेव्हा पहिल्या दिवशी शाळेत गेला, त्या दिवशी मेग त्याच्यापेक्षाही जास्त अस्वस्थ झाली होती. शेवटच्या तासिकेला तिचं लक्षच लागेना. शाळा संपल्यावर ती तिथली टेकडी चढून घरी आली. चार्ल्सचा वरचा ओठ सुजला होता, त्यातून रक्तही येत होतं. गालावर खरचटलं होतं. हे होणारच होतं असं तिला वाटलं, आणि प्रचंड संतापही आला. त्या खेड्यातल्या सगळ्या लोकांना चार्ल्स हा विचित्र मुलगा वाटायचा. पोस्टातून पत्रं आणताना, किंवा दुकानातून अंडी आणताना तिला त्यांचं बोलणं ऐकू यायचं. ‘तो मरींचा सगळ्यात छोटा मुलगा आहे ना, विचित्रच आहे अगदी’. किंवा ‘बुद्धिमान आईबापांची मुलं मठ्ठ असतात, असं ऐकलं होतं मी.’ ‘अहो, त्याला बोलतासुद्धा येत नाही, असं म्हणतात.’

चार्ल्स वॉलेस खरोखरच बुद्धू असता तर जरा बरं झालं असतं, पण तो तसा नव्हता. त्याला, त्याच्या वर्गातल्या इतर सहा वर्षांच्या मुलांएवढंच समजतं, अशी बतावणीदेखील त्याला करता येत नव्हती. त्याचा अफाट शब्दसंग्रह त्याच्या विरोधात जाई. तो जरा उशिराच बोलायला लागला होता, पण बोलू लागल्यावर मात्र पल्लेदार वाक्यं बोलायला लागला. तो लहान बाळांसारखं मुळीच बोलायचा

नाही, अगदी बोबडंदेखील नाही. अनोळखी लोकांसमोर तो अगदी क्वचितच बोलायचा, हेदेखील त्याला मठ्ठ समजण्याचं एक कारण होतं. शाळेत, पहिलीत जाईपर्यंत तो एकदम त्याच्या आई-बाबांसारखा, किंवा त्याच्या बहिणीसारखा बोलायला लागला होता. सँडी आणि डेनीसचं प्रत्येकाशी छान पटायचं. सगळ्यांना चार्ल्सबद्दल आकस वाटायचा यात नवल नव्हतं. तो मठ्ठ, मागासलेला असेल अशीच सगळ्यांची अपेक्षा होती; आणि हा मात्र एखाद्या शब्दकोशासारखं बोलायचा.

शाळेच्या पहिल्या दिवशी, पहिलीच्या शिक्षिका या किलबिलाट करणाऱ्या नवीन विद्यार्थ्यांच्या वर्गात आल्या. सगळ्या मुलांकडे छानपैकी हसून बघत म्हणाल्या, "बरं मुलांनो, आता तुमच्यापैकी प्रत्येकानं मला स्वत:बद्दल सांगायचं आहे हं." त्यांनी आपल्या हातात असलेल्या मुलांच्या नावांच्या यादीकडे नजर टाकली आणि म्हणाल्या, "आपण मेरी ॲग्नेसपासून सुरुवात करूया. मेरी ॲग्नेस कोण आहे?"

पुढचा एक दात पडलेली, एक छोटी मुलगी उभी राहिली. तिच्या वाळक्या गवतासारख्या रंगाच्या केसांचे दोन्ही बाजूंना दोन घट्ट बो बांधले होते. तिनं सांगितलं, की ती शेतात राहते आणि त्यांच्या घरी कोंबड्या पाळलेल्या आहेत; आज सकाळीच त्यांना सतरा अंडी मिळाली आहेत.

"खूप छान हं, मेरी ॲग्नेस. आता कोण बोलेल बरं? रिचर्ड, तू सांगतोस मला? तुला डिकी असंही म्हणतात नं?"

एक गुबगुबीत छोटा मुलगा झुलतझुलत, हसत उभा राहिला.

"आता तू काय सांगणार आहेस?"

"मुलं ही मुलींसारखी नसतात", डिकी म्हणाला, "मुलं वेगळी असतात, म्हणजे काय की-"

"ठीक आहे डिकी, छान. याबद्दल आपण नंतर शिकू हं. अल्बर्टिना, आता तू सांग काहीतरी."

अल्बर्टिना मागच्या वर्षी नापास झाली होती म्हणून ती यंदाही पहिल्या वर्गातच होती. इतर मुलांपेक्षा बरीच उंच होती ती. तिनं अगदी अभिमानानं सांगितलं, "आपलं शरीर हाडं, त्वचा आणि स्नायू आणि रक्तपेशी आणि असल्या काय काय वस्तूचं बनलेलं असतं."

"अरे वा, छान हं अल्बर्टिना. किती छान नं मुलांनो? या वर्षी आपल्या वर्गात बरेच शास्त्रज्ञ आलेले दिसतायत! आपण सगळे अल्बर्टिनासाठी टाळ्या वाजवू या, वाजवायच्या नं? आता, अं......" त्यांनी हातातली यादी परत पाहिली, आणि म्हणाल्या, "चार्ल्स वॉलेस. तुला चार्ली म्हणतात का रे?"

तो म्हणाला, "नाही. चार्ल्स वॉलेसच, प्लीज."

“तुझे आई-बाबा शास्त्रज्ञ आहेत, हो ना?” चार्ल्सच्या उत्तराची वाट न पाहता त्या म्हणाल्या, “आता तुला आम्हाला काय सांगायचंय, पाहूया बरं.”

चार्ल्स वॉलेस उभा राहिला आणि म्हणाला, “आत्ता सध्यातरी मला मायटोकॉन्ड्रिया आणि फॅरन्डोली यांच्याबद्दल खूप कुतूहल आहे.” (हे कळल्यावर त्या रात्री मेग त्याला रागावून म्हणाली होती, “तुला जरा तरी समजायला हवं होत की रे!”)

“काय म्हणालास तू चार्ल्स? मायटी... की काय ते?”

“मायटोकॉन्ड्रिया. त्या मायटोकॉन्ड्रिया आणि फॅरन्डोली, प्रोकॅरियोसाईट्स (Prokaryocytes) पेशींमध्ये सर्वांत आधी निर्माण झाल्या.....”

“प्रो....काय?”

“अब्जावधी वर्षांपूर्वी त्या कदाचित नव्यानं तयार झालेल्या, आपल्या यूकॅरियोसाईटिक (Eukaryocytic) प्रकारच्या पेशींमध्ये पोहत पोहत शिरल्या असाव्या. त्या तिथेच स्थिरावल्या. त्यांना आपला स्वतःचा डी.एन.ए. (DNA) आणि आर.एन.ए. (RNA) असतो, म्हणजेच त्या स्वतंत्र असतात. आपले त्यांच्याशी सहजीवी संबंध असतात. नवलाईची बाब म्हणजे आपण प्राणवायूसाठी पूर्णपणे त्यांच्यावर अवलंबून असतो.”

“हे बघ चार्ल्स, उगाचच मूर्खासारखी बडबड करणं बंद कर. पुढच्या वेळेला मी जेव्हा तुला काही विचारीन, तेव्हा हे असलं ज्ञान पाजळून नसत्या बढाया मारू नकोस. बरं... जॉर्ज, आता तू आपल्या वर्गाला सांग बरं काहीतरी....”

शाळा सुरू होऊन दोन आठवडे उलटून गेले होते. चार्ल्स वॉलेस एका संध्याकाळी मेगला भेटायला, तिच्या सगळ्यात वरच्या मजल्यावर असलेल्या, पोटमाळ्यावरच्या खोलीत आला. ती म्हणाली, “चार्ल्स, तू शाळेत थोडा गप्प नाही का रे राहू शकत?”

चार्ल्सनं पिवळ्या रंगाचा जंपसूट घातला होता. त्याच्या नुकत्याच झालेल्या जखमांवर मलमपट्टी केलेली होती. नाक लालसर आणि सुजलेलं दिसत होतं. तो मेगच्या पलंगावर, फोर्टिनब्रासच्या चमकदार काळ्या अंगावर डोकं ठेवून लोळत होता. तो कंटाळलेला, सुस्त वाटत होता, त्या वेळेला मात्र मेगला ते जाणवलं नाही. “अगं, त्यामुळे काहीही फरक पडत नाही. कशाचाच उपयोग नाहीये. मी जर बोललो नाही, तर माझी चिडचिड होते. बोलायला लागलो की काहीतरी चुकीचं बोलून जातो. मी अभ्यास पूर्ण केला तर बाईंना वाटलं की, तू मला मदत केली असेल.... आणि शाळेचं पुस्तक तर मला तोंडपाठ झालंय.”

मेगनं गुडघ्यांभोवती हात लपेटून घेतले, चार्ल्स आणि फोर्टिनब्रासकडे

निरखून बघितलं. खरं तर फोर्टिनब्रासला पलंगावर बसायची परवानगी नव्हती, पण मेगच्या खोलीत या नियमाकडे दुर्लक्ष केलं जायचं. "ते तुला सरळ दुसरीच्या वर्गात का बसवत नाहीत?"

"ते आणखीनच वाईट होईल. त्या वर्गात माझ्यापेक्षा मोठी मुलं आहेत."

ही गोष्ट अगदी खरी होती.

म्हणूनच तिनं मिस्टर जेनकिन्सना जाऊन भेटायचं ठरवलं. सकाळी नेहमीप्रमाणे सात वाजताच्या बसमध्ये ती चढली. अजून नीटसं उजाडलं नव्हतं. ईशान्येकडील वाऱ्यांमुळे तयार होणाऱ्या वादळाच्या आधी असतं, तसं वातावरण राखाडी झालं होतं. चार्ल्सच्या शाळेची बस एक तास नंतर येत असे. हायस्कूलची बस जेव्हा गावातल्या पहिल्या स्टॉपपाशी थांबली, तेव्हा मेग खाली उतरली. तिथून दोन मैलांवर असलेल्या चार्ल्सच्या शाळेत ती चालत गेली. जुन्या पद्धतीची, काहीशी अपुरी इमारत होती ती, प्रथेनुसार लाल रंगात रंगवलेली. मुलांची गर्दी असायची, आणि शिक्षक व कर्मचारी मात्र कमी होते त्या शाळेत. या शाळेचा विकास होणं खरंच फार गरजेचं होतं. नवी शाळा बांधण्यासाठी कर वाढवले होते.

शिपाई शाळेचं बाजूचं दार सकाळी लवकरच उघडायचा. त्या दारातून मेग आत आली. शाळेच्या इमारतीचं मुख्य प्रवेशद्वार अजून बंदच होतं. जमीन साफ करण्याच्या, विजेवर चालणाऱ्या यंत्राचा मंद आवाज पुढच्या मुख्य हॉलमधून येत होता. त्या आवाजाच्या रोखाने ती हॉलमधून पळत गेली आणि तिथल्या साफसफाईचं सामान ठेवण्याच्या, अगदी छोट्या, खोलीवजा फडताळात घुसली. तिथल्या हुकांना लटकावलेल्या झाडूंना, पुसायच्या फडक्यांना टेकून उभी राहिली. तिथे धुळीचा आणि बुरशीचा कुबट वास भरला होता. मिस्टर जेनकिन्स शाळेत येतील, त्यांची सेक्रेटरी त्यांना नेहमीप्रमाणे कॉफीचा मग आणून देईल, तोपर्यंत तरी आपल्याला शिंका येऊ नयेत, असं तिला मनापासून वाटत होतं. तिनं आपली जागा बदलली आणि कोपऱ्यात उभी राहिली. तिथल्या फटीतून तिला मिस्टर जेनकिन्सच्या ऑफिसचं काचेचं दार दिसत होतं. ती तिथेच उभी राहिली.

मिस्टर जेनकिन्सच्या ऑफिसमध्ये दिवा लागला, तेव्हा तिचं नाक चोंदलं होतं, पाय दुखायला लागले होते. ती वाट पाहत उभीच होती. तिला दिवसभर वाट पाहिल्यासारखं वाटत होतं, पण साधारण अर्धा तास तरी ती तिथेच उभी होती. सेक्रेटरीच्या उंच टाचांच्या बुटांचा आवाज ऐकू आला, आणि मग तिला शाळेची दारं उघडल्यावर आरडाओरडा करत मुलं आत आल्याचं सुद्धा कळलं. मोठ्या मुलांचा घोळका धक्काबुक्की करत, चार्ल्स वॉलेसला असंच ढकलून देत असेल, असा विचार तिच्या मनात डोकावून गेला.

'ज्युलियस सीझरच्या मागे लागलेल्या जमावासारखंच', तिच्या मनात आलं,

'फक्त चार्ल्स त्या सीझरसारखा नाहीये, हा एवढाच फरक आहे. माझी पक्की खात्री आहे की जेव्हा गॉल साम्राज्य तीन भागांत विभागलं गेलं होतं, तेव्हाचं जगणं बरंच सोपं असणार.'

शाळा सुरू झाल्याची घंटा वाजली. सेक्रेटरी आपले उंच टाचांचे बूट टकटक वाजवत पुन्हा कॉरिडॉरमधून गेली. मिस्टर जेनकिन्सची कॉफी घेऊन गेली असणार.... मेगला वाटलं. तिच्या बुटांचा आवाज कमी होत गेला. मेग आणखी पाच मिनिटं थांबली, आणि मग बाहेर आली. शिंक दाबून धरण्यासाठी तिनं आपलं बोट वरच्या ओठावर दाबून धरलं. ती कॉरिडॉरमधून गेली आणि मिस्टर जेनकिन्सच्या दारावर टकटक केलं. त्याक्षणीच तिला एक जोरदार शिंक आलीच.

मिस्टर जेनकिन्सना तिला पाहून आश्चर्य वाटलं, पण त्यांना ते आवडलेलं दिसलं नाही. तरी त्यांनी विचारलं, "या सुखद धक्क्यामागचं कारण विचारू शकतो का मी?"

"प्लीज मिस्टर जेनकिन्स, तुम्हाला भेटणं फार गरजेचं आहे हो माझ्यासाठी."

"तू शाळेत का गेली नाहीयेस?"

"मी शाळेतच आहे की, या शाळेत आहे."

"कृपा करून उद्धटपणा करू नकोस मेग. उन्हाळ्यानंतर तू काहीही बदललेली दिसत नाहीयेस. या वर्षी तरी तू मला त्रास द्यायला नसशील, अशी आशा वाटत होती. तू इथे आलीयेस, हे दुसऱ्या कोणाला सांगितलं आहेस की नाही?" सकाळच्या उन्हाची तिरीप त्यांच्या चष्म्यावर पडल्याने चष्मा चमकत होता. मेगनं आपला चष्मा नाकावर ढकलून नीट बसवला. नेहमीप्रमाणेच तिला त्यांच्या चेहऱ्यावरचे भाव समजले नाहीत. काहीतरी नकोशी गडबड सुरू असल्याचं त्यांना वाटतंय, हे तेवढं त्यांच्या चेहऱ्यावर स्पष्ट दिसत असल्याचं तिला वाटलं.

त्यांनी दीर्घ श्वास घेतला, आणि म्हणाले, "मी माझ्या सेक्रेटरीला तुला तुझ्या शाळेत सोडायला सांगतो. अर्थात, त्यामुळे मला अर्धा दिवस तिची काहीही मदत मिळणार नाही म्हणा..."

"नको. मी रस्त्यात कोणालातरी लिफ्ट मागीन आणि त्यांच्या गाडीतून जाईन."

"अच्छा? एका चुकीतून दुसरी चूक करून गोंधळ वाढवणार आहेस का तू? अगं, या राज्यात अशी लिफ्ट मागणं, हे कायद्याच्या विरुद्ध मानलं जातं."

"मिस्टर जेनकिन्स, मी तुमच्याशी लिफ्ट मागण्याबद्दल बोलायला आलेली नाहीये. मी चार्ल्स वॉलेसबद्दल बोलायला आली आहे."

"तुझं हे असं आमच्या कामात अडथळा आणणं, मला आवडत नाही हं

मागरिट.''

"अहो, ती मोठी मुलं दमदाटी करून त्याला त्रास देतात. तुम्ही जर हे सगळं थांबवलं नाही, तर त्याला खरंच मोठी दुखापत होऊ शकेल.''

"अगं, पण मी ही परिस्थिती ज्या पद्धतीनं हाताळतो, ते जर योग्य वाटत नसेल, आणि त्याबद्दल माझ्याशी बोलायचं असेल, तर तुझ्या आई-बाबांना माझ्याशी बोलू दे ना, तू कशाला?''

मेगनं स्वत:वर नियंत्रण ठेवायचा आटोकाट प्रयत्न केला; पण तिचा आवाज निराशेनं, संतापानं चढत गेला. "हो, ते माझ्यापेक्षा जास्त हुशार असतीलही, पण त्यानं काही फरक पडणार नाहीये. प्लीज हो मिस्टर जेनकिन्स, मला माहितीये, सगळ्यांना चार्ल्स हा मठ्ठ मुलगा वाटतो, पण तसं नाहीये हो, तो खरंच खूप हुशार.....''

त्यांनी तिचं वाक्य तोडत म्हटलं, "आम्ही बुद्धिमत्ता चाचण्या देतो पहिलीतल्या सगळ्या मुलांना. तुझ्या छोट्या भावाचा बुध्यंक चांगला समाधानकारक आहे.''

"मिस्टर जेनकिन्स, तुम्हालासुद्धा माहितीये की त्याचा बुद्ध्यांक त्याहूनही जास्त आहे. माझ्या आई-बाबांनीसुद्धा त्याच्या अगदी सगळ्या प्रकारच्या बुद्धिमत्ता-चाचण्या घेतल्या आहेत. त्याचा बुध्यंक इतका जास्त आहे, की तो इतरांना दिल्या जाणाऱ्या सर्वसामान्य चाचण्यांद्वारे मोजला जाऊ शकत नाही.''

"पण त्याच्या शाळेतल्या कामगिरीवरून तसं तर काहीच दिसून येत नाही.''

"अहो, त्या मुलांचा मार खावा लागू नये म्हणून चार्ल्स मुद्दामच तसा वागतो...... तुम्हाला समजत नाही का ही गोष्ट? त्याचं त्या मुलांशी पटत नाही, आणि इतर मुलांना त्याचं म्हणणं समजत नाही. पहिलीत शिकणाऱ्या किती मुलांना फॅरन्डोलीबद्दल माहिती असते हो?''

"तू काय बोलतीयेस, मला काहीही कळत नाहीये, मागरिट. मला एवढंच माहितीये, की तो निरोगी, सशक्त मुलगा वाटत नाही.''

"तो अगदीच ठीक आहे.''

"तो अत्यंत निस्तेज, फिकुटलेला दिसतो, आणि त्याच्या डोळ्यांखाली काळी वर्तुळंही उमटली आहेत.''

"जर तुम्हाला रोज लोकांनी नाकावर, डोळ्यावर ठोसे मारले; तर तुम्ही कसे दिसाल? आणि मारण्याचं कारण तरी काय, तर, तुम्हाला त्या इतरांहून जास्त माहिती आहे, हे?''

चष्म्याच्या भिंगातून तिच्याकडे थंड नजरेनं बघत मिस्टर जेनकिन्स म्हणाले, "जर तो इतका हुशार आहे, तर तुझे आई-बाबा त्याला शाळेत पाठवण्याचा त्रास तरी कशाला घेतात गं?''

"तसा नियम नसता ना, तर कदाचित पाठवलंच नसतं त्यांनी शाळेत."

याक्षणी, चार्ल्सच्या शेजारी भिंतीवर उभं राहून त्या दोन खडकांकडे बघताना, मेगला मिस्टर जेनकिन्सचं चार्ल्सच्या निस्तेजपणाबद्दलचं बोलणं आठवलं. तिच्या अंगावर शहारा आला. ड्रॅगन्सचा अजूनही पत्ता नव्हता.

चार्ल्सनी विचारलं, "जे लोक इतरांपेक्षा वेगळे असतात, त्यांच्यावर कोणी विश्वास का ठेवत नाही? मी खरंच इतका वेगळा आहे का गं?"

मेगनं दातांवरून जीभ फिरवली. तिच्या दातांवर पूर्वी बसवलेल्या पट्ट्या आता काढल्या होत्या. त्याच्याकडे मायेनं बघत, उदास होऊन ती म्हणाली, "मला नाही माहीत रे चार्ल्स. मी तुझी बहीण आहे. तुला तुझ्या जन्मापासून ओळखते. मी तुझ्या खूप खूप जवळची आहे नं, त्यामुळे नसेल समजत मला." ती भिंतीवर बसली, पण बसायच्या आधी तिनं त्या भिंतीच्या दगडांकडे नीट निरखून पाहिलं : त्या भिंतीत बसवलेल्या दगडांच्या फटीत एक मोठी, काळी, आणि पूर्णपणे निरुपद्रवी अशी नागीण राहत असे. सँडी आणि डेनीसनं तिला पाळलं होतं, त्यांची फार लाडकी होती ती. छोटंसं पिल्लू असल्यापासून ती तिथे राहत होती. त्या नागिणीचं नाव 'लुईस' असं ठेवलं होतं. त्यांच्या ओळखीच्या डॉ. लुईस यांच्या नावावरूनच, त्या नागिणीचं नाव लुईस असं ठेवलं होतं. डॉ. लुईस यांचं आडनाव, त्या दोघांना नीट उच्चारता यायचं नाही, लॅटिन भाषा नुकतेच शिकू लागले होते दोघे.

"डॉ. नाग, किती विचित्र वाटतंय", डेनीस त्या वेळेस म्हणाला होता.

सँडी म्हणाला, "चांगलं नाव आहे की, आपण आपल्या सापाचं नाव त्यांच्या नावावरून ठेवूया. आपल्या नागिणीला 'मोठी लुईस' असं म्हणू आपण."

"मोठी कशाला?"

"का नाही पण?"

"तिनं मोठंच असायला हवं का?"

"मोठीच आहे ती."

"अरे, पण ती डॉ. लुईस यांच्यापेक्षा मोठी नाहीये."

डेनीस म्हणाला, "बागेतल्या भिंतीत राहणाऱ्या सापांच्या मानाने, आपली मोठी लुईस चांगली मोठी आहे, आणि त्या डॉ. लुईस आहेत ना, त्या खूप लहानशा आहेत म्हणजे त्या छोट्याशा दिसतात हं. डॉक्टर म्हणून त्या मोठ्याच आहेत."

"डॉक्टर असण्यासाठी कुठल्याही विशिष्ट आकाराची गरज नसते. पण तू बरोबर बोललास डेन, त्या खरंच खूप लहानशा आहेत. आपला साप मोठा

आहे.'' त्या दोघांत फार क्वचितच मतभेद व्हायचे, आणि झालेच तर फार काळ टिकायचे नाहीत.

''डॉ. लुईस बऱ्याचशा एखाद्या पक्ष्यासारख्या दिसतात, सापासारख्या नाही.''

''अरे, खूप खूप पूर्वी, म्हणजे उत्क्रांतीच्या काळात, साप आणि पक्षी हे दोन्ही प्रकारचे प्राणी, मुळात एकाच संघातून (फायलम- Phylum) उत्क्रांत झाले ना? 'संघ' असंच म्हणतात ना? ते जाऊ दे, आपल्या नागिणीसाठी लुईस हे नाव छान आहे.''

हे कळल्यावर सुदैवानं डॉ. लुईसना राग न येता गंमतच वाटली. त्यांनी त्या दोघांना सांगितलं की नाग, साप यांच्याबद्दल खूप गैरसमज असतात, आणि इतक्या सुंदर प्राण्याचं नाव, त्यांच्या नावावरून ठेवल्याने, त्यांना सन्मानित झाल्यासारखं वाटतंय. त्यांनी पुढे सांगितलं, की अमेरिकेत डॉक्टरांचं जे वैद्यकीय चिन्ह असतं, त्याला कडूसियस (Caduceus) असं म्हणतात. त्या चिन्हात एका भक्कम, आणि सुरुवातीच्या टोकापाशी दोन पंख असलेल्या काठीभोवती, किंवा दांड्याभोवती, दोन साप वेटोळं घालून लपेटलेले असतात. त्यामुळे त्यांच्या नागिणीला 'लुईस' हे नाव अगदीच योग्य आहे.

बारसं झाल्यापासून आतापर्यंत ही 'मोठी लुईस' चांगलीच वाढली होती. मेग तिला तशी घाबरत नसे, पण त्या भिंतीवर बसायच्या आधी लुईस कुठे दिसत नाहीये ना, हे एकदा नीट तपासून घेत असे. आत्ता तरी लुईस आसपास दिसत नव्हती. तिनं आपला मोहरा पुन्हा चार्ल्सकडे वळवला. ''तू आपल्या जुळ्या भावांपेक्षा खूप हुशार आहेस, पण आपले भाऊसुद्धा मुळीच मठ्ठ नाहीयेत. ते सगळ्यांशी कसं काय पटवून घेतात?''

''त्यांनी ते मला सांगायला हवं'', चार्ल्स म्हणाला.

''ते घरी जसं बोलतात, तसं शाळेत बोलत नाहीत.''

''अगं, मला वाटलं की, मायटोकॉन्ड्रिया आणि फॅरन्डोली याच्याबद्दल, मला जसं कुतूहल वाटतं, तसं बाकीच्यांनासुद्धा वाटत असेल.''

''तुला चुकीचं वाटलं रे.''

''अगं, पण मला खरंच खूप कुतूहल आहे त्याबद्दल. इतकं विचित्र वाटण्यासारखं काय आहे त्यात?''

''हं....एक भौतिकशास्त्रज्ञ आणि एक जीवशास्त्रज्ञ, यांच्या मुलासाठी तितकंसं विचित्र नाहीये ते.''

''म्हणजे मला म्हणायचंय, की बऱ्याच जणांना असं कुतूहल नसतं.''

''ती काही दोन शास्त्रज्ञांची मुलं नसतात ना... आपल्या आईबाबांमुळे नुकसानच होतं आपलं. मी आईएवढी सुंदर कधीही दिसू शकणार नाही.''

या बाबतीत मेगला समजावून समजावून चार्ल्स कंटाळला होता. "तुला माहितीये का, त्या फॅरन्डोलीबद्दल आश्चर्याची गोष्ट म्हणजे त्यांचा आकार..." मेग मात्र तिच्या केसांचाच विचार करत होती. एखाद्या शेतातल्या उंदरासारखे करड्या रंगाचे, अगदी सामान्य, सरळ केस होते तिचे. तिच्या आईचे केस मात्र छान, पिंगट, वळणदार होते. "त्यांच्याबद्दल काय आता?" तिनं विचारलं.

"अगं. ते इतके छोटे असतात, की त्याबद्दल आपण फक्त कल्पनाच करू शकतो. अगदी सगळ्यात जास्त ताकदीच्या, मायक्रो-इलेक्ट्रॉन प्रकारच्या सूक्ष्मदर्शक यंत्रातूनसुद्धा (Micro – Electron Microscope) ते दिसू शकत नाहीत. पण ते आपल्यासाठी मात्र खूपच महत्त्वाचे असतात हं, ते आपल्या शरीरात नसले तर आपण मरून जाऊ. शाळेत कोणालाही त्याबद्दल आवड वाटत नाही. आमच्या बाईंचा मेंदू तर एखाद्या नाकतोड्याच्या मेंदूसारखा आहे. तू बरोबरच बोलत होतीस, आई-बाबा प्रसिद्ध असणं हे मुळीच फायदेशीर नसतं."

"ते जर प्रसिद्ध नसते तर... तुला माहितीये ना की, जेव्हा एल. ए. (L. A.) इथून फोन येतो, किंवा बाबा राष्ट्राध्यक्षांच्या व्हाईट-हाउसला भेट द्यायला जातात तेव्हा सगळ्यांनाच ते कळतं. आपले जुळे भाऊ सोडून, आपल्या कुटुंबातले सगळेच इतरांपेक्षा वेगळे आहेत रे. कदाचित आपले जुळे भाऊ सर्वसामान्य असल्यामुळे ते ठीकठाक आहेत, किंवा बहुदा त्यांना सामान्य असल्याचा अभिनय चांगल्या प्रकारे करता येत असेल. मला कधीकधी प्रश्न पडतो, की हे सर्वसामान्य म्हणजे नेमकं काय? किंवा तसं नसणं म्हणजे तरी काय? बरं, ते जाऊ दे, पण तुला त्या फॅरन्डोलीबद्दल एवढी काय उत्सुकता वाटतीये?"

"आई त्याच संदर्भात संशोधन करतीये."

"आत्तापर्यंत आईनं अनेक विषयांवर संशोधन केलंय. त्या वेळेला तुला इतकं कुतूहल वाटलं नव्हतं."

"अगं, जर आईनं त्यांचं अस्तित्व सिद्ध करून दाखवलं ना, तर तिला नोबेल पारितोषिक मिळू शकेल."

"बरं, मग? या एका गोष्टीमुळे तुला त्यांच्याबाबत एवढी उत्सुकता लागलेली नाहीये, हे नक्की."

"मेग, अगं, जर आपल्या फॅरन्डोलीना काही झालं ना, तर अनर्थ ओढवेल."

"का बरं?" मेग शहारली, तिला एकदम थंडी वाजायला लागली. तिनं स्वेटरची बटणं लावली. जोराचा वारा सुटला होता. आकाशात ढग पळापळ करायला लागले.

"मी मायटोकॉन्ड्रियाचा उल्लेख केला होता, हो नं?"

"हो, आता त्याचं काय?"

"मायटोकॉन्ड्रिया खूप लहान आकाराच्या असतात आणि त्या आपल्या पेशींच्या आतमध्ये असतात. यावरून त्या किती लहान असतील, याची तुला कल्पना येऊ शकते, बरोबर?"

"हो, पुरेशी कल्पना येते."

"पृथ्वी हा ग्रह हेच आपलं विश्व आहे ना, अगदी तसंच एका मायटोकॉन्ड्रिऑन-साठी. मानवी शरीर हे विश्व असतं. आपण आपल्या मायटोकॉन्ड्रियांवर खूप जास्त अवलंबून असतो, पण आपला ग्रह मात्र आपल्यावर तितकासा अवलंबून नसतो. मनुष्यप्राणी नसला तरी पृथ्वीला काही फरक पडणार नाही, पण आपल्या मायटोकॉन्ड्रियाला काहीही झालं, तर मात्र आपण मरून जाऊ."

"अरे, पण त्यांना कशाला काही होईल?"

चार्ल्सनं हळूच खांदे उडवले. हळूहळू अंधारायला लागलं होतं. कमी प्रकाशात तो खूपच फिक्कट, म्लान असा दिसत होता. "अपघात किंवा रोग होतात नं माणसांना. कुणाच्याही बाबत काहीही घडू शकतं. मला आईकडून जी माहिती मिळाली आहे, त्यानुसार, फॅरन्डोलीमुळे बऱ्याच मायटोकॉन्ड्रिया समस्याग्रस्त झालेल्या आहेत."

"हे सगळं तुला आईनं सांगितलं?"

"थोडंसं. बाकीची माहिती मी... अं...अशीच गोळा केली."

चार्ल्स वॉलेस आईच्या, मेगच्या मनातून अशी माहिती अगदी सहज गोळा करायचा, बागेतून डेझीची फुलं गोळा करावीत इतक्या सहजतेनं. "बरं, मग हे फॅरन्डोली म्हणजे काय असतात?" दगडी भिंतीवरची आपली जागा जराशी बदलत तिनं विचारलं.

"मानवी पेशीमध्ये मायटोकॉन्ड्रिऑन असतो ना, तसंच एका मायटोकॉन्ड्रिऑन-मध्ये हे फॅरन्डोली राहतात. त्यांना स्वत:चे, स्वतंत्र डी.एन.ए. (D.N.A.), किंवा जीन्स असतात. जर एका मायटोकॉन्ड्रिऑनमधल्या फॅरन्डोलीना काही झालं, तर मायटोकॉन्ड्रिऑन आजारी पडतो आणि बहुदा मरतो."

झाडावरचं एक वाळकं पान ओघळून खाली आलं आणि तरंगत मेगच्या गालाला स्पर्शून गेलं. "अरे, पण त्यांना कशाला काही होईल?" तिनं पुन्हा तोच प्रश्न विचारला.

चार्ल्सनंसुद्धा पुन्हा तेच उत्तर दिलं, "अपघात किंवा रोग होतात की माणसांना, हो की नाही? आणि युद्धात पण लोक एकमेकांना मारतातच की."

"हो,..... अरे पण ती माणसं असतात. आणि तू तरी त्या मायटोकॉन्ड्रिया आणि फॅरन्डोलींच्याबद्दल इतकी बडबड का करतोयस रे?"

"मेग, गेल्या काही आठवड्यांपासून आई तिच्या प्रयोगशाळेत अक्षरश:

रात्रंदिवस काम करतीये. तुझ्याही लक्षात आलंय ते.''

''ती जेव्हा एखादं संशोधन करत असते, तेव्हा नेहमी असंच काम करते ती.''

''ती फॅरन्डोलींवर संशोधन करतीये. मरायला टेकलेल्या काही मायटोकॉन्ड्रियांचा बारकाईनं अभ्यास केल्यावर, तिनं फॅरन्डोलींचं अस्तित्व सिद्ध केलंय, असं आईला वाटतंय.''

''तू हे असलं काहीतरी शाळेत बोलत नाहीस ना रे?''

''अगं, मलाही कळतं नं मेग, तू माझं बोलणं लक्ष देऊन ऐकत नाहीयेस.''

''मला तुझी काळजी वाटते रे.''

''मग नीट ऐक. आई तिच्या प्रयोगशाळेत, फॅरन्डोलींचा मायटोकॉन्ड्रियांवर काय परिणाम होतो, हे शोधून काढण्याचा इतका आटोकाट प्रयत्न का करते आहे त्याचं कारण सांगतो तुला. आईला असं वाटतंय, की माझ्या मायटोकॉन्ड्रियांना काहीतरी झालंय.''

''काय?'' मेगनं भिंतीवरून उडी मारली आणि ती चार्ल्सकडे तोंड करून उभी राहिली.

तो अतिशय हळू आवाजात बोलू लागला, त्यामुळे मेगला खाली वाकून त्याचं बोलणं ऐकावं लागलं. ''माझे मायटोकॉन्ड्रिया आजारी पडले, तर मीसुद्धा आजारी पडीन.''

आत्तापर्यंत मेगनं मनात दडपून ठेवलेली भीती आता उफाळून वर यायला लागली. ''हा प्रकार कितपत गंभीर आहे? त्यासाठी आई तुला काही औषध देऊ शकते ना?''

''मला माहीत नाही गं. ती मला सांगत नाहीये. मी फक्त अंदाजच घेतोय. आणखी माहिती मिळेपर्यंत तिच्या मनाची दारं माझ्यासाठी बंद करून घेण्याचा प्रयत्न करतीये ती. एखाद्या बारक्याशा फटीतून मला तिच्या मनात प्रवेश मिळतोय. कदाचित हे सगळं तितकंसं गंभीर नसेलही. हे सगळं कदाचित शाळेतल्या त्रासामुळेही होत असेल; मला जवळजवळ रोज मार खावा लागतो किंवा ती मुलं धक्काबुक्की करून मला खाली पाडतात. असं रोज झाल्यावर आजाऱ्यासारखं वाटणारच ना... ए, ती बघ लुईस!'

मेगनं वळून पाहिलं. 'मोठी लुईस' भिंतीतल्या दगडांवरून वेगानं नागमोडी सरपटत, त्यांच्याच दिशेनं येत होती. शरदातल्या संध्याकाळच्या उजेडामुळे तिचं काळंभोर अंग चमकदार जांभळ्या आणि चंदेरी रंगाचं दिसत होतं. मेग ओरडली, ''चार्ल्स! पटकन चल!''

तो हललाही नाही. ''अगं, ती काही करणार नाही आपल्याला.''

“चार्ल्स, पळ! अरे, ती हल्ला करणार आहे!”

पण लुईस मात्र चार्ल्सपासून काही फूट अंतरावर थांबली. तिनं आपलं शरीर वर उभारलं. शेपटीकडील थोड्याशा भागाचं वेटोळं करून ती उभी झाली आणि अपेक्षेनं बघू लागली.

चार्ल्स वॉलेस म्हणाला, “कोणीतरी जवळच आहे इथे. लुईसच्या ओळखीचं असं कोणीतरी”

“ते---ड्रॅगन्स?”

“मला माहीत नाही. आत्ता मला काहीच दिसत नाहीये. श्श, मला कसली जाणीव होतीये का ते पाहू दे.” त्यानं डोळे बंद केले, लुईस किंवा मेगसाठी नाही, तर त्याच्या अंतस्थ डोळ्यांनी बघण्यासाठी. ‘ते ड्रॅगन्स आणि बहुदा एक माणूस–पण माणसापेक्षाही जास्त काहीतरी खूप उंच आणि” त्यानं डोळे उघडले आणि खूप दाटीवाटीनं असलेल्या झाडांकडे बोट दाखवलं. तिथे अंधारलं होतं. “ते बघ!”

मेगला एक अंधुकशी भलीमोठी आकृती, त्यांच्या दिशेनं येताना दिसल्यासारखं वाटलं खरं, पण तिची तशी खात्री पटायच्या आधी त्या फळबागेतून फोर्टिनब्रास उड्या मारत, जोरजोरात भुंकत पळत येऊ लागला. त्याच्या भुंकण्यात राग नव्हता. श्री. किंवा सौ. मरी बाहेरून घरी आल्यानंतर, तो जसा आनंदानं स्वागत केल्यासारखं भुंकायचा, तसं आत्ता भुंकत होता. आपली जाडजूड शेपटी उभारून, नाक फेंदारून तो पळतपळत भिंतीपाशी आला, भिंतीवरून उडी मारून उत्तरेकडच्या माळरानात गेला. इकडेतिकडे हुंगत, तो त्या हिमनदीमुळे तयार झालेल्या भल्यामोठ्या खडकांच्या दिशेनं पळत सुटला.

चार्ल्स वॉलेस त्याच्या पाठीमागे धापा टाकत, मोठ्या कष्टानं जाऊ लागला. “माझे ड्रॅगन्स होते, तिथेच जातोय तो! मेग, ये पटकन, कदाचित त्याला फ्यूमेट्स, म्हणजेच त्या ड्रॅगन्सची विष्ठा मिळाली असेल!”

ती त्या दोघांच्या मागे पळत गेली. “ड्रॅगन्सच्या विष्ठेबद्दल तुला कसं माहीत रे? ते कदाचित गायीच्या शेणगोळ्यापेक्षा मोठं असू शकेल.”

चार्ल्स गुडघे आणि हात टेकून खाली बसला, आणि म्हणाला, “हे बघ.”

तिथल्या खडकावर शेवाळ जमलं होतं आणि त्यावर ढीगभर पिसं पडलेली होती. ती पिसं पक्ष्यांच्या पिसांसारखी दिसत नव्हती. ही पिसं विलक्षण मऊ आणि चमकदार होती; आणि त्या पिसांच्या मधेमधे पानाच्या आकाराचे चंदेरी-सोनेरी चमचमते खवले होते. ‘कदाचित त्या ड्रॅगन्सची असू शकतील ही’, मेगच्या मनात आलं.

“पाहिलंस ना मेग! ते होते इथेच! माझे ड्रॅगन्स इथे होते!”

२

आकाशगंगेतील भेग

मेग आणि चार्ल्स मूकपणे घरी आले. दोघांच्या मनात नवनवीन, विचित्र विचार येत होते. वाहत्या वाऱ्यासोबत अंधार पडायला लागला होता. त्यांचे जुळे भाऊ त्यांची वाट पाहत होते. उजेड असेतोवर त्यांना चार्ल्सबरोबर चेंडू खेळायचा होता.

"आता अंधार झालाय की" चार्ल्स म्हणाला.

"अजून काही मिनिटं आहेत. ये की चार्ल्स, तू भलेही हुशार असशील, पण चेंडू खेळण्यात मात्र तू फारच कच्चा आहेस. मी सहा वर्षांचा होतो ना, तेव्हा अगदी अचूक चेंडू फेकायचो आणि तू मात्र चेंडू झेलतानाही गडबड करतोस."

डेनीसनं चार्ल्सच्या पाठीवर थोपटलं, त्याचं थोपटणं म्हणजे पाठीत धपका घातल्यासारखंच असायचं. "तो सुधारतोय रे हळूहळू. चल चार्ल्स, अगदी थोडीशीच मिनिटं मिळतील आता."

चार्ल्सनं डोकं नकारार्थी हलवलं. त्याला बरं वाटत नाहीये, हे न सांगता तो ठामपणे फक्त एवढंच म्हणाला, "आज नको."

त्याला तिथेच वाद घालत सोडून मेग स्वयंपाकघरात गेली. सौ. मरी प्रयोगशाळेतून स्वयंपाकघरात येतच होत्या. त्यांच्या मनात त्यांच्या कामाबद्दल विचार चालू होते. त्या विचारांच्या तंद्रीतच त्यांनी फ्रीज उघडला आणि मोघमपणे आत डोकावून पाहिलं.

त्यांना सामोरी जाऊन मेग म्हणाली, "आई, चार्ल्स वॉलेसला असं वाटतंय की त्याच्या मायटोकॉन्ड्रियांच्यात ....का ते फॅरन्डोलीं की काय असतं त्यांच्यात काहीतरी बिघाड झालाय."

सौ. मरींनी फ्रीजचं दार बंद केलं, आणि म्हणाल्या, "कधीकधी हा चार्ल्स फारच जास्त विचार करतो."

"डॉ. कोलुब्रा यांचं काय मत आहे? म्हणजे या मायटोकॉन्ड्रिया प्रकरणाबद्दल?"

"तसं असण्याची शक्यता आहे. लुईसचं असं म्हणणं आहे की, या शरद ऋतूत ती अगदी वाईट फ्लूची साथ आली होती नं, त्याचं कारण फ्लूचा विषाणू नसून मायटोकॉन्ड्रायटिस (Mitochondritis) हा आजार आहे. त्या साथीत अनेकांना आपला जीव गमवावा लागला होता गं."

"आणि चार्ल्सला हाच आजार झालेला असेल का?"

"मला माहीत नाही मेग, मी तेच शोधून काढायचा प्रयत्न करते आहे. जेव्हा मला काही कळेल ना, मी तुला सांगीन. तुला तसं कबूल केलंय मी आधीच. तोपर्यंत मला एकटं सोड बरं."

मेग एक पाऊल मागे आली आणि जेवणाच्या एका खुर्चीवर बसली. तिची आई मुलांशी असं थंडपणे, तुटक कधीही बोलायची नाही. याचा अर्थ असाच की ती खरोखर फारच चिंताग्रस्त झालेली होती.

सौ. मरी मेगकडे वळून कसंबसं हसत, माफी मागण्याच्या स्वरात म्हणाल्या, "माफ कर गं मेगॅट्रॉन, मला इतकं तोडून बोलायचं नव्हतं. या मायटोकॉन्ड्रियांच्या शक्य त्या सर्व रोगांबद्दल, इतर कोणाहीपेक्षा जास्त माहिती कळल्यामुळे, माझ्यासाठी हे फार अवघड होत चाललंय. माझ्या संशोधनाचे निकाल इतक्या लवकर हाती येतील, अशी अपेक्षाच नव्हती मला. अजूनही तुला किंवा लुईसला निश्चित, स्पष्टपणे सांगता येऊ शकेल, असं काहीही माझ्या हाती आलेलं नाहीये. त्यामुळे खरंखुरं कारण समजेपर्यंत इतकी चिंता करण्याचं तसं कारण नाहीये. आत्ता तरी आपण चार्ल्सला शाळेत होणाऱ्या त्रासाकडे लक्ष केंद्रित करूया."

"शाळेत जाण्याइतका बरा आहे का तो?"

"आत्ता तरी मला वाटतंय तसं. अगदी तेवढीच गरज पडल्याशिवाय त्याची शाळा बंद करावीशी वाटत नाहीये मला."

"का नाही गं?"

"अगं, शेवटी कधीतरी शाळेत तर जावं लागेलच ना त्याला, आणि मेग, त्यानंतर त्याला आणखी अवघड जाईल सगळं. हे सुरुवातीचे काही आठवडे त्यानं पार पाडले ना."

"आई....इथे, सहा वर्षांचा, आपल्या चार्ल्ससारखा मुलगा कोणाला माहीतदेखील नसेल."

"हो, तो अत्यंत पराकोटीचा बुद्धिमान आहे. पूर्वी, एखादा अतिबुद्धिमान विद्यार्थी, बारा-तेराव्या वर्षी हार्वर्ड, ऑक्सफर्ड किंवा केम्ब्रिजसारख्या नामांकित विद्यापीठातून पदवी मिळवत असे, आणि ही गोष्ट कोणाला फारशी गैरवाजवी वाटायची नाही."

"पण आजकाल मात्र हे असाधारण मानलं जातं, आणि तू आणि बाबा त्याला सहाव्या वर्षी हार्वर्ड विद्यापीठात पाठवणार नाही. बरं, तो विलक्षण बुद्धिमान आहे एवढंच नाहीये हे. आपल्या मनातले विचार, भावना त्याला कशा काय कळतात? तू त्याला काय काय सांगितलंय, ते मला माहीत नाही, पण त्याला त्या मायटोकॉन्ड्रिया आणि फॅरॅन्डोलींबद्दल खूपच जास्त माहिती आहे गं."

"मी बरीच माहिती सांगितली आहे त्याला."

"त्याला त्यापेक्षाही खूप जास्त माहिती आहे, आणि तुला त्याची खूप काळजी वाटते, हे पण त्याला कळलंय."

स्वयंपाकघरात ओट्यापाशी असलेल्या एका उंच स्टुलावर सौ. मरी बसल्या. एक सुस्कारा टाकत त्या म्हणाल्या, "तू म्हणतेस ते बरोबर आहे मेग, चार्ल्स हुशार तर आहेच आणि त्याला अंतर्ज्ञानाची असामान्य शक्ती मिळालेली आहे. मोठा झाल्यावर, या शक्तीला शिस्तबद्धपणे योग्य दिशा द्यायला तो शिकला ना..." त्यांनी अचानक आपलं वाक्य तसंच सोडून दिलं. "चला, मला आता रात्रीच्या स्वयंपाकाचा विचार करायला हवा."

आईच्या मागे लागणं केव्हा थांबवायचं, हे मेगला चांगलंच कळत होतं. "मी मदत करते तुला. आई, जेवायला काय करणार आहेस?" तिनं आईला चार्ल्सच्या त्या ड्रॅगन्सबद्दल काही सांगितलं नाही. मोठ्या लुईसचं विचित्र वागणं, किंवा ते अंधुकसं दिसलेलं, जे काय होतं, तेसुद्धा नाही सांगितलं.

"अं... स्पॅगेटी सोपी आहे करायला" सौ. मरींनी कपाळावर आलेली पिंगट केसांची एक कुरळी बट मागे सारली "आणि शरदातल्या रात्री खायला चांगलीही.'

"आणि आपल्याकडे आपल्या जुळ्यांच्या बागेतले टोमॅटो, भोपळी मिरच्या, आणि काय काय भाज्या आहेतच. आई गं, तसे मला ते दोन्ही जुळे भाऊ खूप आवडतात, अगदी ते दोघं माझ्या डोक्यात जातात तरीसुद्धा. पण चार्ल्स मात्र..."

"मला माहितीये मेग, तुझं आणि चार्ल्सचं आधीपासूनच अगदी घट्ट असं, एक खास नातं आहे."

"आई, त्याला शाळेत जो त्रास होतोय ना, तो मला सहन होत नाहीये."

"मला पण नाही गं मेग."

"मग त्याबद्दल तू काय करतीयेस?"

"आम्ही काहीच न करण्याचा प्रयत्न करतोय. त्याला शाळेतून काढून घेणं आत्तापुरतं सोपं असेलही. आम्हीसुद्धा या बाबीचा तातडीनं विचार केला होता, अगं, पण चार्ल्सला सगळ्या प्रकारचे लोक असलेल्या जगात राहायचं आहेच ना. सगळेच लोक, तो करतो त्या पद्धतीनं कसा विचार करतील? अशा लोकांशी कसं जुळवून घ्यायचं, हे तो जितक्या लवकर शिकेल, तितकं बरं

होईल. जुळे सगळ्यांशी छान जमवून घेतात, तसं तुला आणि चार्ल्सला अजिबात कुणाशी जुळवून घेता येत नाही.''

''जुळ्या भावांपेक्षा चार्ल्स खूप जास्त हुशार आहे.''

''जो सजीव स्वत:ला जुळवून घेऊ शकत नाही, त्याचा टिकाव लागत नाही.''

''तरीही मला ते आवडत नाहीये.''

''तुझ्या बाबांना आणि मलासुद्धा नाही आवडत गं मेग. थोडी कळ काढ. तुला आठवतंय ना, तुला घाई करायची फार सवय आहे. अशा वेळी संयम राखणं आणि धीर धरणं सगळ्यात उत्तम असतं.''

''मी एक संयमी मुलगी अजिबातच नाहीये.''

''हे तू मला सांगतीयेस?'' सौ. मरींनी भाज्यांच्या टोपलीतून टोमॅटो, लाल आणि हिरव्या ढोबळी मिरच्या, कांदे, लसूण आणि लीक ही कांद्यासारखी फळभाजी; या सगळ्या भाज्या बाहेर काढल्या. कांदे कापून एका मोठ्या लोखंडी पातेल्यात टाकत त्या विचारपूर्वक म्हणाल्या, ''मेग, सुरुवातीला शाळेत तुलासुद्धा चांगलाच त्रास सहन करावा लागला होता, तुला माहितीये की.''

''चार्ल्सला होणाऱ्या त्रासाइतका वाईट नव्हता हं तो. आणि मी काही चार्ल्सइतकी हुशार नाहीये. गणितात मात्र मी हुशार असेन कदाचित.''

''तसंही असेल कदाचित, पण तू स्वत:च्या विशेष क्षमता ओळखत नाहीस, नेहमीच स्वत:ला कमी लेखतेस तू. मला म्हणायचं आहे की, या वर्षी तुला शाळा बऱ्यापैकी सुसह्य वाटतीये असं दिसतंय.''

''त्या शाळेत मिस्टर जेनकिन्स नाहीयेत ना, आणि तिथं कॅल्विन ओ'कीफसुद्धा आहे. कॅल्विन खूप महत्त्वाचा आहे. तो बास्केटबॉलचा नामांकित खेळाडू आहे, आणि वरच्या वर्गाचा अध्यक्ष आहे, आणि असं बरंच काय काय आहे. कॅल्विनला जे लोक आवडतात, त्यांना त्याच्या या वलयामुळे संरक्षण मिळतं.''

''कॅल्विनला तू का आवडतेस? तुला काय वाटतं?''

''माझ्या सौंदर्यामुळे तर नक्कीच नाही, हे अगदी पक्कं.''

''पण तू त्याला आवडतेस, हो नं मेग?''

''अं,... हो,... म्हणजे तसा माझा अंदाज आहे, पण कॅल्विनला तर खूप लोक आवडतात. त्याची इच्छा असली, तर शाळेतली त्याला हवी ती मुलगी मिळेल त्याला.''

''पण त्यानं तुला निवडलंय, हो ना?''

आपला चेहरा लाल होऊ लागल्याचं मेगला जाणवलं. आपले हात तिनं गालांवर ठेवले आणि म्हणाली, ''अं...हो....पण ते वेगळं आहे. आम्ही एकत्रितपणे

बऱ्याच प्रसंगांमधून पार पडलो आहोत ना, त्यामुळे गं... आणि आम्ही एकमेकांचे फक्त चांगले मित्र आहोत, म्हणजे इतर बऱ्याच मुलांचं जे चालतं, त्यासारखं नाहीये.''

''तुम्ही दोघं, फक्त चांगले मित्र आहात याचा मला आनंदच आहे. तो तपकिरी केसांचा बारकासा तरुण मुलगा मला खूप आवडायला लागलाय.''

मेगला हसू आलं. ती म्हणाली, ''मला वाटतंय, कॅल्विनला तू ग्रीक पुराणातल्या पॅलस अथीना या देवतेसारखी वाटतेस. तो तुला आदर्शवत मानतो. आपण सगळेच आवडतो त्याला. त्याचं स्वतःचं कुटुंब विस्कटलेलं आहे. निव्वळ आपल्या कुटुंबामुळेच मी त्याला आवडते, असं मला अगदी मनापासून वाटतं.''

सौ. मरींनी सुस्कारा टाकला. ''स्वतःला कमी लेखणं थांबव गं मेग.''

''कदाचित, मी निदान तुझ्याइतपत चांगला स्वयंपाक करायला तरी शिकू शकेन. तुला माहितीये का, आज चार्ल्सला ज्यानं मारलं ना, तो कॅल्विनचा एक भाऊ आहे हे? त्यालाही नक्कीच वाईट वाटत असणार म्हणजे त्या व्हिपीला नसेल वाईट वाटत, त्याला काहीच फरक नसेल पडत. कॅल्विनला वाईट वाटलं असेल. त्याला सांगायला हवं कोणीतरी.''

''तुला फोन करायचा आहे का त्याला?''

''नाही गं, कॅल्विनला नाही. मी जरा वाट पाहायला हवी. कदाचित तोच येईल इथे, किंवा असंच काहीतरी.'' एक निःश्वास सोडून ती पुढे म्हणाली, ''आयुष्य इतकं गुंतागुंतीचं असायला नको वाटतं. मी तुझ्यासारख्या दोनवेळा पीएच.डी.च्या पदव्या मिळवू शकेन का गं? तुला काय वाटतं आई?''

ढोबळी मिरची कापता कापता सौ. मरींनी मान वर करून तिच्याकडे पाहिलं, आणि त्या हसल्या. ''अगं, सगळ्या समस्यांचं एकच उत्तर नसतं गं. इतर मार्गही असतात. आत्ता या क्षणी तरी, मी स्पॅगेटीच्या सॉसमध्ये, लाल मिरच्या किती घातल्या, याचाच विचार करतीये; मोजलंच नाही गं मी.''

ते सगळे नुकतेच जेवायला बसले असताना श्री. मरींचा फोन आला. त्यांनी सांगितलं की ते एक आठवड्यासाठी वॉशिंग्टनहून परस्पर ब्रूकहेवनला जाणार आहेत. आई-बाबांचे असे दौरे नवीन नव्हते, पण आत्ता आई-बाबांपैकी कोणीही दूर जाण्याची कल्पना मेगला भीतिदायक वाटत होती. पण तरी ती डळमळीत मनानं, वर वर म्हणाली, ''ते खूप मजा करतील, अशी आशा आहे. तिथले खूप लोक आवडतात त्यांना.'' तिला रात्री आई-बाबा घरी असावेत, असं वाटायला लागलं, भीतीही वाटू लागली. चार्ल्स वॉलेसची चिंता तर होतीच; पण अचानकच सगळं जग अनिश्चित आणि असुरक्षित वाटायला लागलं. त्या शरद ऋतूत आसपासच्या बऱ्याच घरात घरफोड्या, चोऱ्या झाल्या होत्या. तसं फारसं मौल्यवान

असं काही चोरीला गेलं नव्हतं, तरी धसमुसळेपणानं कपाटं रिकामी केली गेली होती, दिवाणखान्याच्या जमिनीवर अन्नपदार्थ फेकून दिले होते, सोफ्याच्या गाद्या फाडल्या होत्या. त्यांचं ते छोटंसं सुरक्षित गावही, असंभव, अविवेकी आणि संदिग्ध वाटायला लागलं. मेगला हे आधीही चांगलंच जाणवलं होतं, तरी आत्तापर्यंत ते इतक्या पूर्णत्वानं कधीही जाणवलं नव्हतं. कितीही काळजीपूर्वक नियोजन केलेलं असलं, तरी आयुष्याच्या अनिश्चिततेची जाणीव तिला प्रकर्षानं झाली. त्या जाणिवेनं तिच्या पोटात खड्डा पडला. तिनं आवंढा गिळला.

चार्ल्स वॉलेसनं तिच्याकडे नजर टाकली आणि मख्ख चेहऱ्यानं तो म्हणाला, "त्या स्कॉटिश कवीनं, रॉबर्ट बर्न्सनं म्हटलंय ना, 'उंदरांच्या आणि माणसांच्या सर्वांत उत्तम योजना....."

"अनेकदा फसतात" सँडीनं खात खात कवितेची ओळ पूर्ण केली.

"देवाच्या इच्छेपुढे माणूस हतबल असतो" आपण मागे राहू नये, असं वाटून डेनीसनं अर्थ सांगितला.

आणखी स्पॅगेटी मागण्यासाठी त्या दोघांनी आपल्या प्लेट्स आईपुढे धरल्या. कोणाचीही भूक कमी झाल्यासारखं वाटत नव्हतं. "बाबांना तिथे एक अख्खा आठवडा का बरं राहावं लागतंय?" सँडीनं विचारलं.

"अरे, त्यांचं काम आहे", डेनीस म्हणाला. "आई, मला वाटतंय की या सॉसमध्ये अजून थोडं जास्त तिखट, किंवा मिरं घातलेलं चाललं असतं."

"या शरद ऋतूत, बाबा बऱ्याच वेळा घराबाहेरच राहिलेत. त्यांनी घरी, आपल्या कुटुंबासोबत, थोडा वेळ तरी राहायला हवं. मला तरी हे सॉस ठीक वाटतंय."

"अगं हो, अर्थातच चांगलं झालंय सॉस. मला थोडंसं तिखटच आवडतं."

मेगनं तिच्या स्पॅगेटीवर, पार्मेसन चीज शिंपडून घेतलं खरं; पण ती स्पॅगेटीबद्दल विचार करतच नव्हती. चार्ल्सनं जर त्या ड्रॅगन्सबद्दल आईला सांगितलं, तर आई काय म्हणेल, याचाच विचार तिच्या मनात चालू होता. "म्हणजे, तिथे, उत्तरेकडच्या माळरानात खरंच ड्रॅगन्स आले होते का त्यांच्यासारखं दिसणारं दुसरं काही होतं? आणि काहीही असलं तरी ते आई-बाबांना कळायला नको का?"

सँडी म्हणाला, "मी मोठा झालो की बँकर होणार आहे. मग मला पैसे मिळतील. आपल्या कुटुंबातल्या कोणीतरी वास्तव जगात राहायला हवंच ना."

"म्हणजे, विज्ञान हे वास्तव जगामधलंच आहे, ही गोष्ट आम्ही नाकारत नाही हं आई." डेनीस बोलू लागला, "पण तू आणि बाबा व्यावहारिक शास्त्रज्ञ नसून, तुम्ही तात्त्विक/सैद्धांतिक शास्त्रज्ञ आहात."

सौ. मरी त्याला विरोध करत म्हणाल्या, "असं काही नाहीये. मी आणि तुझे

बाबा अगदीच व्यवहारशून्य नाही आहोत, तुला माहितीये, आणि सँडी, तुलाही.''

''तुझं त्या सूक्ष्म-इलेक्ट्रॉन-सूक्ष्मदर्शक यंत्रातून (Micro-Electron Microscope) तासचे तास बघत बसणं, आणि ते काय आहे तुझं ते सूक्ष्म-ध्वनिलहरींचं मायक्रो-सोनार (Micro-Sonar) का काय म्हणतात ते.... ते ऐकत बसणं, या गोष्टी व्यवहार्य नाहीयेत आई'', सँडीनं घोषणाच केली.

''तू इतर कोणालाही न दिसणाऱ्या गोष्टींकडे बघत असतेस, आणि कोणालाही ऐकू न येणारं ऐकत बसतेस'', डेनीसनं भर घातली.

आईचं समर्थन करत मेग म्हणाली, ''विचार कसा करावा, हे जर बऱ्याच लोकांना कळलं असतं ना, तर बरं झालं असतं. आई एखाद्या विषयावर व्यवस्थित पूर्णपणे विचार करते, त्यासाठी पुरेसा वेळ घेते, आणि मगच ते ती उपयोगात आणते. किंवा दुसरं कोणीतरी त्याचा सुयोग्य वापर करतं.''

चार्ल्स वॉलेसनं आपलं डोकं तिरकं करून खूश होऊन विचारलं, ''अच्छा..... व्यवहार्य म्हणजे, जे आपण आपल्या व्यवहारात, उपयोगात आणू शकतो, त्याला व्यवहार्य म्हणतात का?''

आईनं होकारार्थी मान डोलावली.

''मग तर आई विचार करत बसली तर काहीच बिघडत नाही की; किंवा बाबा एकाच गणिती समीकरणावर विचार करण्यात काही आठवडे घालवतात, त्यातही काहीच गैर नाहीये. त्यांनी ती समीकरणे अगदी टेबलक्लॉथवर लिहिली, तरीही काहीच गैर नाही. जरी दुसऱ्या कोणी त्या समीकरणांचा उपयोग करून ती व्यवहारात आणली, तर ती समीकरणं व्यवहार्यच ठरतात की.'' आणि मग, मेगच्या मनातल्या ड्रॅगन्सबद्दलच्या विचारांना उत्तर दिल्यासारखं, त्यानं खिशात हात घालून एक पीस बाहेर काढलं. एखाद्या पक्ष्याचं पीस नव्हतं ते. त्याच्यावर उजेड पडल्यानं विचित्रपणे चमकत होतं ते. ''बरं... माझ्या व्यवहारी भावांनो, हे काय आहे?'' चार्ल्सनं प्रश्न केला.

सँडी चार्ल्सच्या शेजारी बसला होता, त्यानं त्या ड्रॅगनच्या पिसाकडे वाकून पाहिलं, आणि म्हणाला, ''एक पीस आहे.''

डेनीस उठला आणि टेबलाला वळसा घालून ते पीस नीट पाहण्यासाठी चार्ल्सजवळ गेला ''मला बघू.''

चार्ल्सनं ते पीस दोघांच्या मध्ये धरलं आणि विचारलं, ''कुठल्या प्रकारचं पीस आहे हे?''

सँडीनं त्या पिसाला हात लावला आणि म्हणाला, ''ए, अरे चमत्कारिकच आहे हं हे पीस. ते कुठल्याही पक्ष्याचं वाटत नाहीये.''

''का रे?'' चार्ल्सनं विचारलं.

"अरे बघ ना, त्याचा अक्ष बघ, तो बरोबर वाटत नाहीये, वेगळाच वाटतोय."

"काय?... काय वेगळा वाटतोय?"

"अक्ष रे.... पिसाचा भाग असतो तो, म्हणजे पिसाचा मधला दांडा. पक्ष्याच्या पिसाचा अक्ष पोकळ असतो, आणि हा तर चांगलाच भरीव आहे. एखाद्या धातूचा असावा, असं वाटतंय. ए चार्ल्स, तुला कुठे मिळालं रे हे?"

चार्ल्स वॉलेसनं ते पीस आईकडे दिलं. त्याकडे लक्षपूर्वक बघत त्या म्हणाल्या, "सँडीचं म्हणणं बरोबर आहे. हा अक्ष पक्ष्याच्या पिसासारखा नाहीये."

डेनीस म्हणाला, "मग काय...?"

चार्ल्सनं ते पीस आईकडून परत घेतलं आणि पुन्हा खिशात ठेवत तो म्हणाला, "उत्तरेकडच्या माळरानात ते मोठ्ठे खडक आहेत ना, तिथे पडलं होतं हे. एवढं एकच पीस नाहीये, खूप पिसं पडली आहेत तिथे."

मेगला प्रचंड हसू येऊ लागलं, आणि ते कसंबसं आवरत ती म्हणाली, "चार्ल्सला आणि मला वाटलं, की ती पिसं म्हणजे ड्रॅगन्सची विष्ठा असेल."

तिच्याकडे वळून, वैतागून सँडी म्हणाला, "ड्रॅगन्सच्या विष्ठेला 'फ्यूमेट्स' म्हणतात."

डेनीस म्हणाला, "मूर्खासारखं बोलू नकोस" आणि मग त्यानं आईला विचारलं, "तुला माहितीये का, हे काय आहे ते?"

आईनं मान हलवून नकार दिला. 'चार्ल्स, तुला काय वाटतं? काय असेल हे?'

चार्ल्स वॉलेस स्वत:तच मग्न होऊन, समाधी लागल्यागत कोषात गेला. अधूनमधून जायचा तसा तो, आपल्याच कोषात. आता हा काहीही उत्तर देणार नाही अशी मेगची खात्री होऊ लागली, तेव्हा तो म्हणाला, "हे सँडी आणि डेनीसच्या व्यावहारिक जगातलं नाहीये. मला जेव्हा आणखी काही सापडेल, किंवा समजेल, तेव्हा मी तुम्हाला सांगीन." तो अगदी त्याच्या आईसारखं बोलला.

"ठीक आहे मग" डेनीसची उत्सुकता संपली. तो त्याच्या खुर्चीवर जाऊन बसला. "बाबांनी तुला सांगितलं का, की त्यांना असं घाईघाईनं ब्रूकहेवनला का जावं लागलंय ते? का त्याचंही असंच एखादं, अत्यंत गुप्तता राखावी असं कारण आहे?" त्यानं आईला विचारलं.

सौ. मरी मान खाली घालून टेबलक्लॉथवरच्या एका गणिती समीकरणाकडे पाहू लागल्या. हे लिखाण टेबलक्लॉथ धुतल्यानंतरसुद्धा निघालं नव्हतं. त्यांच्या पतीची पटकन, हाताशी जे काही सापडेल, त्याच्यावर गणिती समीकरणं लिहायची सवय त्या मोडू शकल्या नव्हत्या. "ते काही गुपित नाहीये. त्याबद्दलची थोडी

थोडी माहिती नुकतीच वर्तमानपत्रात आली होती.''

सँडीनं विचारलं, ''कशाबद्दल?''

''स्पष्टपणे समजावून सांगता न येणारी एक घटना घडली आहे. आपल्या आकाशगंगेत घडलेली नाही, त्यापासून खूप लांब. आणि इतरही आकाशगंगांमध्ये ... सोपं करून सांगायचं म्हणजे, आपली नवीन, अतिसंवेदनशील ध्वनिलहरी टिपणारी सोनिक यंत्रं आहेत ना, ती यंत्रं विचित्र ध्वनिलहरी, किंवा आवाज टिपायला लागली आहेत. हे आवाज नेहमीसारखे नाहीयेत, मानवी आवाजाच्या पलीकडले, किंवा खूप उच्च कंपनसंख्येचे, म्हणजेच खूपच उंच पट्टीतले आहेत. या आवाजाला, 'टाइम्स' या वृत्तपत्रानं 'वैश्विक किंचाळी' असं सनसनाटी नाव दिलंय. आणि अशा आवाजानंतर आकाशगंगेत एक छोटीशी भेग पडते, असं आढळलं आहे.''

''या सगळ्याचा काय अर्थ आहे?'' डेनीसनं विचारलं.

''अनेक तारे गायब झालेत, असा त्याचा अर्थ असावा.''

''गायब झाले? पण म्हणजे, कुठे गेले?''

''हाच त्यातला विचित्र भाग आहे. गायब झाले, अगदी पूर्णपणे. आपली यंत्रं, जे काय थोडंफार शोधू शकली आहेत, त्यावरून तरी असं दिसतंय की, ते तारे ज्या भागात होते, तिथे आता काहीही नाहीये. तुमचे बाबा बऱ्याच आठवड्यांपूर्वी कॅलिफोर्नियाला गेले होते, आठवतंय? माउंट पॅलोमार इथे?''

''अगं, पण गोष्टी अशा गायब नाही ना होत'', सँडी म्हणाला. ''आम्ही शाळेत शिकलोय ते भौतिक पदार्थांचा समतोल.''

आईनं शांतपणे सांगितलं, ''त्याच्यात असमतोल निर्माण होतोय, असं वाटतंय.''

''म्हणजे पर्यावरणाच्या असमतोलासारखं?''

''नाही. मला म्हणायचंय की भौतिक पदार्थ नष्ट होतायत.''

डेनीस एकसुरी आवाजात म्हणाला, ''पण ते तर अशक्यच आहे.''

''$E=MC^2$?'', सँडी म्हणाला. ''भौतिक पदार्थाचे रूपांतर ऊर्जेत करता येते, आणि ऊर्जेचे पदार्थात. तुमच्याकडे एक काहीतरी असणं गरजेचं असतं.''

सौ. मरी म्हणाल्या, ''आत्तापर्यंत तरी आईनस्टाईनचा नियम कोणीही खोडून काढला नव्हता, पण आता मात्र त्याबद्दल प्रश्न उभे राहतायेत.''

''काहीच नाही........शून्यत्व..........हे अशक्यच आहे'', डेनीस म्हणाला.

''कोणीही अशीच आशा करेल.''

''आणि म्हणून त्याच कामासाठी बाबा गेले आहेत का?''

''हो, इतर अनेक शास्त्रज्ञांशी विचारविनिमय करायला. भारतातले शास्त्री,

चीनमधले शेन शु या सगळ्या शास्त्रज्ञांची नावं तुम्ही ऐकलीच आहेत.''

खिडकीत अचानक वीज लखलखली, आणि लगेच ढगांचा गडगडाट ऐकू आला. खिडक्यांची दारं आपटू लागली. स्वयंपाकघराचं दार खाडकन उघडलं, आणि सगळेच दचकले.

मेग ताडकन उभी राहिली आणि घाबरून रडत म्हणाली, ''ए आई गं''

''मेग, खाली बस बरं. अगं, तू ढगांचा गडगडाट ऐकला आहेस की या आधी.''

''तुला नक्की माहितीये ना, की हे म्हणजे, ते वैश्विक की काय ती गोष्ट नाहीये असं?''

सँडीनं दार लावून घेतलं.

सौ. मरी शांतपणे तिला धीर देत म्हणाल्या, ''अगदी नक्की. अगं, तो आवाज माणसांना ऐकूच येत नाही.'' पुन्हा वीज चमकली, ढग गडगडले. ''खरं म्हणजे, अख्ख्या जगात हे आवाज टिपू शकतील इतकी संवेदनशील दोनच यंत्रं आहेत. हा आवाज अत्यंत उंच पट्टीतला असतो. पूर्वीपासून, म्हणजे अगदी अब्जावधी वर्षांपासून हा आवाज, किंवा अशी घटना घडत आली असेलही कदाचित. आत्ता आपल्याकडे ही यंत्रं आहेत, म्हणून आपण हा आवाज टिपू शकतोय.''

''पक्ष्यांना आपल्यापेक्षा जास्त उंच पट्टीतले आवाज ऐकू येतात'', सँडी म्हणाला, ''म्हणजे आपल्याला ज्या उंच पट्टीतलं ऐकू येतं, त्यापेक्षा जास्त उंच. आपल्याला ते मुळीच ऐकू येत नाही.''

''हे आवाज पक्ष्यांनादेखील ऐकू येत नाहीत.''

डेनीस म्हणाला, ''मी विचार करतोय, सापांना पक्ष्यांएवढंच ऐकू येत असेल का?''

''सापांना कान नसतात'', सँडीनं त्याला विरोध केला.

''म्हणून काय झालं? त्यांना जमिनीतली कंपनं आणि ध्वनिलहरी जाणवतात. मला वाटतंय, की लुईसला मानवाच्या मर्यादेपलीकडचे आवाज ऐकू येत असतील. आई, जेवणात गोड काय केलंय?''

''खरं तर ऑक्टोबरमध्ये सहसा अशी वादळं येत नाहीत'', मेगच्या आवाजात अजूनही ताण होता.

टेबल आवरायला सुरुवात करत सौ. मरी म्हणाल्या, ''मेग, कृपा करून शांत हो. तू जरा शांतपणे विचार केलास ना, तर तुला आठवेल की या वर्षी प्रत्येक महिन्यात अशी आकस्मिक वादळं आली आहेत.''

सँडी म्हणाला, ''ही मेग नेहमीच प्रत्येक गोष्ट इतकी अतिरंजित का बनवते?

एवढा 'वैश्विक' विचार कशाला करते ती? बरं ते जाऊ दे, पण गोड काय केलंय? आई, सांग ना."

"मी नाही तसं करत" मेग समर्थन करू लागली, पण एकदम जोरदार पाऊस कोसळायला लागला आणि खिडकीच्या दारांवर पावसाचा मारा सुरू झाला. मेग एकदम दचकून उभी राहिली.

"फ्रीझरमध्ये आईस्क्रीम आहे. सॉरी हं, काहीतरी गोडधोड बनवायचं माझ्या लक्षातच आलं नाही", सौ. मरी म्हणाल्या.

"मेग बनवणार होती ना काहीतरी गोड", डेनीस म्हणाला, "आम्ही काही पायसारख्या अवघड पदार्थाची अपेक्षा करत नाही; पण मेग, अगं, जेलो तर बनवू शकतेस की तू. जेलो बनवताना तू फारशा चुका करणार नाहीस."

चार्ल्स आणि मेगची नजरानजर झाली आणि मेगनं बोलायला उघडलेलं तोंड बंद केलं. चार्ल्सनं आपला हात पुन्हा खिशात घातला, पण त्यानं ते पीस बाहेर काढलं नाही, आणि मेगकडे बघून हळूच, अगदी खाजगी स्मित केलं. तो एकीकडे ड्रॅगन्सबद्दल विचार करत असेलही, पण त्याचबरोबर तो सगळ्यांचं बोलणं, वादळाचा आवाज, नीट लक्षपूर्वक ऐकतही होता. त्याचं डोकं एका बाजूला किंचित कललं होतं. त्यानं विचारलं, "आई, ही जी आकाशगंगेला भेग पडते ना, त्याचा आपल्या सूर्यमालेवर काही परिणाम होतो का?"

सौ. मरींनी उत्तर दिलं, "तेच तर आम्हा सगळ्यांनाच जाणून घ्यायचं आहे."

हा विषय झटकत उतावीळपणे सँडी म्हणाला, "हे सगळं माझ्यासाठी फार गुंतागुंतीचं आहे. या सगळ्यापेक्षा बँक चालवणं खूप सोपं असणार, खात्रीच आहे माझी."

"आणि जास्त फायदेशीरसुद्धा", डेनीसनं भर घातली.

वाऱ्यामुळे खिडक्या धडधडत होत्या. अंधारात कोसळणाऱ्या पावसाकडे सँडी आणि डेनीस बघत राहिले.

"जेवणाआधी आपण बागेतून बरंच काही आणलं, हे बरं झालं."

"जवळजवळ गारांचा पाऊसच पडतोय की."

मेगनं चिंताग्रस्त आवाजात विचारलं, 'हे जे काय आकाशाला तडा जातो, भेग पडते, का काय आहे, ते, ते धोकादायक आहे का?'

"हे बघ मेग, आम्हाला खरंच अजून काहीच कळलेलं नाहीये त्याबद्दल. अगं, हे आधीपासूनच घडत आलेलं असेलही. आपल्याला आत्ताशी कुठे ते टिपणारी यंत्रं मिळाली आहेत, आणि त्यामुळे ते आपल्याला आत्ता कळलंय."

"फॅरन्डोलींसारखं" चार्ल्स वॉलेस म्हणाला, "आपल्याला एखादी गोष्ट

नवी वाटते, कारण आपण ती नुकतीच शोधून काढलेली असते.''

''पण ते धोकादायक आहे का? सांग नं'', मेगनं पुन्हा तेच विचारलं.

''मेग, अगं, त्याबद्दल अजूनही पुरेशी माहिती मिळालेली नाहीये, आणि म्हणूनच तुझे बाबा आणि इतर भौतिकशास्त्रज्ञ एकदा एकत्र भेटणं महत्त्वाचं आहे.''

''पण ते धोकादायक असू शकतं ना?''

''अगं, तसं पाहिलं तर, कुठलीही गोष्ट धोकादायक असू शकते की.''

मेगनं आपल्या ताटात उरलेल्या अन्नाकडे नजर टाकली. ड्रॅगन्स आणि आकाशात पडणाऱ्या भल्यामोठ्या भेगा आणि विचित्र अशा कुणाचं तरी, लुईस आणि फोर्टिनब्रासनं केलेलं स्वागत, चार्ल्स वॉलेसचं असं निस्तेज आणि अशक्त होणं तिला हे काहीच आवडत नव्हतं. ''मी खरकटी भांडी घासून टाकते'', तिनं आईला सांगितलं.

त्या दोघींनी काहीच न बोलता स्वयंपाकघर आवरलं. सँडी आणि डेनीसनं शाळेच्या वाद्यवृंदात सहभाग घेतला होता. डेनीस बासरी खूप चांगली वाजवायचा तर सँडी पियानो, पण सँडीचं पियानोवादन तितकंसं सफाईदार नसायचं. सौ. मरींनी त्या दोघांना आपापल्या वाद्यांचा सराव करायला खोलीत पाठवलं. जरा नाखुशीनंच दोघे गेले. वाद्यांचे छान, सुखद, ओळखीचे स्वर कानांवर पडू लागले, आणि मेगही जराशी शांत झाली. डिशवॉशरमध्ये भांडी धुवायला लावली होती. सगळी पातेली, तवे, धुवून-पुसून जागेवर लावली होती. नंतर मेग तिच्या पोटमाळ्यावरच्या खोलीत गृहपाठ करायला गेली. ही खोली म्हणजे तिची स्वत:ची, खाजगी जागा होती, तरीसुद्धा ती जागा तितकीशी खाजगी राहत नसे. तिचे जुळे भाऊ त्यांच्या विजेवर चालणाऱ्या आगगाड्या, पोटमाळ्यावरच्या मोकळ्या भागात ठेवत; पिंगपाँगचं टेबल तिथेच पोटमाळ्यावर होतं; नको असलेल्या, अडगळीच्या वस्तूसुद्धा पोटमाळ्यावरच असायच्या. मेगची खोली त्या पोटमाळ्याच्या एका टोकाला होती, तरीदेखील गणिताच्या गृहपाठासाठी मदत लागली तर दोन्ही जुळे तिच्या खोलीतच यायचे. तिला कसला त्रास होत असेल, तर तो चार्ल्स वॉलेसला न सांगताच कळायचा, आणि तो तिच्या खोलीत येऊन पलंगावर पायाकडील बाजूस बसायचा. आत्ता मात्र तो इथे येऊ नये असंच तिला वाटत होतं, कारण आत्ता चार्ल्स वॉलेस हाच तिच्या चिंतेचं कारण होता.

खिडक्यांवर अजूनही पावसाचा मारा होतच होता, पण आता त्याचा जोर कमी झाला होता. दक्षिणेकडून पश्चिमेकडे वारे वाहत होते; वादळ पुढे सरकत होतं आणि तापमान कमी होत चाललं होतं. तिची खोली थंडगार पडली होती, पण तरी तिनं विजेवर चालणारा छोटासा हीटर लावला नाही. हा हीटर तिला

आई-बाबांनी, वरची खोली जास्त थंड पडते म्हणून दिला होता. पुस्तकं बाजूला सारून ती खाली आली. जिना उतरताना करकरणाऱ्या सातव्या पायरीवर जपून पाय ठेवत ती जिना उतरली. ती पायरी जरा डुगडुगतीच होती.

तिच्या जुळ्या भावांचा सराव अजूनही चालू होता. आई दिवाणखान्यात, शेकोटीच्या समोर बसून चार्ल्सला काहीतरी वाचून दाखवत होती. ते पुस्तक गोष्टींचं, प्राण्यांचं, आगगाड्यांचं असं कुठल्याही प्रकारचं नव्हतं. आई एका शास्त्रीय मासिकातला लेख वाचून दाखवत होती त्याला. हा लेख सैद्धांतिक रसायनशास्त्रज्ञ पीटर लीबमन (Peter Liebmann) यांनी लिहिलेला होता आणि त्याचं नाव होतं, 'लहान रेणूंची ध्रुवीकरण- क्षमता आणि अतिध्रुवीकरण-क्षमता' (The Polarizabilities and Hyperpolarizabilities of Small Molecules)

उदास होऊन मेग विचार करू लागली, "अरे बापरे, चार्ल्स वॉलेस, हे एवढ्या उच्च दर्जाचं लिखाण रात्री झोपायच्या आधी, गोष्टीचं पुस्तक वाचावं तसं वाचतोय, आणि आई-बाबांना मात्र, शाळेत कुठलाही त्रास न होता, त्यानं इयत्ता पहिलीत शिकावं, असं कसं वाटतंय?"

चार्ल्स वॉलेस शेकोटीसमोर नेहमीप्रमाणे डोकं फोर्टिनब्रासच्या अंगावर टेकवून लोळत होता. शेकोटीतून उठणाऱ्या ज्वालांकडे एकटक बघत, आई वाचत होती ते ऐकत होता. त्याच्या मनात एकीकडे विचारही चालू होते. फोर्टला आपल्यासोबत न्यायला मेगला आवडलंच असतं, पण मग ती बाहेर जातीये, ही गोष्ट घरातल्या सगळ्यांना समजली असती. मेग जमेल तितक्या पटकन, आवाज न करता, स्वयंपाकघरातून बाहेरच्या कोठीघरात गेली. कोणाला ऐकू जाऊ नये म्हणून तिनं स्वयंपाकघराचं दार अगदी हळू, काळजीपूर्वक बंद केलं. जोरदार वाऱ्यामुळे कोठीघराचा दरवाजा धाडकन उघडला, आणि डावीकडे असलेल्या आईच्या प्रयोगशाळेचं दार खटकन बंद झालं.

ती थांबली, कानोसा घेतला, कदाचित सँडी किंवा डेनीस आवाज ऐकून स्वयंपाकघरात येतील म्हणून ती काही वेळ तशीच थांबली. पण कोठीघराच्या उघड्या दारातून जोराचा वारा आत येण्यापलीकडे काहीच झालं नाही, कोणीही आलं नाही. ती थंडीनं कुडकुडली आणि तिनं तिथल्या खुंटीवर टांगलेल्या रेनकोटपैकी हाताला लागेल तो रेनकोट घेतला. तो तिच्या जुळ्या भावांचा मोठा, काळा, रबरी पोन्चो प्रकारचा रेनकोट होता. (अशा रेनकोटला फक्त डोकं बाहेर काढण्यासाठी मोठं भोक असतं, बाह्या नसतात). हा रेनकोट इतर प्रकारेही वापरला जायचा. बाहेर, सहलीला गेल्यावर, तंबूमध्ये जमिनीवर अंथरण्यासाठीही त्याचा उपयोग व्हायचा; आणि तसंच सॉवेस्टर म्हणूनही उपयोगी यायचा. (सॉवेस्टर

म्हणजे रबरी, मानेवर रुंद आणि आखूड पट्टा असलेली हॅट.) तिनं तिथे टांगलेला मोठा टॉर्च घेतला, आणि बाहेर पडून कोठीघराचं दार घट्ट लावून घेतलं. बाहेरच्या अंगणातल्या हिरवळीवरून ती पळत सुटली, आणि क्रोके खेळातल्या तारेच्या गोल कड्याला अडखळून पडली. तसंच लंगडत लंगडत, तिनं डँडेलायन या पिवळ्या रंगाची फुलं येणाऱ्या फुलझाडांचा, बरडॉक या काटेरी फुलांच्या झुडपाचा, आणि मिल्कवीड या फुलपाखरांना आकर्षित करणाऱ्या वनस्पतीचा ताटवा पार केला. भाज्यांच्या बगिच्याभोवती बरबेरी या पिवळी फुलं येणाऱ्या काटेरी झुडपांचं कुंपण होतं. त्या कुंपणाच्या सुरुवातीला हे सगळे ताटवे वाढत होते. ती भाज्यांच्या बागेत पोचली. आता, जरी घराच्या खिडकीतून कोणी पाहिलं, तरी ती कोणाच्या नजरेला पडू शकणार नाही, असं तिला वाटलं. समजा, सँडी आणि डेनीसनं, ती कुठे जातेय, हे जर तिला विचारलं असतं, आणि मग, जर तिनं ती ड्रॅगन्सना शोधायला जातेय, असं सांगितलं असतं, तर त्या दोघांनी काय प्रतिक्रिया दिली असती, याची कल्पना ती निश्चितच करू शकत होती.

खरंच, कशाला आली होती ती बाहेर? आणि काय शोधायचं होतं तिला? ड्रॅगन्स? ते जे काय होतं, ते फोर्टिनब्रास आणि लुईसनं बघितलं होतं आणि त्यांना त्याची भीतीही वाटली नव्हती. ते जे काय होतं, त्यानं आपली पिसं आणि खवले तिथेच टाकले होते. एवढा पाऊस पडला होता, त्यामुळे ते माळरान ओलं झालेलं होतं. ते... ते जे काय होतं त्याला, ते माळरान ओलं असल्यामुळे, गैरसोयीचं वाटू शकतं. जर तो किंवा ते घरात आसऱ्यासाठी आले, तर आपण तयार असायला हवं, असं तिला वाटत होतं.

चार्ल्सवर तिचा विश्वास होता, आणि मधला विचित्र दांडा असलेलं ते पीसदेखील तिनं पाहिलं होतं, तरीही ड्रॅगन्सच्या अस्तित्वाबाबत मात्र ती साशंकच होती. फक्त ड्रॅगन्सबद्दलच नाही, तर मोठ्या लुईसबद्दलही आपण सजग राहायला हवं, असं तिच्या मनात आलं. दोन्ही जुळी भावंडं, लुईस इतर सर्वसामान्य सापांपेक्षा वेगळी असल्याचं ठासून सांगायचे. त्या वेगळेपणाचा अनुभव मेगनं दुपारी घेतलाच होता. मेगला पहिल्यांदाच, लुईस बागेतल्या इतर सर्वसाधारण सापांपेक्षा वेगळी असल्याचं, जाणवलं होतं.

मेगनं भिंतीवरच्या सावल्यांकडे निरखून पाहिलं. लुईस कुठेही दिसत नव्हती. ती जरा वेळ तिथेच रेंगाळली. सफरचंदांची बाग ओलांडून, उत्तरेकडच्या माळरानातल्या, हिमनदीमुळे तयार झालेल्या मोठाल्या खडकांपाशी जाण्याची, तिला मुळीच घाई नव्हती. काही मिनिटं तरी तिला घरच्या बागेत थांबून धीर गोळा करायचा होता. आपण कोणाला दिसत नाहीये ना, याची खात्री करून

घ्यायची होती. रात्रीच्या वेळी, इतक्या थंडीत, ओल्या बागेत तिचे जुळे भाऊ कोबी, काकडीचे वेल या असल्या गोष्टींकडे लक्ष द्यायला बाहेर येण्याची शक्यता मुळीच नव्हती. त्यांच्या काकडीच्या वेलाला दुधी भोपळ्याएवढी बक्षीसपात्र काकडी लगडलेली होती.

भाज्यांच्या बागेच्या पूर्वेकडच्या कुंपणापाशी, सूर्यफुलांच्या झाडांच्या दोन ओळी होत्या. ती मोठी झालरदार फुलं झुकली होती आणि त्यामुळे ती झाडं, जणू अनेक चेटकिणी दाटीवाटीनं एकत्र गोळा झाल्यासारखी दिसत होती. मेगनं अस्वस्थपणे त्यांच्याकडे नजर टाकली. त्या फुलांवरून पावसाचे थेंब बेपर्वाईनं ओघळत होते. पाऊस मात्र आता थांबला होता. विरळ होत चाललेल्या ढगांआडून पौर्णिमेच्या चंद्राचा उजेड, अधूनमधून दिसत होता. त्या उजेडात तिथली झाडं, भाज्या विचित्र आणि काल्पनिक भासत होत्या. तिथे काही रिकामे वाफेही होते. त्या रिकाम्या वाफ्यांत आधी घेवड्याची रोपं, लेट्यूस आणि मटाराची रोपं असायची. त्या सगळ्या परिसरावर उदासीनतेची छटा होती; एखाद्या काळजीपूर्वक आखलेल्या आराखड्याबद्दल, निराश आणि गोंधळलेली मन:स्थिती असावी, काहीसं तसं वातावरण होतं.

मेग उरल्यासुरल्या फुलकोबीच्या गड्ड्यांकडे पाहत बोलू लागली, "इतर गोष्टींसारखंच सगळंच विफल होत चाललंय. अमेरिकेसारख्या देशातल्या शाळेत एखादं छोटं मूल सुरक्षित नसावं, हे अगदीच चुकीचं आहे."

ती हळूहळू, सफरचंदाच्या बागेच्या भिंतीच्या कडेकडेनं चालत राहिली. आता वाऱ्यानं आपली दिशा बदलली होती. आता बागेत, वायव्येकडून जोरात आणि अतिशय थंडगार, हिमकणयुक्त वारे येत होते. वाहते वारे, खाली पडलेल्या सफरचंदांचा वास, दूरवर वाहून नेत होते. तिला भिंतीवर एक सावली हलताना दिसली आणि ती दचकून मागे झाली: मोठी लुईस, तीच असणार तिथं. तिथं मोठी लुईस किंवा ते न पाहिलेलं काहीतरी... ते कोणी तिथं, तिच्यावर हल्ला करण्यासाठी दबा धरून बसलेलं नाहीये, याची खात्री पटल्याशिवाय मेग ती भिंत चढून उत्तरेकडच्या कुरणात जाऊ शकत नव्हती. तिचे पाय लटपटायला लागले, म्हणून ती जमिनीवरच्या एका भल्यामोठ्या भोपळ्यावर बसली. थंडगार वारे तिच्या गालांना स्पर्श करून जात होते; मक्याचे तुरे वाऱ्यामुळे हेलकावे खात होते, आणि त्यांचा समुद्राच्या गाजेसारखा आवाज येत होता. तिनं सावधपणे इकडे तिकडे पाहिलं. तिच्या लक्षात आलं, की तिचा चष्मा पावसाच्या थेंबांमुळे ओला झालाय, आणि ती तशाच ओल्या चष्म्यातून बघतीये. तिनं चष्मा काढला, आणि पोन्चोच्या आत हात घालून स्कर्टला पुसला. आता जरा बरं दिसायला लागलं, तरीही जरा अस्पष्टच दिसत होतं, जणू पाण्याच्या खालचं दिसावं तसं.

ती कानोसा घेत राहिली. बागेतली सफरचंदं टपकन खाली पडण्याचे, वाऱ्यामुळे झाडं हलण्याचे, फांद्यांच्या सळसळीचे आवाज ऐकू येत होते. तिनं अंधारात नजर एकवटून पाहिलं, कसलीशी हालचाल जाणवली, काहीतरी जवळ येत होतं.

साप अंधारात आणि अशा थंडीत बाहेर पडत नाहीत, हे तिला माहीत होतं. पण तरीही

लुईस

हो, मोठी लुईसच होती ती. त्या भिंतीतल्या दगडांमधून ती हळूहळू, सावधपणे, लक्ष ठेवत बाहेर निघाली. लुईस धोकादायक नव्हती, तरीदेखील मेगचं हृदय धडधडत होतं. निदान ती मेगला तरी घाबरवत नव्हती. आत्ता मात्र लुईस कसलीशी वाट पाहत होती; आणि त्या घडीला, तिच्या वाट पाहण्यात, स्वागताची भावना मुळीच नव्हती. मेग भुरळ पडल्यागत तिच्याकडे बघत राहिली. लुईसचं उभारलेलं डोकं हळूहळू मागे-पुढे हेलकावलं, आणि मग ओळख पटल्यासारखं थरथरलं.

मेगच्या मागून आवाज आला, ‘‘मार्गरिट’’

तिनं गर्रकन मागे वळून पाहिलं.

मिस्टर जेनकिन्स होते ते. अत्यंत आश्चर्यानं, गोंधळून ती त्यांच्याकडे बघतच राहिली.

ते म्हणाले, ‘‘मार्गरिट, तू मला इथे सापडशील, असं तुझ्या छोट्या भावाला वाटलंच होतं.’’

‘बरोबरच आहे ना, ती कुठे असेल हे चार्ल्सला कळतं, अंदाज तरी नक्कीच येतो त्याला. पण मिस्टर जेनकिन्स चार्ल्सशी कशासाठी बोलले असतील? हे शाळेचे हेडमास्तर, या आधी कधीही मरींच्या घरी आले नव्हते, किंवा इतर कुठल्याच विद्यार्थ्याच्या घरी गेले नव्हते. त्यांच्याशी, सगळ्याच विद्यार्थ्यांचा आमना-सामना त्यांच्या ऑफिसमध्ये, गोपनीयरीत्या व्हायचा. अशा पावसाळी रात्री, ओलेत्या गवतावरून, तिला शोधायला ते स्वत: कशाला आले होते? जुळ्या भावांपैकी एखाद्याला पाठवायचं की,’ तिच्या मनात विचारचक्र सुरू झालं. बागेतली झाडं अजूनही ओलीचिंब होती, पावसाचं पाणी अजूनही पानापानांतून गळत होतं.

ते म्हणाले, ‘‘मार्गरिट, मला स्वत:लाच तुला शोधायचं होतं. मागच्या आठवड्यात, तू मला भेटायला आली होतीस, तेव्हा मी तुझ्याशी फार कठोरपणे बोललो. मला वाटलं की, त्याबद्दल मी तुझ्यापाशी दिलगिरी व्यक्त करावी.’’ त्यांनी हस्तांदोलन करण्यासाठी हात पुढे केला. अधूनमधून डोकावणाऱ्या चंद्रप्रकाशात त्यांचा हात फिकट दिसत होता.

अतिशय गोंधळून जाऊन, हस्तांदोलन करण्यासाठी तिनं आपला हात पुढे केला, आणि त्याच क्षणी लुईस फूत्कार टाकत, दमबाजी केल्यासारखा विचित्र, खटखट आवाज काढत, फणा उभारून भिंतीवर उभी ठाकली. मेगनं वळून तिच्याकडे पाहिलं. मिस्टर जेनकिन्सकडे पाहत, फूत्कार टाकत, ती भलीमोठी नागीण, फणा उभारून हल्ला करण्याच्या पवित्र्यात आपल्या काळ्या अंगाचं वेटोळं ताठ करत उभी होती.

मिस्टर जेनकिन्स मोठ्यानं किंचाळले. एखाद्या माणसाची अशी कर्कश किंचाळी तिनं कधीच ऐकली नव्हती.

नंतर मिस्टर जेनकिन्स, एखाद्या भल्यामोठ्या पंख फडफडवत उडणाऱ्या पक्ष्यासारखे त्या काळोख्या आकाशात झेपावले. उडत उडत, किंचाळत ते दिसेनासे झाले, जणू आकाश भेदून शून्यत्वात गेले.

नकळत मेगदेखील किंचाळत होती, ही गोष्ट तिच्या लक्षात आली.

असं घडू शकतच नाही.

मग मात्र तिथे कुणीही, किंवा काहीही नव्हतं.

लुईसला, त्या दगडी भिंतीतल्या एका बारक्याशा कोनाड्यातून, सरपटत निघून जाताना, गायब होताना पाहिल्याचं मेगला वाटलं.

अशक्यच होतं हे सगळं.

'माझं डोकं फिरलंय, या सगळ्या परिस्थितीमुळे, हवामानामुळे, अत्यंत चिंतेमुळे असले भास होतायत' तिच्या मनात आलं.

मिस्टर जेनकिन्स उभे असलेल्या जागी, सडक्या कोबीसारखा, किंवा फुलं देठासकट खूप काळ पाण्यात राहिल्यावर जसा वास येतो, तसा घाणेरडा आणि तीव्र वास, यायला लागला. तो वास धुक्यासारखा पसरायला लागला.

पण ते तिथे कसे असू शकतील?

एक उंच आकृती तिच्याकडे धावत येताना तिला दिसली, आणि तिच्या भीतीचा बांध फुटून, ती जोरात किंचाळली.

कॅल्विन. कॅल्विन ओ'कीफ होता तो.

तो भिंतीवरून उडी मारून तिच्याजवळ आला. तिच्याभोवती आपले मजबूत हात वेढून घेत तो म्हणाला, "मेग... मेग, अगं, काय झालं?"

अत्यंत भेदरल्यामुळे तिला आपले हुंदके आवरताच येत नव्हते.

"मेग, अगं, काय आहे हे? काय झालं?" त्यानं तिला गदागदा हलवत विचारलं.

हुंदके देत ती त्याला सांगण्याचा प्रयत्न करू लागली, "हे सगळं विचित्र वाटतंय... माहितीये मला..." ती अजूनही थरथरत होती, हृदय जोरात धडधडत

होतं. तो काहीही न बोलता तिच्या पाठीवर थोपटत तिला शांत करत राहिला. अधूनमधून हुंदके देत ती पुन्हा बोलू लागली, ''कॅल्विन, अरे, हे सगळं माझ्या कल्पनेतलं असतं, तर किती बरं झालं असतं. मला भास झाला असेल, असं तुला वाटतंय का?''

''मला नाही माहीत,'' कॅल्विन शांत स्वरात म्हणाला. त्यानं तिला तसंच आपल्या मजबूत बाहुपाशात धरून ठेवलं.

'आता कॅल्विन आलाय नं, तो घेईल सगळं बघून', तिच्या मनात आलं. किंचित हसत ती म्हणाली, ''माझी कल्पनाशक्ती फार जास्त आहे, असं मिस्टर जेनकिन्स नेहमी म्हणायचे, पण ही अशा प्रकारची कल्पना कधीच केली नव्हती मी. मला यापूर्वी कधीही भ्रम झालेला नव्हता, हो ना?''

तो ठामपणे म्हणाला, ''नाही, तुला कधीच भ्रम झाला नव्हता. हा इतका घाणेरडा वास कसला आहे?''

''माहीत नाही रे. तू आलास ना, तेव्हा खूप जास्त होता त्यापेक्षा जरा कमी वाईट आहे आत्ता.''

''शी... याच्यापुढे तर कुजलेल्या गवताचा वासदेखील गुलाबाच्या वासाइतका चांगला वाटेल. ई....याक.''

''कॅल्विन, मोठी लुईस आहे नं ती आजच्या दिवसात, पहिल्यांदाच अशी विचित्रपणे नाही वागलेली.''

''काय?''

तिनं लुईस आज दुपारी कशी वागली, ते त्याला सांगितलं. ''पण तेव्हा ती हल्ला करत नव्हती, किंवा चिडलेलीही नव्हती. दुपारी ती छान, मनमिळाऊपणे वागत होती. ती नेहमीच मित्रत्वानं वागते.'' तिनं एक मोठा, थरथरता श्वास सोडला, आणि म्हणाली, ''कॅल्विन, तुझा रुमाल दे रे प्लीज, माझा चष्मा फारच खराब झालाय. मला काहीही नीट दिसत नाहीये, आणि आत्ता तरी मला काय चाललंय, ते बघायचंय.''

''माझा रुमालही खराबच आहे'' असं म्हणत कॅल्विननं खिशातून रुमाल काढला आणि तिला दिला.

''स्कर्टपेक्षा बरा.'' मेगनं चष्म्याच्या काचांवर थुंकून त्या पुसल्या. चष्म्याशिवाय तिला कॅल्विनसुद्धा अगदी अंधुक, धूसर दिसत होता. ती म्हणाली, ''कॅल, तसंही मला आज तू येशील असं वाटतच होतं.''

''तुला माझ्याशी बोलावंसं वाटतंय, हे आश्चर्यच आहे माझ्यासाठी. माझ्या भावानं चार्ल्स वॉलेसला जो त्रास दिला, त्याबद्दल मी क्षमा मागायला आलोय.''

मेगनं नेहमीप्रमाणे चष्मा नाकावर ढकलून नीट बसवला. ढगाआडून चंद्र

डोकावला, आणि कॅल्विनच्या चेहऱ्यावर प्रकाश पडून, त्याचा वैतागलेला चेहरा नीट दिसला. तिनं त्याचा रुमाल परत दिला आणि म्हणाली, "त्यात तुझा काहीच दोष नव्हता." मग पुढे ती म्हणाली, "अं....लुईस आणि मिस्टर जेनकिन्सबद्दल... माझी मानसिक स्थिती बिघडली असणार नक्कीच, किंवा तसंच काहीसं. असेल का रे तसं काही?"

"मला माहीत नाही गं मेग. तुला आधी असं काही झालेलं नव्हतं, हो ना?"

"नाही रे, मला तरी आठवत नाही."

"जाऊ दे, मिस्टर जेनकिन्सना फ्यूमेट्स."

ती एकदम ओरडलीच, "काय म्हणालास तू?"

"मिस्टर जेनकिन्सना फ्यूमेट्स. मी ना, आजकाल फ्यूमेट्स हा शब्द शिवी म्हणून वापरतो. जुन्या शिव्यांचा कंटाळा आलाय. फ्यूमेट्स म्हणजे ड्रॅगनची विष्ठा, आणि नं..."

"अरे, फ्यूमेट्स म्हणजे ड्रॅगनची विष्ठा हे मला माहितीये! सगळ्या शब्दांत हाच शब्द का निवडलास तू? मला सांग ना."

"मला बरा वाटला तो शब्द"

ती एकदम पुन्हा थरथरायला लागली. "कॅल्विन-----अरे---प्लीज----हे सगळं फार गंभीर आहे रे."

त्यानं थट्टेच्या सुरात बोलणं बंद केलं. "बरं ठीक आहे गं मेग, अगं, फ्यूमेट्सबद्दल काय एवढं?"

"कॅल, अरे मिस्टर जेनकिन्सबाबत जे घडलं, त्यामुळे मी इतकी हादरले होते ना, की, त्या ड्रॅगन्सबद्दल तुला सांगायचं मी विसरूनच गेले."

"काय? कशाबद्दल?"

तिनं चार्ल्स वॉलेस आणि त्याच्या ड्रॅगन्सबद्दल त्याला सगळं सांगितलं, "त्यालासुद्धा यापूर्वी कधीही भ्रम झाला नव्हता रे." त्या अंधुकशा दिसलेल्या आकृतीचं, लुईसनं स्वागतपर अभिवादन केल्याबद्दलही तिनं कॅल्विनला पुन्हा सांगितलं. "पण ती आकृती मिस्टर जेनकिन्सची नव्हती हं. लुईस मिस्टर जेनकिन्सशी अजिबातच मित्रत्वानं वागत नाही."

"विलक्षणच आहे हे, भलतंच, अगदी निखालस विलक्षण."

"कॅल्विन, पण फ्यूमेट्स दिसले होते हं आम्हाला, किंवा तसंच काहीसं. पिसांसारखं होतं ते. खरंच अरे, पण ते खऱ्या पिसांसारखं नव्हतं. त्यातलं एक चार्ल्सनं घरी आणलं. तिथे तर ढीग होता या अशाच पिसांचा आणि ड्रॅगन्सचे खवलेही होते तिथे. त्या उत्तरेकडच्या माळरानात, ते सगळ्यात मोठे खडक आहेत ना, तिथं पडलं होतं हे सगळं."

कॅल्विन पटकन उभा राहिला. "चल तर मग! आपण जाऊया! टॉर्च घे तुझा."

आता कॅल्विन सोबत असताना, सफरचंदाची फळबाग पार करून, उत्तरेकडच्या कुरणात जाणं तिला शक्य होतं. ती आणि चार्ल्स, काहीतरी काल्पनिक गोष्टी रचत नाहीयेत, ही गोष्ट सिद्ध होणं हे तिला आत्ता अतिशय गरजेचं वाटत होतं. त्यापोटी तिच्या मनातली भीतीही काहीशी मागे पडली होती. कॅल्विनला तिनं ड्रॅगन्सबद्दल ज्या विलक्षण गोष्टी सांगितल्या, त्या खऱ्या ठराव्या, असं तिला मनापासून वाटत होतं. अर्थात मिस्टर जेनकिन्स उडताउडता गायब झाले, नाहीसेच झाले, ही गोष्ट मात्र खरी ठरू नये, असंच वाटत होतं तिला. जे काही घडलं, त्यातलं काहीच खरं नसेल, तर तिला वेड लागलंय असाच त्याचा अर्थ होईल... असेच विचार तिच्या मनात थैमान घालत होते.

ते कुरणात पोचले. कॅल्विननं तिच्या हातातला टॉर्च स्वतःकडे घेतला. "मी थोडासा पुढे चालतो."

मेग त्याच्या अगदी मागोमागच चालत होती. त्यानं टॉर्चचा अर्धचंद्राकृती प्रकाश खडकांच्या पायथ्यापाशी पाडला. टॉर्च गोल फिरवल्यामुळे वर्तुळाकृती प्रकाशात काहीतरी चमचमतं, सोनेरी नजरेस पडलं.

"फ्यू......." कॅल्विन उद्गारला.

सुटका झाल्याच्या आणि तणावाच्या संमिश्र भावनेने मेगला हसू यायला लागलं. "तुला फ्यूमेट्स म्हणायचंय ना? कोणीतरी पाहिले होते का फ्यूमेट्स?"

कॅल्विन गुडघे टेकून खाली बसला. पिसं आणि खवल्यांच्या त्या लहानशा ढिगात बोटं फिरवत म्हणाला, "हो, हो, ठीक आहे, हे सगळं अत्यंत विचित्र आहे. पण कोण टाकून गेलं हे? काही झालं तरी ड्रॅगन्सचं टोळकं असं गायब नाही होणार."

"ड्रॅगन्सचा थवा", मेगनं आपोआपच सुधारणा केली. "तुला खरंच वाटतंय का, की ते ड्रॅगन्सच असतील असं?"

कॅल्विननं उत्तर दिलं नाही. त्यानं विचारलं, "तू तुझ्या आईला सांगितलंस का?"

"रात्री जेवत असताना चार्ल्सनं ते पीस माझ्या जुळ्या भावांना दाखवलं आणि आईनंसुद्धा पाहिलं ते. त्या पिसाचा अक्ष, पक्ष्याच्या पिसापेक्षा वेगळाच आहे, म्हणून ते पक्ष्याचं पीस नाहीये, असं सँडी आणि डेनीस म्हणाले. आणि मग विषय बदलला गेला. मला तर वाटतंय, की चार्ल्सनं मुद्दामच विषय बदलला असावा."

कॅल्विननं विचारलं, "कसा आहे तो? व्हिपीनं मारलं त्याला. फार दुखापत झालीये?"

"त्याला आधीही खूपच जास्त इजा झाली होती. आईनं त्याच्या डोळ्यावर बर्फाचा शेक दिलाय, आणि त्याचा डोळा काळा-निळा पडलाय. पण तेवढंच." चार्ल्सला दम लागण्याबद्दल किंवा त्याच्या निस्तेजपणाबद्दल सांगायची, निदान आत्ता तरी, तिची तयारी नव्हती. "आम्ही इथून दूर कुठेतरी, शांत प्रदेशात राहण्याऐवजी, या लहानशा गावातील असंस्कृत, असभ्य भागात का राहतो, असंच काहीसं तुला वाटत असेल नं. मोठ्या, दांडगट मुलांनी चार्ल्सशी धक्काबुक्की केली नाही, असा एकही दिवस जात नाही आणि एकटा व्हिपीच नाही करत असं, सगळीच मुलं त्रास देतात त्याला. कॅल, अरे, माझ्या आई-बाबांना भौतिकशास्त्र, जीवशास्त्र आणि असल्या सगळ्या विषयांमधलं कळतं; पण दांडगट, हल्लेखोर मुलांपासून आपल्या मुलाचा बचाव कसा करावा, हे मात्र अजिबात कळत नाही. का बरं असं?"

कॅल्विन दोन खडकांपैकी लहान खडकावर हाताचा जोर लावून, मागे उडी मारून बसला. "मेग, अगं, माझ्या आई-बाबांना तर भौतिकशास्त्र आणि जीवशास्त्र यातला फरक तरी कळतो की नाही कोण जाणे. हे ऐकून तुला कदाचित दिलासा मिळेल. चार्ल्सला शहरातल्या शाळेत घालणं अधिक चांगलं ठरू शकेलही. तिथे गोरी, काळी, पिवळट रंगाची, स्पॅनिश बोलणारी, श्रीमंत, गरीब अशी खूप वेगवेगळ्या प्रकारची मुलं असतात. चार्ल्सचं वेगळेपण इतकं ठळकपणे उठून दिसणार नाही, इतर मुलंही वेगवेगळ्या प्रकारची असतील ना. इथे मात्र सगळे जण साधारणपणे सारखेच आहेत गं; तुझे आई-बाबा इथे राहतात, राष्ट्राध्यक्षांशी त्यांचे मित्रवत संबंध आहेत, या गोष्टींचा इथल्या सगळ्यांना अभिमान आहे गं, पण तुम्ही मरी कुटुंबीय, इथल्या कुठल्याही व्यक्तीपेक्षा नक्कीच वेगळे आहात."

"तू मात्र चांगलं जुळवून घेतलंय."

"तुझ्या जुळ्या भावांनी जुळवून घेतलंय ना, तसंच. जंगलाच्या नियमांप्रमाणे वागून. तुला माहितीये की. आणि तसंही, माझे आजी-आजोबा, आई-बाबा सगळे याच खेड्यात जन्मले आहेत. अगदी माझे पणजी-पणजोबासुद्धा. ओ-कीफ कुटुंबीय कदाचित सुस्त, कसली महत्त्वाकांक्षा नसलेले असतीलही, पण ते इथे नव्यानं आलेले, अपरिचित नाहीयेत." त्याच्या आवाजात उदासवाणी छटा डोकावली.

"ओ, कॅल..."

खिन्नता झटकून टाकत तो म्हणाला, "मला वाटतंय की, आपण जाऊन तुझ्या आईला सांगूया सगळं."

"आत्ताच नको", त्यांच्या मागून चार्ल्स वॉलेसचा आवाज आला. "तिला इतरही बऱ्याच चिंता आहेत. ड्रॅगन्स परत येईपर्यंत आपण थांबूया."

मेगनं दचकून उडी मारली. "चार्ल्स! अरे, तू झोपला का नाहीयेस? तू घराबाहेर आल्याचं आईला माहीत आहे का?"

"मी बिछान्यात झोपलो होतो. मी बाहेर असल्याचं आईला माहीत नाही हे स्पष्टच आहे."

मेग आता दमणुकीनं रडकुंडीला आली "आता काहीही स्पष्ट, साफसाफ असं उरलंच नाहीये." मग, खास मोठ्या बहिणीचा आवाज लावून तिनं सांगितलं, "इतक्या उशिरापर्यंत तू बाहेर राहायला नको हं."

"काय झालं?"

"म्हणजे? काय म्हणायचंय तुला?"

"मेग, अगं, तुला कसलीतरी भीती वाटली, म्हणून मी बाहेर आलो." त्यानं सुस्कारा टाकला. वेगळाच, थकलेला, जुन्या काळातल्यासारखा वाटावा, असा सुस्कारा होता तो, आणि तोही एवढ्या छोट्या मुलाकडून. "मला झोप लागतच होती, आणि तेवढ्यात मला जाणवलं, की तू किंचाळते आहेस."

"मला त्याबद्दल तुला काहीही सांगायचं नाहीये. ते घडायलाच नको होतं. फोर्टिनब्रास कुठे आहे?"

"मी त्याला घरीच सोडून आलोय, आणि मी बिछान्यात नाहीये, ही गोष्ट कोणाला कळू देऊ नको, असंही त्याला बजावलं आहे. या ड्रॅगन्सच्या घोळात तो उगाच गुरफटायला नको, असं मला वाटलं. मेग, काय झालं? सांग ना मला."

"बरं ठीक आहे. चार्ल्स, आता तुझ्या ड्रॅगन्सबद्दल मला अजिबात शंका वाटत नाही हं. ड्रॅगन्सपेक्षाही जास्त विचित्र घटना घडलीय. मिस्टर जेनकिन्स मला शोधत बागेत आले होते, आणि मग ते एक एक मोठा, कर्कशपणे ओरडणारा पक्षी बनले आणि गायबच झाले. अरे, जणू शून्यत्वाचा पक्षी." ती जे बोलत होती, ते इतकं खुळचटपणाचं वाटत होतं नं... म्हणून ती भराभर बोलत सुटली.

चार्ल्सला मुळीच हसू आलं नाही. त्यानं बोलण्यासाठी तोंड उघडलं, आणि एकदम गरकन वळून विचारलं, "कोण आहे इथे?"

"कोणी नाही", कॅल्विन म्हणाला, "फक्त तू, मी आणि मेग." कॅल्विननं खडकावरून खाली उडी मारली.

"दुसरं कोणीतरी आहे इथे, आपल्या जवळच."

मेग कॅल्विनच्या जवळ सरकली. तिच्या काळजाचा ठोकाच चुकल्यासारखं वाटलं.

कोणीही बोलत नव्हतं, तरी चार्ल्स वॉलेस म्हणाला, "श्श...." तो डोकं उंचावून ऐकू लागला, फोर्टिनब्रास एखाद्या वासावरून माग काढायचा, तसं.

त्या कुरणाच्या उजवीकडे वनराई होती. ओक, मेपल, बीच अशा वृक्षांचं लहानसं जंगलच. काही तुरळक नाजूक पानं सोडली, तर सगळे वृक्ष पर्णहीन झाले होते. स्प्रूस आणि पाईन, हे हिवाळ्यातही टिकाव धरणारे सदाहरित वृक्ष, अधेमध्ये दिसत होते त्या जंगलात. गळून पडलेल्या ओलेत्या पानांनी आणि पाइन वृक्षांच्या सुईसारख्या पानांनी, जमीन झाकली गेली होती. त्यामुळे पावलांचा आवाज होत नव्हता. चंद्रप्रकाश जमिनीवर पोचत नव्हता. त्यांना एक फांदी काड्कन मोडल्याचा आवाज ऐकू आला.

डोळ्यांना ताण देऊन, त्या झाडांत पाहण्याचा प्रयत्न मेग आणि कॅल्विननं केला, पण त्यांना काही दिसलं नाही.

नंतर चार्ल्स वॉलेस ओरडला, ''माझे ड्रॅगन्स!''

त्यांनी वळून पाहिलं, आणि त्यांना दिसलं, त्या भल्यामोठ्या खडकापाशी...

पंखच पंख... असं वाटत होतं, की जणू शेकडो पंख पसरतायत, मिटतायत, ताणले जातायत...

आणि डोळे.

ड्रॅगन्सच्या थव्याला किती डोळे असू शकतात?

आणि आगीचे लहानसे लोळ.

जंगलाच्या दिशेकडून अचानक एका आवाजानं त्यांना साद दिली, ''घाबरू नका!''

३

रात्री भेटलेला तो माणूस

जंगलातून एक भव्य काळसर आकृती चपळाईनं कुरणात दाखल झाली; आणि काही ढांगांतच त्यांच्या जवळ पोचली, आणि अत्यंत स्थिर उभी राहिली. इतकी स्थिर, की त्याच्या पायघोळ अंगरख्याच्या घड्यांचा भाग ग्रॅनाईट दगडातून कोरून काढल्यासारखा दिसत होता.

"घाबरू नका", तो पुन्हा म्हणाला. "तो तुम्हाला दुखापत करणार नाही."

तो?

होय. तो चार्ल्स वॉलेसच्या ड्रॅगन्सचा कळप नसून, तो अखंड, एकच प्राणी होता. हा उग्र, रानटी प्राणी पाहून चार्ल्स वॉलेस गोंधळला, आणि त्याला ते अनेक ड्रॅगन्स वाटले. या गोष्टीचं मेगला अजिबात आश्चर्य वाटलं नाही. हा सगळाच्या सगळा प्राणी एका दृष्टिक्षेपात, एकाच वेळी, दिसत नाहीये, असं तिला वाटत होतं. तिनं नेमक्या कुठल्या डोळ्याशी नजर भिडवायची? आनंदी डोळे, सुजाण डोळे, उग्र डोळे, मांजरासारखे डोळे, ड्रॅगनचे डोळे; अनेक प्रकारचे डोळे उघडत होते, बंद होत होते. तिच्याकडे, चार्ल्स वॉलेसकडे, कॅल्विनकडे आणि त्या अनोळखी उंच माणसाकडे बघत होते. पंखांची तर सतत उघडझाप होत होती, आणि त्यामुळे डोळे झाकले जात होते उघडत होते, पंख पूर्ण पसरल्यावर, ते किमान दहा फूट आकाराचे दिसत होते, आणि ते सगळे पंख जेव्हा मिटत होते, तेव्हा तो प्राणी धूसर, पिसांच्या गोळ्यासारखा दिसत होता. दोन पंखांच्या मधल्या जागेतून धुराचे आणि आगीचे लहानसे लोळ फेकले जात होते. काळजी घेतली गेली नाही तर, या आगीच्या लोळांमुळे निश्चितच गवत पेटून वणवा लागण्याचा धोका होता. चार्ल्स वॉलेस त्याच्या जवळ न गेल्याचं, मेगला अजिबात आश्चर्य वाटलं नाही.

त्या उंच अनोळखी माणसानं त्यांना पुन्हा आश्वस्त केलं. "तो तुम्हाला काहीही

दुखापत नाही करणार.'' हा अनोळखी माणूस काळा होता, रात्रीच्या अंधारासारखा काळा आणि एखाद्या झाडासारखा ताडमाड उंच. त्याच्या आरामशीर उभं राहण्याच्या शैलीत, शांत आवाजात, असं काहीतरी होतं की त्यामुळे मनातली भीती पळून गेली.

चार्ल्स वॉलेसनं त्याच्या दिशेनं एक पाऊल पुढे टाकत विचारलं, ''तुम्ही कोण आहात?''

''एक शिक्षक.''

चार्ल्सनं सुस्कारा टाकला, त्या सुस्काऱ्यात अभिलाषा दडली होती. तो म्हणाला, ''तुम्ही माझे शिक्षक असता, तर किती बरं झालं असतं.''

''हो, आहेच की मी.'' त्या माणसाचा आवाज, चेलो या व्हायोलिनसारख्या वाद्याच्या आवाजासारखा होता. शांत, आणि काहीशी मजेची छटा होती त्या आवाजात.

चार्ल्स वॉलेस आणखी एक पाऊल पुढे आला. ''आणि माझे ड्रॅगन्स?''

त्या उंच माणसानं, शिक्षकानं आपला हात त्या रानटी प्राण्याच्या दिशेनं रोखला. त्या प्राण्यानं स्वत:ला नीट गोळा केलं, उंचावून अगदी मस्त, शालीनपणे मान तुकवून त्यांना अभिवादन केलं.

शिक्षक महोदय म्हणाले, ''त्याचं नाव 'प्रोगिनॉस्कीस' असं आहे.''

चार्ल्स म्हणाला, ''तो?''

''हो''

''तो ड्रॅगन्स नाहीये?''

''तो एक देवदूत आहे''

''काय!?''

''एक देवदूत''

त्यांच्या मनातल्या संशयामुळे, त्या प्राण्यानं अपमान झाल्यासारख्या आगीच्या ज्वाला आकाशात फेकल्या. भव्य पंख उभारून पसरले आणि अनेक डोळे या मुलांकडे बघू लागले. मग तो बोलू लागला... म्हणजे तोंडानं बोलल्या जाणाऱ्या शब्दांत नाही, तर, त्या प्राण्याचं बोलणं थेटपणे त्यांच्या मनात ऐकू यायला लागलं.

''तुम्हाला वाटत असेल ना, की मी, देवदूत, म्हणजे एक सोनेरी केसांचा, लहान मुलाचा चेहरा असलेला, आणि दोन छोटेसे, फालतू पंख असलेला, असा दिसायला हवा? मला वाटलंच होतं ते.''

चार्ल्स वॉलेस त्या प्राण्याकडे एकटक पाहत राहिला आणि मग म्हणाला, ''तू तसा असतास, तर जरा सोपं झालं असतं.''

जर त्या देवदूतानं आगीचा लोळ तिच्या दिशेनं फेकला, तर संरक्षण असावं म्हणून मेगनं तिचा पोन्चो अंगाभोवती गुंडाळून घेतला.

''मला या गोष्टीचं नेहमीच आश्चर्य वाटतं की, पृथ्वीवरचे इतके सगळे कलावंत, चित्रकार, देवदूताचं चित्र एखाद्या डुकराच्या पिल्लासारखं दिसणारं रेखाटतात'', देवदूताचे विचार त्यांच्या मनात ऐकू येऊ लागले.

कॅल्विननं हसण्याचा प्रयत्न केला. आत्ता तो इतका आश्चर्यचकित झालेला होता म्हणून, नाहीतर तो निश्चितच मोकळेपणानं हसला असता. ''पण 'देवदूत' हा शब्द, अनेकवचनीसुद्धा वापरला जातो.''

त्या आग ओकणाऱ्या प्राण्यानं प्रतिसाद दिला, ''वास्तविक मी अनेकवचनीच आहे. त्या छोट्या मुलाला वाटलं, की मी ड्रॅगन्सचा कळप आहे, हो ना? मी एकच देवदूत निश्चितच नाहीये. मी एकवचनी, पण अनेक देवदूत आहे.''

''तू इथं काय करतोयस?'' चार्ल्स वॉलेसनं विचारणा केली.

''मला इथं पाठवलं आहे.''

''पाठवलं आहे?''

''हो, तुझ्याच वर्गात शिकण्यासाठी. असल्या अप्रगत पृथ्वीवासीयांच्या वर्गात मला घालण्याएवढं मी काय केलंय, ते मलाही कळत नाहीये. खरं तर, मला चांगलं अवघड काम आहेच करायला. माझ्या या वयात पुन्हा शाळेत जाणं मला मुळीच आवडत नाहीये.''

''तुझं वय काय आहे?'' मेगनं आपला पोन्चो, रक्षणासाठी ढालीसारखा पसरून धरत विचारलं.

''देवदूतांसाठी वय महत्त्वाचं नसतं. वयाचं अस्तित्व फक्त काळानं बंदिस्त झालेल्या जीवांसाठीच असतं. देवदूतांच्या भाषेत सांगायचं तर मी अजूनही लहान मूल आहे, आणि एवढी माहिती तुम्हाला पुरेशी आहे. वयाबद्दल प्रश्न विचारणं असभ्य मानलं जातं.'' आपण हाताची घडी घालतो, तसेच दोन पंख एकमेकांवर ठेवले गेले; मग परत सरळ, मोकळे केले गेले. यातून खेद व्यक्त झाला, राग नाही.

त्या उंच माणसाशी चार्ल्स वॉलेस बोलू लागला, ''तुम्ही माझे आणि याचेदेखील शिक्षक आहात का?''

''हो''

चार्ल्स वॉलेसनं त्याच्या अनोळखी, काळ्या चेहऱ्याकडे पाहिलं. एकाच वेळी कठोर आणि सौम्य भाव होते त्या चेहऱ्यावर. ''खरं न वाटण्याइतकं हे सगळं छान आहे. मी नक्कीच स्वप्न बघतोय असं वाटतंय मला. हे स्वप्न असंच चालू राहावं, आणि मला जाग येऊ नये असंच वाटतंय.''

"सत्य, वास्तव म्हणजे काय?" त्या शिक्षकानं हात पुढं करून, चार्ल्सच्या गालावरच्या जखमेला स्पर्श केला, आणि मग डोळ्यांखालच्या सुजलेल्या, फिकुटलेल्या भागालाही स्पर्श केला. "तू जागा आहेस."

मेग म्हणाली, "बरं, आणि जर तू झोपलेला असशील, तर आपल्या सगळ्यांना एकच स्वप्न पडतंय. हो ना कॅल्विन?"

"मी स्वप्नात नसून जागा आहे, हे मलाच समजण्याची खूण म्हणजे मला जर स्वप्नात देवदूत दिसला असता, तर तो मुळीच असा असा दिसला नसता."

लांबसडक, दाट पापण्यांचे अनेक निळे डोळे कॅल्विनकडे रोखले गेले. "प्रोगिनॉस्कीस. शिक्षकानं सांगितलंय तुला माझं नाव. आणि इतर कुठल्याही नावानं, मला हाक मारायचा विचारही करू नकोस. मी 'देवदूत' आहे, तर उगाच 'देवू', 'देवी' असल्या नावांनी तर मला अजिबातच हाक मारायची नाही."

"पण ते सोपं पडेल", चार्ल्स वॉलेस म्हणाला.

पण ठामपणे त्यानं पुन्हा सांगितलं, "प्रोगिनॉस्कीस."

शिक्षकांच्या काळसर आकृतीतून सौम्य गडगडाट ऐकू आला, गंमत वाटली असावी त्यांना. सुरुवातीला सौम्य असलेला गडगडाट हळूहळू वाढत गेला आणि ते जोरजोरात हसू लागले. "बरं तर, ठीक आहे रे माझ्या मुलांनो. आता तुम्ही ते काय म्हणतात तुमच्या भाषेत, चांगला शब्द आहे... हं... शाळा. मग आता आपली शाळा सुरू करायची का? तुमची तयारी आहे का?"

चार्ल्स वॉलेसनं त्याच्या झोपायच्या कपड्यांवर एक पिवळा, मऊ रेनकोट चढवला होता. तो त्या रेनकोटात लहानसा आणि हास्यास्पद दिसत होता. ओक वृक्षाएवढ्या उंच, ताकदवान शिक्षकाकडे त्यानं मान वर करून पाहिलं. "जितकं लवकर, तितकं चांगलं. वेळ निघून चाललाय."

"अरे ए, एक मिनिट थांब." कॅल्विननं आक्षेप घेतला. "चार्ल्ससोबत काय करणार आहात तुम्ही? त्याच्या आई-बाबांच्या संमतीशिवाय तुम्ही आणि तो तो देवदूत त्याला कुठेही नेऊ शकत नाही."

"मी असं काही करीन, हे कशावरून वाटलं तुला?" शिक्षकानं सहजगत्या एक छोटीशी उडी मारली, आणि त्या एका उडीतच, तो हिमनदीमुळे बनलेल्या सर्वांत उंच खडकावर जाऊन आरामशीरपणे बसलादेखील. जणू तो खडक म्हणजे त्याचं स्टूलच होतं. त्यानं आपले हात गुडघ्यांभोवती सैलसर वेढून घेतले. चंद्रप्रकाशात त्याच्या अंगरख्याच्या घड्या खडकाच्या रंगाशी एकजीव झाल्यासारख्या दिसत होत्या. "आणि मी काही फक्त एकट्या चार्ल्स वॉलेसलाच बोलवायला आलेलो नाहीये. मी तुम्हा तिघांना बोलवायला आलेलो आहे."

मेग बुचकळ्यात पडली. "आम्ही सगळे? पण..."

"तुम्ही मला 'ब्लजेनी' असं म्हणू शकता," शिक्षकानं सांगितलं.

चार्ल्स वॉलेसनं प्रश्न केला, "मि. ब्लजेनी? डॉ. ब्लजेनी? सर ब्लजेनी?"

"नुसतं ब्लजेनी पुरेसं आहे. तुम्हाला माझं एवढंच नाव माहीत असणं गरजेचं आहे. तुम्ही तयार आहात का?"

मेग अजूनही आश्चर्यचकित झालेली दिसत होती. "कॅल्विन आणि मीसुद्धा?"

"हो"

तिची जेव्हा पूर्ण खात्री पटलेली नसे, तेव्हा ती वाद घालायला लागायची. नेहमीप्रमाणेच ती आत्ताही वाद घालू लागली. "पण कॅल्विनला गरज नाहीये. तो शाळेतला सर्वोत्तम विद्यार्थी आहे, आणि सर्वोत्तम खेळाडूही... शाळेत त्याला महत्त्व दिलं जातं आणि असंच सगळं काही आहे तो. मीसुद्धा आता शाळेत चांगली जुळवून घेतीये. त्रास होतोय तो चार्ल्सला. तुम्ही स्वत:च बघू शकता. सामान्य, साधारण शाळा त्याच्यासाठी उपयोगाची नाहीये."

शांतपणे ब्लजेनी म्हणाला, "तो माझा प्रश्न नाहीये."

"मग तुम्ही इथं का आला आहात?" ब्लजेनीला, फक्त तिच्या भावाला मदत करण्यासाठी पाठवलं असेल, या गोष्टीचं मेगला अजिबात आश्चर्य वाटत नव्हतं.

पुन्हा तेच गडगडाटी हास्य ऐकू आलं. "अरे बाळांनो, स्वत:बद्दल इतका गंभीरपणे विचार करू नये. चार्ल्स वॉलेससाठी शाळेत जाणं सोपं का असावं?"

"ते इतकं वाईटही असू नये ना. ही अमेरिका आहे. याबाबत कोणी काहीच केलं नाही, तर ती मुलं जखमी करतील चार्ल्सला."

"त्यानं स्वत:चा बचाव करणं शिकायलाच हवं."

बचावात्मक भूमिका न घेता चार्ल्स वॉलेस शांतपणे म्हणाला, "शिक्षक बरोबर बोलतायत. हा जुळवून घ्यायला शिकण्याबाबतचा प्रश्न आहे. ते माझ्यासाठी दुसरं कोणीही करू शकणार नाही. मला जर सगळ्यांनी एकटं सोडलं, आणि मला मदत करणं बंद केलं, तर मी इतरांमध्ये वेगळं न दिसणं, शिकेन हळूहळू. आत्ता एवढ्यात मी मायटोकॉन्ड्रिया आणि फॅरन्डोली यांचा उल्लेखही केलेला नाहीये याची खात्री देतो."

गंभीरपणे मान डोलावून शिक्षकानं पाठिंबा दर्शवला.

चार्ल्स वॉलेस त्याच्या जवळ सरकला, आणि म्हणाला, "मी शाळेत खूप गोंधळ घालतो म्हणून तुम्ही आलेले नाही आहात, याचा मला खूप आनंद झालाय. पण ब्लजेनी तुम्ही जर त्या गोष्टीसाठी आलेले नाही आहात, तर तुम्ही इथं का आला आहात?"

"मी तुम्हाला मदत देऊ करण्यापेक्षा, तुमच्याकडून मदत मागायला आलेलो

आहे.''

''आमच्याकडून?'' मेगनं विचारलं.

चार्ल्स वॉलेस मान वर करून शिक्षकाकडे पाहत म्हणाला, ''आत्ता तरी मी कोणाला फारशी मदत करू शकणार नाहीये. म्हणजे, शाळेत मी जुळवून घेऊ शकत नाही, एवढंच नाहीये ते.''

ब्लजेनी म्हणाला, ''हो. त्या दुसऱ्या समस्येबद्दल मला माहीत आहे. तरीसुद्धा तुझी निवड झालीये, तुला बोलावणं आलंय. बरं का, आणि एखाद्या व्यक्तीची गरज भासते, म्हणूनच आमच्यापैकी एका शिक्षकाकडून शिकण्यासाठी, त्या व्यक्तीला आमंत्रण येतं किंवा त्याची निवड होते. तुझ्यात अशा विशेष क्षमता आहेत, की त्या वाया जाऊ देणं आम्हाला परवडणार नाही.''

''मग?''

''तू कशामुळे आजारी पडलायस ते आपण शोधून काढायला हवं, आणि जर शक्य असेल, तर तुला पुन्हा पूर्वीसारखं बरं करायला हवं.''

चिंतेत पडून मेगनं विचारलं, ''शक्य असेल तर? म्हणजे?''

कॅल्विननं तीव्र स्वरात विचारलं, ''चार्ल्स? आजारी? काय झालंय? चार्ल्सला काय झालंय?''

''बघ ना त्याच्याकडे'', मेग हळूच म्हणाली. ''बघ, किती फिकट, निस्तेज दिसतोय तो. आणि त्याला श्वास घ्यायलाही त्रास होतोय. नुसती ती फळबाग ओलांडतानासुद्धा त्याला दम लागतो.'' शिक्षकाकडे वळून ती म्हणाली, ''कृपा करा हो ब्लजेनी, प्लीज, तुम्ही त्याला मदत करू शकाल का?''

तिच्याकडे शांतपणे, एकटक बघत ब्लजेनी म्हणाला, ''माझ्या बाळा, मला वाटतंय, की तूच त्याला मदत करायला हवी.''

''मी?''

''हो''

''तुम्हाला माहितीये की चार्ल्सला मदत करण्यासाठी मी जगातलं काहीही करीन.''

प्रश्नार्थक नजरेनं कॅल्विननं शिक्षकाकडे पाहिलं.

''हो, कॅल्विन. तूसुद्धा''

''पण कसं? आम्ही कशा प्रकारे मदत करू शकतो?''

''आपलं शिक्षण सुरू झालं की तुम्ही शिकालच ते.''

कॅल्विननं विचारलं, ''बरं, मग आपण कुठे शिकणार आहोत? तुमची शाळा कुठे आहे?''

त्या खडकावरून, अलगद उडी मारून ब्लजेनी खाली आला. पृथ्वीच्या

गुरुत्वाकर्षणापेक्षा अधिक जास्त गुरुत्वाकर्षणाची त्याला सवय असावी, असं त्याच्या हालचाली बघून मेगला वाटलं. तो उंच आणि सुदृढ बांध्याचा असला, तरी त्याच्या हालचालींवरून मेगला तशी शंका आली. लांब लांब ढांगा टाकत, तो कुरणाच्या अर्ध्या अंतरापर्यंत गेला. तिथे एक मोठा, सपाट खडक होता. मुलं आई-बाबांसोबत तारे बघायला नेहमीच इथे यायची. तो त्या खडकावर बसला आणि मग त्या खडकावर पाठ टेकवून आडवा झाला. इतरांनीही तसंच करावं, अशी खूण त्यानं केली. मेग त्याच्याशेजारी आडवी झाली आणि कॅल्विन तिच्या शेजारी. त्यामुळे, फक्त थंड वाऱ्यापासूनच नव्हे तर त्या देवदूतापासूनही, संरक्षण मिळाल्यासारखं वाटलं तिला. ब्लजेनीच्या दुसऱ्या बाजूला चार्ल्स पहुडला होता, आणि त्याच्यापासून सूज्ञपणे जरा अंतर राखून, तो देवदूत होता. तो देवदूत एकदाच पंख फडकावून तिथे पोचला होता आणि त्यानं स्वत:ला पंख, डोळे आणि धुराच्या लोटांमध्ये एकत्रित करून घेतलं होतं. चार्ल्सपासून जराशा अंतरावरच बसला तो.

"असू दे रे, ठीक आहे. ड्रॅगन्स, मी घाबरत नाही तुला," चार्ल्स वॉलेस म्हणाला.

देवदूतानं आपले पंख नीटनेटके रचले आणि म्हणाला, "प्रोगिनॉस्कीस म्हण, प्लीज."

ब्लजेनी आकाशाकडे पाहत होता. त्यानं हात वर करून सगळं कवेत घेत असल्यासारखे हावभाव केले. आता ढग पांगले होते; फक्त काही तुरळक ढग ताऱ्यांना झाकत वेगानं पळत होते. तारे आपल्या पूर्ण तेजानिशी झगमगत होते. शिक्षकाचे हात जणू सगळ्या चमचमत्या आकाशाला कवेत घेऊ इच्छित होते. ब्लजेनी उठून बसला आणि आपल्या छातीवर हाताची घडी घातली. त्याचे ते विलक्षण चमकते डोळे स्वत:च्या अंतर्भागाकडे वळले. आता तो ताऱ्यांकडे किंवा या मुलांकडे बघत नव्हता, तर स्वत:च्या अंतर्भागात, एका खोल, गूढ स्थानाकडे बघत होता. जणू समाधी लावल्यासारखा एकटक बघतच राहिला तो. किती वेळ, तो तसाच बसून खोल, आणखी खोलवर नजर एकवटत राहिला होता कोण जाणे. नंतर त्यानं आपले डोळे मुलांवर रोखले आणि मग तो आनंदानं छानपैकी हसला. मध्यंतरी जणूकाही एक क्षणही न गेल्यागत, त्यानं कॅल्विनच्या प्रश्नाचं उत्तर दिलं.

"माझी शाळा कुठे आहे? अरे, शाळा तर इथे, तिथे, सगळीकडेच आहे. शाळेच्या आवारात, पहिलीतल्या मुलांच्या मधल्या सुट्टीत. अगदी उच्च श्रेणीतल्या आणि इतरही देवदूतांच्या सोबत. फॅरन्डोलींच्या बरोबर."

चार्ल्स वॉलेस उद्गारला, "माझ्या आईनं प्रयोगशाळेत फॅरन्डोलींना अलग

केलं आहे!"

"हो. तसं केलंय त्यांनी."

"ब्लजेनी, माझ्या मायटोकॉन्ड्रिया आणि फॅरॅन्डोलींच्याबाबत काही बिघडलंय का? तुम्हाला माहीत आहे का ते?"

शांतपणे ब्लजेनीनं उत्तर दिलं, "तुझी आई आणि डॉ. कोलुब्रा तेच शोधून काढायचा प्रयत्न करतायत."

"बरं, मग, आता आपण काय करायचं?"

"घरी जाऊन झोप."

"पण शाळा-------"

"उद्या सकाळी नेहमीप्रमाणे तुम्ही सगळे शाळेत जाणार आहात."

हे तर अगदीच उलटं, पूर्णपणे हिरमोड करणारं झालं. निराशेनं मेग ओरडली, "पण तुमची शाळा----." आता चार्ल्सला, आधीच्या शाळेच्या जुन्या लाल इमारतीत पुन्हा कधीही जावं लागणार नाही, अशी आशा मेगला वाटली होती. तिला वाटलं होतं की, आता ब्लजेनी पुढाकार घेऊन सगळं ठीक करेल.

गंभीरपणे ब्लजेनी बोलू लागला, "माझ्या मुलांनो, अरे, अवघं विश्व हीच माझी शाळा आहे. माझा तुमच्यासोबतचा कार्यकाळ संपायच्या आधी, कदाचित मला तुम्हाला खूप दूरवर, खूप विचित्र, अनोळखी जागी न्यावं लागेल."

"तुमच्या वर्गात फक्त आम्हीच आहोत का?" कॅल्विननं विचारलं. "मेग, चार्ल्स वॉलेस, आणि मी? बास?"

चिडून प्रोगिनॉस्कीसनं धुराचा एक लोट बाहेर टाकला.

"ओह, माफ कर हं, ----- आणि देवदूत"

ब्लजेनी म्हणाला, "थांबा जरा. योग्य वेळ आली की तुम्हाला कळेलच."

"आणि एक देवदूत, आमचा वर्गमित्र का आहे म्हणे?" मेग बोलू लागली. "माफ कर हं, प्रोगिनॉस्कीस, पण आमच्यासारख्या पृथ्वीवरच्या मर्त्य लोकांसोबत तुला राहावं लागणं, हे तुलाही अपमानास्पद वाटेल."

प्रोगिनॉस्कीसनं अनेक डोळ्यांची दिलगिरीदाखल उघडझाप केली. "मी तुम्हाला अप्रगत पृथ्वीवासी म्हणालो ना, पण मला तसं म्हणायचं नव्हतं. जर आपल्याला एकाच शिक्षकाकडे पाठवलंय, तर आपण एकमेकांकडून बऱ्याच गोष्टी शिकायला हव्यात. देवदूत मानवापेक्षा उच्च श्रेणीतले नसतात ग, फक्त वेगळे असतात."

ब्लजेनीनं मान डोलावली. "हो, खरंच. एकमेकांकडून शिकण्यासारख्या खूप गोष्टी आहेत तुमच्यापाशी. तोपर्यंत मी तुम्हाला प्रत्येकाला काम नेमून देतो.

चार्ल्स वॉलेस, तुझं काम काय असेल? ओळखू शकशील?''

''जुळवून घ्यायला शिकणं.''

''तू बदलावंस, असं मला मुळीच वाटत नाही हं चार्ल्स!'' मेग ओरडली.

''मलाही नाही वाटत तसं,'' ब्लजेनी म्हणाला. ''स्वत:ला अजिबात न बदलता जुळवून घ्यायला शिकणं, हेच चार्ल्सला जमत नाही. त्यानं तेच शिकायचं आहे.''

''माझ्यासाठी काय काम आहे ब्लजेनी?'' मेगनं विचारलं.

विचारात पडून शिक्षकाच्या कपाळावर आठ्या पडल्या. मग म्हणाला, ''पृथ्वीवरच्या तुम्हाला समजेल अशा शब्दांत सांगायचा मी प्रयत्न करतो. तुला तीन परीक्षा देऊन त्या तीनही परीक्षांमध्ये उत्तीर्ण व्हायचंच आहे. पहिल्या परीक्षेसाठी तू ताबडतोब काम सुरू करायला हवं.''

''पण काय आहे ते?''

''ते काम काय आहे, हे तुझं तूच शोधून काढ. हा तुझ्या परीक्षेचाच एक भाग आहे.''

''पण कसं?''

''ते मी तुला सांगू शकणार नाही, पण तू एकटी नसशील. प्रोगिनॉस्कीस तुझ्याबरोबर काम करेल. तुम्ही दोघं अं... काय म्हणता तुम्ही... हं... तुम्ही एकमेकांचे जोडीदार असाल. तुम्हा दोघांना एकत्रितपणे त्या तीनही परीक्षा द्यायच्या आहेत आणि त्यात उत्तीर्णही व्हायचं आहे.''

''पण समजा, आम्ही जर नापास झालो, तर?''

या भयंकर विचारानं घाबरून जाऊन प्रोगिनॉस्कीसनं आपल्या डोळ्यांवर पंख ओढून घेतले.

ब्लजेनी शांतपणे म्हणाला, ''तीही शक्यता आहेच पण असा काही विचार मनात आणू नकोस, तेच बरं. आत्ता, या घडीला, त्या तीन परीक्षांबद्दल तू कल्पनाही करू शकणार नाहीस किंवा कसला अंदाज बांधू शकणार नाहीस, ही गोष्ट लक्षात ठेव.''

''पण ब्लजेनी मी देवदूताला माझ्यासोबत शाळेत तर नेऊ शकणार नाही ना!''

ब्लजेनीनं त्या शानदार प्राण्याकडे प्रेमानं पाहिलं. त्यानं सुरक्षेसाठी आपले पंख अजूनही मिटून घेतलेले होते. ''ते आता तुम्ही दोघांनी मिळून ठरवायचं आहे. तुला माहितीये की तो प्रत्येक वेळेला दिसत नाही. तो जेव्हा फक्त वाऱ्याच्या किंवा ज्योतीच्या स्वरूपात असतो, तेव्हा मला स्वत:ला तरी थोडं सोपं जातं. त्याला मात्र अशी खात्री होती की, त्यानं मूर्त स्वरूप धारण केलं तर, तो

पृथ्वीवासीयांना अधिक आश्वासक वाटू शकेल.''

चार्ल्स वॉलेस पुढे झाला आणि त्यानं आपला हात शिक्षकाच्या हातात दिला. ''तो आत्ता जसा दिसतोय ना... ड्रॅगन्सच्या कळपासारखा, तसाच जर मी त्याला माझ्यासोबत शाळेत नेलं तर मी पैजेवर सांगतो की, त्यानंतर मला कोणीही त्रास देणार नाही.''

मेग म्हणाली, ''अरे, तू मला सांगितलं होतंस ना, उद्या तुम्हाला शाळेत एक पाळलेला प्राणी न्यायचा आहे ते?''

चार्ल्स हसला आणि म्हणाला, ''अगं, वर्गातल्या मुलांना दाखवण्यासाठी आम्ही फक्त एक छोटासा पाळलेला प्राणी नेऊ शकतो.''

प्रोगिनॉस्कीसनं एक पंख बाजूला सारून डोकावून बघत म्हटलं, ''मी थट्टेचा विषय नाहीये हं.''

''प्रोगो, अरे...'', मेग त्याला आश्वस्त करत म्हणाली, ''तेवढंच जरा... ताण कमी होण्यासाठी, थोडा धीर येण्यासाठी.....जराशी गंमत रे.''

चार्ल्सनं शिक्षकांचा हात धरूनच ठेवला होता. त्यानं विचारलं, ''तुम्ही आत्ता आमच्याबरोबर घरी येऊन माझ्या आईला भेटाल का?''

''आज रात्री नको चार्ल्स, तुला झोपायला खूप उशीर झालाय, आणि उद्या आपल्यासमोर काय वाढून ठेवलेलं असेल, कोणास ठाऊक?''

''तुम्हाला माहीत नाही?''

''अरे, मी तर फक्त एक शिक्षक आहे. जरी इच्छा असली, तरी मी काळाआधीच भविष्याची रचना करू शकत नाही ना. चला, मी तुमच्यासोबत घराकडे जाणाऱ्या वाटेनं थोडंसं अंतर चालत येतो.''

मेगनं विचारलं, ''आणि प्रोगो ----- प्रोगिनॉस्कीसचं काय?''

त्या देवदूतानं उत्तर दिलं, ''जर ब्लजेनी आणि तुझ्या कुटुंबाची भेट होण्यासाठी ही वेळ योग्य नसेल, तर ही वेळ माझ्यासाठीही योग्य नाही. मी इथे आरामात राहीन. तुम्ही उद्या पहाटे मला भेटायला येऊ शकता. आपल्याला विचारांची देवाणघेवाण करता येईल.''

''बरं ठीक आहे. मला वाटतंय, हेच उत्तम. बरं, मग, शुभरात्री.''

''शुभरात्री, मेगुली.'' त्यानं एक पंख हलवून तिचा निरोप घेतला, आणि मग सगळे पंख एकत्र करून तो स्वत: एक मोठा गोळा बनला. आता डोळे दिसत नव्हते, आग किंवा धूरही दिसत नव्हता.

मेग शहारली.

ब्लजेनीनं विचारलं, ''तुला थंडी वाजतीये का?''

तिचं अंग पुन्हा शहारलं. ''रात्रीच्या जेवणाआधी ते वादळ आलं होतं ना...

मला वाटतंय, की थंडगार वारे आणि उष्ण वारे एकत्र आल्यामुळे, ते वादळ निर्माण झालं असावं. काहीही असलं, तरी ते वादळ प्रचंड वैश्विक वाटत होतं हं. देवदूत भेटेल, अशी अपेक्षाही मी कधी केली नव्हती......''

"ब्लजेनी'', कॅल्विन म्हणाला, "तुम्ही मला काहीच काम नेमून दिलं नाही.''

"नाही रे मुला, तसं नाही. तुझ्यासाठीही काम आहेच हं. चांगलंच अवघड आणि धोक्याचं काम आहे ते. ते काय आहे, हे मात्र मी तुला आत्ता सांगू शकणार नाही. कुठलाही प्रश्न न विचारता वाट पाहणं, हे तुझं काम आहे. उद्या शाळा सुटल्यावर तू मरींच्या घरी ये. तुला जमेल ना यायला? वेळ आहे ना तुला?''

"हो हो'', कॅल्विन म्हणाला. "माझं... शाळेनंतर करायचं काम, मी एखादा दिवस नाही केलं तरी चालतं.''

"छान. ठीक तर मग. आता जाऊया आपण.''

चार्ल्स वॉलेस सगळ्यात पुढे चालायला लागला, आणि त्याच्या मागोमाग मेग आणि कॅल्विन. वायव्येकडून थंडगार वारे वाहत होते. वाऱ्याच्या प्रत्येक झोतासोबत, थंडी वाढत चालल्याचं जाणवत होतं. ते सगळे सफरचंदाच्या बागेभोवतालच्या दगडी भिंतीपाशी पोचले. स्वच्छ चंद्रप्रकाश पडला होता. त्या तेजस्वी प्रकाशात सगळ्या वस्तू, आकृत्या स्पष्ट आणि वेगवेगळ्या ओळखू येत होत्या. काही सफरचंदं अजूनही फांद्यांना लटकलेली होती; तर थोडीशी सफरचंदं ब्लजेनीइतकी काळी पडली होती आणि इतरांवर चंदेरी चमक लकाकत होती, जणू ती सफरचंदं आतून प्रकाशमान झालेली होती.

त्या दगडी भिंतीच्या वरच्या पृष्ठभागावर एक काळी सावली होती, आणि ती हळूहळू नागमोडी हालचाली करत होती. शरीराचं वेटोळं सोडून ती हळूच उभी झाली, आणि फणा काढून त्यांना सामोरी आली. दुभंगलेली जीभ लवलवली आणि तोंडावाटे फूत्कार बाहेर पडला.

लुईस.

पण ही लुईस, त्या मिस्टर जेनकिन्सना आपल्या फूत्कारानं धाक दाखवणारी नव्हती. ही लुईस, मेग आणि चार्ल्सला दुपारी भेटलेली लुईस होती. दुपारी हीच लुईस, त्या अनोळखी आकृतीचं अभिवादन करण्यासाठी, वाट पाहत होती. मेगच्या एकदम लक्षात आलं, की ती सावली किंवा आकृती म्हणजे ब्लजेनीच असणार.

तरीसुद्धा ती कॅल्विनला चिकटली. तसंही तिला लुईस आसपास असताना कधीच सुरक्षित वाटत नसे. लुईसला तिच्या जुळ्या भावांनी पाळलं होतं, पण

लुईसचं आज दुपारचं आणि संध्याकाळचं विचित्र वागणं पाहिल्यानंतर मेगला ती अधिकच परकी वाटायला लागली.

आता लुईस हळूहळू, एका सौम्य लयीत मागे-पुढे झुलायला लागली, जणूकाही ती सापांच्या भाषेत, लवून अभिवादन करत होती; आणि त्यासोबतच अगदी उंच पट्टीत, तारस्वरात, बासरीसारख्या आवाजात शीळही घालत होती.

ब्लजेनीनं त्या सापाला लवून अभिवादन केलं.

लुईसनं त्याला प्रत्युत्तर दिलं, हे अगदी निश्चित.

ब्लजेनीनं गंभीरपणे स्पष्ट करून सांगितलं, "ती माझी सहकारी आहे."

"पण... पण... अहो आता..." कॅल्विन तोंडातल्या तोंडात पुटपुटला, "थांबा एक मिनिट..."

"ती एक शिक्षक आहे. म्हणूनच तिला ती दोन मुलं सँडी आणि डेनीस. आवडतात. एक दिवस ते दोघेही शिक्षक बनतील."

मेग म्हणाली, "ते दोघे यशस्वी उद्योजक बनणार आहेत, आणि कुटुंबातल्या इतरांना आधार देणार आहेत. अगदी आमच्या सवयीच्या नसलेल्या मार्गानं, आधार देणार आहेत ते."

ब्लजेनीनं तिचं बोलणं झटकत म्हटलं, "ते शिक्षक बनणार आहेत. देवानं वरून आदेश दिलाय तसा, आणि तुम्हाला तसा आदेश मिळाला नाही, याचं वाईट वाटायला नको. तुमच्यासाठीसुद्धा काम नेमून दिलंय."

लुईसनं तिचं गायन संपवलं, आणि परत भिंतीवर सरपटत दगडांच्या आड निघून गेली.

विस्मयानं कॅल्विन म्हणाला, "कदाचित आपण स्वप्नच पाहत असू."

"सत्य, वास्तव म्हणजे तरी काय?" शिक्षकानं पुन्हा विचारलं. "चला, मी आता तुमचा निरोप घेतो, शुभरात्री."

चार्ल्स वॉलेसला तिथून जायचं नव्हतं. तो म्हणाला, "आपण सकाळी जागे झालो, की हे सगळं काहीच घडलं नव्हतं, असं तर होणार नाही ना? म्हणजे हे सगळं स्वप्न नसेल नं?"

मेग म्हणाली, "हे बघ, जर सकाळी, आपल्यातल्या फक्त एकालाच हे सगळं आठवलं, आणि बाकी कोणालाही आठवलं नाही, तर हे स्वप्नच होतं असं समजायचं. पण जर आपल्या सगळ्यांनाच हे आठवत असलं, तर मात्र हे सगळं खरंच घडलंय, हे नक्की होईल."

"उद्याच्या पोटात काय दडलंय, हे समजण्यासाठी उद्यापर्यंत थांबा की," ब्लजेनीनं सल्ला दिला. "शुभरात्री, मुलांनो."

ब्लजेनी रात्री कुठे राहणार आहे, हे मुलांनी त्याला विचारलंच नाही. मेगच्या

मनात आलं होतं तसं; पण अशा प्रकारे, आगाऊपणानं हा प्रश्न ब्लजेनीला कोणीही शक्यतो विचारू नये. मुलं घराकडे निघाली, आणि तो तिथे तसाच मुलांवर लक्ष ठेवून उभा राहिला. त्याच्या अंगरख्याच्या घड्या ग्रॅनाईट दगडातून कोरून काढल्यासारख्या दिसत होत्या. त्याच्या काळ्या चेहऱ्यावर चंद्रप्रकाश पडून परावर्तित होत होता. एखाद्या काचेवरून व्हावा तसा.

त्यांनी सफरचंदाची बाग, भाज्यांची बाग पार केली, आणि नेहमीप्रमाणे कोठीघराच्या दारातून ते घरात शिरले. प्रयोगशाळेचं दार उघडं होतं, दिवेही लावलेले होते. सौ. मरी वाकून सूक्ष्मदर्शकात बघत होत्या, आणि डॉ. कोलुब्रा एका जुन्या, लाल रंगाच्या चामड्याच्या खुर्चीत, पाय वर घेऊन वाचत बसल्या होत्या. ती प्रयोगशाळा म्हणजे एक अरुंद, लांबलचक खोली होती. त्या खोलीची जमीन मोठमोठ्या दगडी फरशा वापरून बनवलेली होती. फ्रीजचा शोध लागायच्या आधीच्या काळात ही खोली दूध, लोणी असे नाशवंत पदार्थ ठेवण्यासाठी वापरली जात असे. अजूनही हिवाळ्यात इथे काहीही गरम करणं अवघडच होत असे. तिथे एक लांब ओटा होता, आणि त्याच्या एका टोकाला दगडी सिंक होतं. हा ओटा सौ. मरींच्या प्रयोगशाळेतील साधनसामग्रीसाठी किंवा उपकरणांसाठी अगदी उत्तम होता. त्या त्यांचं काम या ओट्यापाशीच करत असत. एका कोपऱ्यात दोन आरामशीर खुर्च्या आणि वाचण्यासाठी एक दिवा होता. या दिव्यामुळे, ओट्याच्या वर उजेडासाठी जे प्रखर दिवे लावलेले होते, त्यांच्या झगझगीत उजेडाचा त्रास होत नसे. मेगला मात्र आपली आई तिथल्या खुर्चीत आराम करत बसलेली आठवतच नव्हती. तिची आई ओट्याजवळ असलेल्या उंच स्टुलावर बसून काम करत असायची.

आई त्या वळणदार सूक्ष्म-इलेक्ट्रॉन-सूक्ष्मदर्शकात बघत होती. तिनं वर बघितलं आणि म्हणाली, "चार्ल्स! तू? अरे झोपायचं सोडून बाहेर काय करतोयस तू?"

चार्ल्स नीरसतेनं म्हणाला, "मला जाग आली. मला माहीत होतं, की मेग आणि कॅल्विन बाहेर आहेत, म्हणून मग मी त्यांना बोलवायला गेलो."

सौ. मरींनी त्यांच्या लेकाकडे एक तीव्र कटाक्ष टाकला, आणि मग कॅल्विनचं आपुलकीनं स्वागत केलं.

चार्ल्स वॉलेसनं विचारलं, "आई, आम्ही थोडासा कोको बनवून पिऊ? चालेल का?"

"तुला झोपायला फार उशीर झालाय चार्ल्स, आणि उद्या शाळा आहे रे."

"पण कोको प्यायलो की मला चांगली झोप येईल."

सौ. मरी नकार देणारच होत्या, पण तेवढ्यात डॉ. कोलुब्रा पुस्तक बंद करून

म्हणाल्या, "का नको? एखाद्या वेळी काय हरकत आहे? उद्या शाळेतून घरी आल्यावर दुपारी थोडा वेळ झोपू दे चार्ल्सला. मला पण आवडेल थोडा कोको प्यायला. आपण इथेच बनवूया, तुमच्या आईला तिचं काम करू दे. मी बनवते कोको."

"मी स्वयंपाकघरातून दूध आणि इतर सामान आणते." मेग म्हणाली.

आज संध्याकाळी जे काही घडलं, त्याबद्दल डॉ. कोलुब्रांच्या उपस्थितीत आईशी बोलू नये असं मेगला वाटलं. खरं तर, सगळ्याच मुलांना डॉ. कोलुब्रा आवडायच्या, आणि एक डॉक्टर म्हणून सगळ्यांचा त्यांच्यावर पूर्ण विश्वास होता. तरीदेखील असामान्य गोष्टी, घटना स्वीकारायची जी क्षमता त्यांच्या आई-बाबांकडे होती, तितकीशी क्षमता डॉ. कोलुब्रा यांच्याकडे असेल की नाही, याबद्दल मुलं जराशी साशंकच होती. डॉ. कोलुब्रा आणि त्यांचे आई-बाबा यांच्यात बरंच साम्य होतं. त्यांनीदेखील आपली भरपूर वेतन आणि मानमरातब देणारी नोकरी सोडून दिली होती, आणि या लहानशा खेड्यात येऊन राहिल्या होत्या. (त्या म्हणत असत, 'आपण गुणकारी उपचार करणाऱ्या कलेचा अवलंब करणं अपेक्षित असतं. ही गोष्ट माझे कित्येक सहकारी विसरून गेले आहेत. जर माझ्या हातात ती कला नसेलच, तर माझं एवढं सगळं बहुमूल्य प्रशिक्षण व्यर्थ आहे.') त्यांनीदेखील त्यांच्या बाह्य जगातल्या झगमगत्या यशाकडे पाठ फिरवली होती. मेगला माहीत होतं की, जरी अमेरिकेचे राष्ट्राध्यक्ष तिच्या आई-बाबांचा सल्ला घेत असले, तरीदेखील स्वत:चं आयुष्य संशोधनकार्यास वाहून घेण्यासाठीच ते या गावात येऊन राहिले होते. त्या वेळेस त्यांनी अनेक गोष्टींचा त्याग केला होता. याच दगडी प्रयोगशाळेत त्यांनी अनेक शोध लावले होते, आणि त्यामुळे विचित्र, गूढ, अनाकलनीय गोष्टींचा ते दोघे खुल्या दिलानं विचार करू शकायचे, त्या गोष्टी सहज स्वीकारू शकायचे. डॉ. कोलुब्रा यांचं काम अधिक सरळ, साधंसोपं असणं अपरिहार्यच होतं. त्यामुळे आठ-नऊ फूट उंच, काळ्या शिक्षकाबद्दल ऐकल्यावर त्या काय प्रतिसाद देतील, याची मेगला खात्री नव्हती. तसंच त्या देवदूताचं वर्णन ऐकल्यावर, त्यांची प्रतिक्रिया कशी असेल, याचीही मेगला खात्री नव्हती. कदाचित त्या असाही आग्रह धरतील की या सगळ्या मुलांची मन:स्थिती विकृत झाली आहे, आणि सगळ्यांनी ताबडतोब मनोविकार तज्ज्ञाकडे जाऊन तपासणी करून घ्यायला हवी.

'फक्त एवढंच कारण असेल का? मी अगदी आईशीसुद्धा याबद्दल बोलायला घाबरतेय?', मेगच्या मनात आलं. तिनं स्वयंपाकघरातून साखर, कोको, दूध आणि एक दांडी असलेलं पातेलं घेतलं आणि ती परत कोठीघरात गेली.

डॉ. कोलुब्रा बोलत होत्या, "ती वैश्विक किंचाळी, आणि आकाशगंगेला

भेग पडणं, असल्या गोष्टी माझ्या तर्कशुद्ध विचारक्षमतेला पार उद्‌ध्वस्त करून टाकतात.''

सौ. मरी प्रयोग करायच्या ओट्याला टेकून उभ्या राहिल्या आणि म्हणाल्या, ''मी सिद्ध करून दाखवेपर्यंत, तू फॅरन्डोलींच्या अस्तित्वावरही विश्वास ठेवायला तयार नव्हतीस.''

डॉ. लुईस म्हणाल्या, ''अजूनही तू ते मला सिद्ध करून दाखवलेलं नाहीस.'' त्यांचे केस जरासे विस्कटलेले दिसत होते, एखाद्या छोट्याशा राखाडी पक्ष्यासारखे. त्यांचे केस आखूड आणि कुरळे होते; डोळेही राखाडी रंगाचे होते आणि चोचीसारखं बाकदार नाक होतं. त्यांनी राखी रंगाचा फ्लॅनेलच्या कापडाचा सूट घातला होता. ''तुझं म्हणणं बरोबर असू शकेल असं मला वाटलं, त्याचं मुख्य कारण म्हणजे तू त्या मूर्ख यंत्राकडे...'' सूक्ष्म-इलेक्ट्रॉन-सूक्ष्मदर्शक यंत्राकडे बोट दाखवत त्या पुढे म्हणाल्या, ''म्हणजे, माझा नवरा त्याच्या व्हायोलिनकडे जसा ओढला जायचा ना, तशीच तूसुद्धा त्या मूर्ख यंत्राकडे ओढली जातेस. दोन प्रेमिक भेटावेत तसं वाटतं ते.''

सौ. मरींनी त्यांच्या त्या 'मूर्ख यंत्राकडे' पाठ फिरवली. ''मला वाटतंय, मी त्या फॅरन्डोलींबद्दल ऐकलं नसतं, तर बरं झालं असतं, आणि त्याबद्दल निष्कर्ष मिळाले नसते, तर आणखीनच बरं.'' त्या एकाएकी थांबल्या, आणि मग म्हणाल्या, ''बरं मुलांनो, आता तुम्ही सगळे प्रयोगशाळेत घुसलात ना, त्याच्या जरासं आधी मिस्टर जेनकिन्सचा फोन आला होता. मला तर आश्चर्यच वाटलं. त्यांनी चार्ल्सला स्वसंरक्षणाचे धडे देण्याचं सुचवलं.''

''मिस्टर जेनकिन्स?'' मेगला आश्चर्य वाटलं. ती मोठ्यानं म्हणाली, ''पण मिस्टर जेनकिन्स तर कधीही पालकांना फोन करत नाहीत. पालकांनी त्यांना जाऊन भेटायचं असतं.'' 'ते नक्की मिस्टर जेनकिन्सच होते? तुला खात्री आहे का?' हा प्रश्न अगदी तिच्या ओठांवर आला होता, पण तिनं स्वत:ला आवरलं. तो प्रश्न नाही विचारला, कारण त्या भयानक पक्ष्यात रूपांतरित होऊन आणि मग शून्यत्वात गायब झालेले मिस्टर जेनकिन्स तिला आठवले. तिनं ब्लजेनीला त्याबद्दल सांगितलेलं नव्हतं. त्या मिस्टर जेनकिन्सची, लुईसला प्रचंड चीड आली होती. 'ब्लजेनीला हे सांगायला हवं होतं', तिच्या मनात आलं. सकाळी, सगळ्यात आधी, हे सगळं ती ब्लजेनीला सांगणार होती.

चार्ल्स वॉलेस आईच्या शेजारच्या उंच स्टुलावर चढून बसला, आणि म्हणाला, ''खरं तर, मला इतरांशी जुळवून घेणं शिकायला हवंय. मी डार्विनचा सिध्दान्त वाचलेला आहे, पण त्याचा मला फारसा उपयोग झालेला नाहीये.''

''आम्ही काय सांगत होतो, ते आता कळलं नं?'' कॅल्विननं डॉ. लुईसना

विचारलं. "सहा वर्षांच्या मुलाकडून अशा बोलण्याची कोणीही अपेक्षा करणार नाही."

"तो खरंच डार्विनच्या सिद्धान्तांबद्दल वाचत असतो." मेगनं डॉक्टरना खात्री दिली.

"आणि तरीदेखील, मी अजूनही जुळवून घ्यायला शिकलोच नाहीये", चार्ल्स म्हणाला.

डॉ. लुईस, सौ. मरींच्या एका बकपात्रातलं थोडंसं गरम पाणी, कोको पावडर, साखर यांचं एकजीव मिश्रण बनवत होत्या. "हे फक्त साधं पाणी आहे, हो ना?" त्यांनी विचारलं.

"हो, आमच्या विहिरीतलं आहे ते. अगदी सगळ्यात उत्तम पाणी आहे ते."

डॉ. लुईस त्यात हळूहळू, अगदी थोडं थोडं दूध घालू लागल्या. "तुम्ही मुलं खूप लहान आहात, आणि तुमची आई माझ्यापेक्षा चांगली दहा वर्षांनी लहान आहे. त्यामुळे तुमच्या लक्षात नसेल, पण जेव्हा पहिले अंतराळवीर चंद्रावर गेले होते नं, ती घटना मी मुळीच विसरणार नाही. मी सगळी रात्र जागून ते बघत बसले होते."

"मलाही सगळं नीट आठवतंय ते" सौ. मरी म्हणाल्या. "इतकीही लहान नव्हते मी तेव्हा."

डॉ. लुईसनं, कोकोचं मिश्रण उकळण्यासाठी बन्सेन बर्नरवर ठेवलं होतं. ते ढवळत त्या म्हणाल्या, "अंतराळवीरांनी चंद्रावर ठेवलेलं ते पहिलं पाऊल; त्यांचं अनोळखी, परक्या भूप्रदेशावरचं पहिलं घुटमळत, चाचपडत चालणं. आठवतंय? सुरुवातीला जरासे चाचपडत चालले ते, आणि मग थोड्याच वेळात आर्मस्ट्राँग आणि आल्ड्रिन अगदी आत्मविश्वासानं सफाईदार चालायला लागले. 'हे मानवाच्या जुळवून घेण्याच्या उल्लेखनीय क्षमतेचं असामान्य उदाहरण आहे', असं त्या वेळी समालोचन करणाऱ्यानं म्हटलं होतं."

"पण त्यांना तर फक्त चंद्राच्या पृष्ठभागाशीच जुळवून घ्यावं लागलं होतं!" मेगनं विरोध दर्शवत म्हटलं. "तिथे कुणीही राहत नव्हतं. रहिवासी राहत असलेल्या ठिकाणी जेव्हा आपले अंतराळवीर जातील, तेव्हा जुळवून घेणं इतकं सोपं नसेल. विरोध करणाऱ्या रहिवाशांशी जुळवून घेण्यापेक्षा, कमी गुरुत्वाकर्षण, वातावरणाचा अभाव किंवा धुळीची वादळं या सगळ्याशी जुळवून घेणं खूप सोपं असतं."

खरं तर कुत्र्यांना कोको आवडत नाही, पण फोर्टिनब्रासला मात्र कोको खूप आवडत असे. तो दबकत दबकत, प्रयोगशाळेत आला. कोकोच्या अपेक्षेनं त्याचं नाक थरथरत होतं. चार्ल्सजवळ जाऊन तो मागच्या पायांवर उभा राहिला, आणि

त्यानं पुढच्या पायांचे पंजे चार्ल्सच्या खांद्यांवर ठेवले.

डॉ. कोलुब्रांनी मेगला विचारलं, ''बरं, मग, या गावातल्या शाळेतली, पहिलीत शिकणारी मुलं म्हणजे 'विरोध करणारे रहिवासी' आहेत, असं तुला वाटतंय का?''

''अर्थातच! चार्ल्स त्यांच्यासारखा नाहीये, आणि म्हणूनच ते त्याच्याशी शत्रुत्वानं वागतात. जे इतरांपेक्षा वेगळे असतात, त्यांना इतर लोक नेहमीच विरोध करतात.''

''हो, पण हा विरोध, त्या व्यक्तीची सवय होईपर्यंतच असतो हं'' डॉक्टर म्हणाल्या.

''त्यांना चार्ल्सची कधीही सवय होणार नाहीये.''

चार्ल्स वॉलेस फोर्टिनब्रासला कुरवाळत होता. तो म्हणाला, 'फोर्टला बशीत कोको द्यायला विसरू नकोस हं. त्याला आवडतो कोको'.

''तुम्ही फारच विचित्र प्राणी पाळले आहेत हं,'' डॉ. लुईस म्हणाल्या, त्यांनी एक लहानशा बशीत फोर्टिनब्राससाठी कोको ओतला आणि म्हणाल्या, ''कोको थोडा थंड होऊ देते आधी, मग मी त्याच्यासाठी ही बशी जमिनीवर ठेवीन. मेग, आपल्याला कोको प्यायला कप लागतील.''

''ठीक आहे, मी आणते.'' मेग घाईघाईनं स्वयंपाकघरात गेली, बरेचसे कप घेतले आणि प्रयोगशाळेत परत गेली.

डॉ. लुईसनं क्रमाक्रमानं प्रत्येकाच्या कपात कोको ओतला. त्या म्हणाल्या, ''पाळीव प्राण्यांवरून आठवलं, माझं नाव ठेवलेला प्राणी कसा आहे?''

मेग दचकलीच. ती आईच्या हातात कप देत होती, तो हिंदकळून कोको सांडतासांडता थोडक्यात बचावला. तिनं डॉ. लुईसकडे निरखून पाहिलं. प्रश्न जरी खोचक वाटत असला, तरी त्यांच्या चेहऱ्यावर मात्र मजेचे, कुतूहलाचेच भाव होते. चार्ल्स वॉलेस म्हणायचाच, डॉ. लुईस एखाद्या गोष्टीबद्दल बोलत असतात, आणि त्याच वेळेस त्यांच्या डोक्यात विचार मात्र दुसरेच चालू असतात. त्या अगदी पटाईत होत्या असं वागण्यात.

त्यांच्या प्रश्नाचं उत्तर चार्ल्सनं दिलं. ''मोठी लुईस अगदी उत्तम, डौलदार साप आहे. मला प्रश्न पडलाय, की तिला कोको आवडेल का? सापांना दूध आवडतं, हो नं?''

सौ. मरी ठामपणे म्हणाल्या, ''ती कितीही मस्त, उत्तम असली तरीही तू आत्ता तिला कोको आवडतो की नाही, हे बघायला बाहेर जायचं नाही हं. तुझा प्रयोग करायचा उत्साह उद्याच्या दिवसासाठी राखून ठेव. लुईसही आता नक्कीच गाढ झोपली असेल.''

डॉ. लुईसनं पातेल्यात उरलेला कोको काळजीपूर्वक आपल्या कपात ओतून घेतला आणि म्हणाल्या, "रात्रीच्या वेळेस काही साप अगदी मनमिळाऊपणानं वागतात. खूप वर्षांपूर्वी मी फिलीपाईन्समधल्या एका दवाखान्यात काम करत होते. तेव्हा मी एक बोआ कनस्ट्रिक्टर जातीचा साप पाळला होता. आमच्या दवाखान्यात खूप उंदीर झाले होते, आणि माझा बोआ उंदरांची संख्या कमी करायचं काम अगदी पूर्णपणे, छान करायचा. त्याला मश्रूमचं सूप आवडायचं, पण मी त्याला कधी कोको देऊन पाहिलं नव्हतं. संध्याकाळच्या वेळेस तो छान आनंदी सोबती बनायचा. अगदी प्रेमळपणे कुशीत येऊन बसायचा तो."

'एखादा साप कुशीत येऊन बसलेला मला मुळीच आवडणार नाही, अगदी मोठी लुईससुद्धा नाही', मेगच्या मनात आलं.

डॉ. लुईस बोलत होत्या, "आणि त्याला ना, मानवी स्वभावाची अगदी अचूक पारख करता यायची. तो अगदी मैत्रीपूर्ण स्वभावाचा होता. जर त्याला एखादी व्यक्ती आवडली नाही किंवा विश्वास वाटला नाही, तर तो मला त्याच्या देहबोलीद्वारे तसं सूचित करायचा. मग मीही त्याचा इशारा गंभीरतेनं लक्षात घ्यायचे. एकदा आमच्या दवाखान्यातल्या पुरुषांच्या विभागात एक माणूस उपचारांसाठी आला होता. त्याला जास्त गंभीर असं काहीच झालेलं नव्हतं, फक्त त्याच्या आंत्रपुच्छाला (ॲपेन्डिक्सला) किंचित सूज आली होती. तो ज्या क्षणी दवाखान्यात भरती झाला, त्या क्षणापासून माझा बोआ कनस्ट्रिक्टर त्याच्याबद्दल नावड दर्शवू लागला. त्या रात्री, त्याच माणसानं शेजारच्या पलंगावरच्या रुग्णाचा खून करण्याचा प्रयत्न केला. सुदैवानं आम्ही त्याला अगदी योग्य वेळी पकडलं. त्या सापाला मात्र आधीच कळलं होतं. या घटनेनंतर मात्र मी त्याच्या इशाऱ्याकडे ताबडतोब लक्ष देऊ लागले."

सौ. मरी म्हणाल्या, "फोर्टिनब्रासलाही लोकांबद्दल असंच उपजत ज्ञान आहे. आपण माणसांनी मात्र ते गमावलंय, ही गोष्ट किती वाईट आहे नं."

मेगला सांगायचं होतं,'मोठ्या लुईसलाही आहे ते ज्ञान', पण हे सांगितलं असतं, तर तिला लुईसबद्दल काही अनुभव आलाय का, असं आईनं किंवा डॉक्टरनं नक्कीच विचारलं असतं. तिचे जुळे भाऊ असं काही बोलले असते, तर त्याचं कुणालाही फारसं काही वाटलं नसतं.

चार्ल्स वॉलेस डॉ. कोलुब्रांकडे लक्षपूर्वक बघत होता. त्या पुन्हा आपल्या लाल चामड्याच्या खुर्चीत बसून कोको पीत होत्या. आपले पाय लहान मुलासारखे वर घेऊन, पालथी मांडी घालून बसल्या होत्या. खरं तर त्या फार लहानशा चणीच्या, मेगपेक्षाही बुटक्या होत्या. चार्ल्स म्हणाला, "डॉ. लुईस, आम्ही लुईसकडेही गंभीरपणे लक्ष देतो, खूप गंभीरपणे."

डॉ. लुईसनं मान डोलावली. उंच आवाजात त्या हलकेच म्हणाल्या, ''मलाही तसंच वाटलं होतं'.

कॅल्विननं कपातला कोको संपवला आणि तो म्हणाला, 'खूप खूप धन्यवाद. आता मला घरी जायला हवं. मेग, उद्या शाळेत भेटू आपण. सौ. मरी आणि डॉ. कोलुब्रा, पुन्हा एकदा धन्यवाद आणि शुभरात्री.''

तो गेल्यानंतर सौ. मरी म्हणाल्या, ''बरं, चार्ल्स, झोपायला जा रे आता. सँडी आणि डेनीस एक तासापूर्वीच झोपायला गेलेत. मेग, तूसुद्धा झोप गं आता. चार्ल्स, मी काही मिनिटांतच येते हं... नीट झोपलायस ना ते बघायला.''

प्रयोगशाळेतून बाहेर पडतापडता, आई पुन्हा सूक्ष्म-सूक्ष्मदर्शक-यंत्राकडे वळलेली मेगला दिसली.

मेगनं हळूहळू कपडे बदलले. पोटमाळ्यावरच्या तिच्या खोलीच्या खिडकीत उभं राहून ती विचार करत होती. 'डॉ. कोलुब्रा सापांबद्दल जे बोलत होत्या, ते अगदी सहजच होतं; का आज संध्याकाळी घडलेल्या घटनांमुळे... मी अगदी साध्यासुध्या, बेमतलब संभाषणातही खोल दडलेला अर्थ शोधायचा प्रयत्न करतेय?' तिनं दिवे बंद केले आणि खिडकीबाहेर बघत राहिली. भाज्यांची बाग, सफरचंदांचा बगिचा इथवरचा भाग तिला दिसू शकत होता. झाडांवर अजूनही बरीचशी पानं टिकून होती, त्यामुळे उत्तरेकडचं माळरान तिला दिसत नव्हतं.

ताऱ्यांचं निरीक्षण करायच्या त्यांच्या सपाट खडकावर खरंच तो देवदूत त्यांची वाट पाहतोय का? खरंच असेल का तो तिथे? मोठा पिसांचा गोळा बनून, आणि सगळे डोळे मिटून झोपलेला असेल का?

तो खरा होता का?

खरं म्हणजे तरी नक्की काय?

४

प्रोगिनॉस्कीस

पहाट होण्याआधीच मेगला अचानक, टक्क जाग आली, जणू काहीतरी तिला झोपेतून खसकन ओढून काढत होतं. तिनं कानोसा घेतला: सगळं घर झोपलेलं होतं. तिनं दिवा लावला आणि घड्याळात पाहिलं. तिनं नेहमीप्रमाणे सहाचा गजर लावला होता. आत्ता पाच वाजले होते. ती अजून एक तासभर उबदार पांघरुणात गुरफटून आरामशीर झोप काढू शकली असती.

मग तिला एकदम सगळं आठवलं.

ते सगळं स्वप्नच होतं, आपल्याला स्वप्नच आठवतंय, अशी स्वत:ची समजूत करून घ्यायचा तिनं प्रयत्न केला. 'नक्कीच स्वप्नच असणार ते, अर्थातच स्वप्नच असणार, स्पष्टच आहे ना.'

चार्ल्सला न उठवता, आणि त्याला न विचारता, हे सगळं स्वप्नच होतं, असं सिद्ध करण्याचा एकच मार्ग होता. तो मार्ग म्हणजे तयार होऊन, त्या तारे पाहायच्या खडकापाशी जाऊन, तिथे कोणीही देवदूत वगैरे नाहीये, याची खात्री करून घेणे. समजा, हे स्वप्न नसलं... अर्थात तशी शक्यता अत्यंत कमीच होती म्हणा तरीदेखील... न्याहारीच्या आधी येऊन भेटण्याचं वचन तिनं त्या देवदूताला दिलेलं होतंच.

मिस्टर जेनकिन्स, पक्षी बनून आकाशभर किंचाळत गायब झाल्याची घटना घडलीच नसती, तर 'हे सगळं फक्त स्वप्नच ठरावं', असं मेगला वाटलंच नसतं. ब्लजेनी खरा असावा, आणि त्यानं सगळं सांभाळून घ्यावं, असं मेगला अगदी मनापासून वाटत होतं. मिस्टर जेनकिन्सच्या वागण्याचा नेहमीच अगदी बरोब्बर, अचूक अंदाज करता येत असे. मात्र त्याच मिस्टर जेनकिन्सचं, हे अवास्तव रूप स्वीकारणं तिला फारच अवघड जात होतं. त्यापेक्षा त्या शिक्षकाला, किंवा त्या ड्रॅगन्सच्या कळपासारख्या दिसणाऱ्या देवदूताला स्वीकारणं तिला

अधिक सोपं वाटत होतं.

ती झटपट कपडे बदलून तयार झाली. तिनं चौकड्यांचा स्कर्ट आणि एक स्वच्छ ब्लाऊज घातलं. ती जमेल तितक्या शांतपणे, आवाज न करता, हळूच काळजीपूर्वक खाली उतरली आणि स्वयंपाकघरातून कोठीघरात गेली. तिथे जाऊन, तिनं तिचं सगळ्यात जाडजूड जॅकेट अंगात घातलं आणि तिच्या आईनं विणलेली, रंगीबेरंगी, स्कॉटिश प्रकारची, कडक काठ नसलेली 'टॅमॅशान्टर', म्हणजेच लोकरीची टोपी डोक्यावर घातली. त्या टोपीच्या मध्यावर एक लोकरीचा गोळा होता. ही टोपी म्हणजे, तिच्या आईच्या विणकामासारख्या घरगुती कौशल्याचा, एक सुंदर आणि दुर्मिळ नमुना होता.

आता या वेळी वारे वाहत नव्हते, दारंही आपटत नव्हती. नीट दिसण्यासाठी तिनं टॉर्च लावला. शांत, स्तब्ध, थंडगार अशी पहाटेच्या आधीची वेळ होती. किंचित हिमवृष्टी झाली होती. हिमकणात आणि पहाटेच्या दवात कोळिष्टकं अडकल्यामुळे, गवत पांढरट दिसत होतं. धुक्याची एक हलकीशी लाट हिरवळीवरून लहरत गेली. धुक्याच्या पडद्याआड डोंगर झाकले गेले होते, पण आकाशात मात्र तारे चमकताना दिसत होते. आजूबाजूला सावधपणे बघत, ती बागेतून धावत गेली. तिथे कुठेही मिस्टर जेनकिन्स नव्हते... अर्थातच, ते नव्हतेच मुळी. दगडी भिंतीपाशी आल्यावर, तिनं लुईस दिसतीये का ते पाहिलं, पण लुईसचं चिन्हदेखील दिसत नव्हतं. तिनं सफरचंदांचा बगिचा पार केला, पुन्हा पलीकडची भिंत ओलांडली. इथेही लुईस दिसली नाही. 'इतक्या थंडीत आणि पहाटे साप बाहेर पडत नसावेत बहुदा. जाऊ दे', तिच्या मनात आलं, आणि ती उत्तरेकडील माळरानात धावत गेली. पळत पळत तिनं हिमनदीमुळे बनलेले खडक ओलांडले, आणि ती तारे बघायच्या खडकापाशी पोहोचली.

तिथे फक्त हवेच्या हलक्याशा झुळुकीवर तरंगणारं धुकं होतं, दुसरं काहीही नाही.

म्हणजे ते सगळं स्वप्नच होतं तर.

मग हळूहळू ते धुकं घनरूप धारण करायला लागलं. हळूहळू, हलणारे पंख, उघडझाप करणारे डोळे, किंचितशा पेटत्या, फरफरत्या ज्योती, धुराचे लहानसे लोट दिसायला लागले.

"तू खराखुराच आहेस", ती मोठ्यानं म्हणाली. "म्हणजे मी तुला स्वप्नात पाहिलेलं नाहीये तर..."

प्रोगिनॉस्कीसनं आपला एक मोठा पंख वरच्या दिशेनं ताणला आणि मग मिटून घेतला. तो म्हणाला, "मनुष्यप्राणी देवदूतांबद्दल सहसा स्वप्नं पाहत नाहीत, असं मला सांगितलं होतं. बरोब्बर वेळेवर आल्याबद्दल धन्यवाद हं.

सुस्तपणा, आळशीपणा देवदूतांना आवडत नाही, ते त्यांच्या स्वभावातच नसतं.''

मेगनं एक नि:श्वास टाकला. भीती, मूक स्वीकार, आणि आश्चर्य म्हणजे चक्क सुटकेची भावना असं बरंच काही होतं त्या सुस्कार्‍यात. ती म्हणाली, ''बरं ठीक आहे रे प्रोगो, तू निव्वळ माझ्या कल्पनेतला नाहीयेस, असं मानते मी. आता आपण काय करायचं? सकाळच्या नाश्त्याआधीचा फक्त एक तास मोकळा आहे माझ्यासाठी.''

''तुला भूक लागली आहे का?''

''नाही. अरे, मला इतकी उत्सुकता आहे ना, की भूक लागणारच नाही, पण मी जर वेळेवर घरी पोहोचले नाही, तर मी उशीर झाल्याचं कारण काय सांगणार? मला उशीर झाला कारण मी एका देवदूताबरोबर बोलत होते, हे कारण सांगू? कोणाला पटेल हे? माझ्या आईलाही सुस्तपणा, आळशीपणा आवडत नाही हं.''

प्रोगिनॉस्कीस म्हणाला, ''एक तासात खूप काही करता येतं. आपली पहिली परीक्षा काय आहे, ते आपण शोधून काढायला हवं.''

''तुला माहीत नाही?''

''मला कशाला माहीत असेल?''

''अरे, तू देवदूत आहेस.''

''देवदूतांनासुद्धा मर्यादा असतातच. जेव्हा या तीन परीक्षा नियोजित केल्या गेल्या, तेव्हा त्या काय आहेत, हे ठरलेल्या वेळेच्या आधी कोणालाही कळत नाही. अगदी शिक्षकांनासुद्धा माहीत नसेल.''

''मग आता आपण काय करायचं? आपण ते कसं शोधून काढायचं?''

विचारात गढून गेलेल्या प्रोगिनॉस्कीसनं, आपले अनेक पंख मागे-पुढे हलवले. उन्हाळ्यात हे असं करणं सुखद वाटलं असतं, पण पहाटेच्या थंडीत मात्र वार्‍याच्या झुळका नकोशा वाटत होत्या. मेगनं जॅकेटची कॉलर उभी केली आणि गळा झाकून घेतला. देवदूताचं तिच्याकडे लक्षच गेलं नाही; तो आपला विचार करत पंख हलवतच राहिला. मग तिला, हळूहळू त्याचे शब्द तिच्या मनात तरंगत येतायत, असं जाणवलं. ''जर तुला माझ्यासोबत नियुक्त केलेलं आहे, तर माझ्या मतानुसार तू नक्कीच 'नामदाता' असणार. अगदीच प्राथमिक दर्जाची असलीस, तरीही तू 'नामदाता' असणार.''

''काय?''

''नामदाता. उदाहरणार्थ, मागच्या वेळी मी एका शिक्षकाबरोबर होतो ना किंवा काय म्हणता तुम्ही हं... मी शाळेत होतो ना तेव्हा सगळ्या तार्‍यांची नावं पाठ करायचं काम दिलं होतं मला.''

"कुठले तारे?"

"अगं,.... सगळे तारे."

"म्हणजे सगळ्या आकाशगंगांमधले, सगळे तारे?"

"हो. जर त्यानं (देवानं) त्यातल्या एखाद्याला बोलावणं धाडलं, तर नक्की कोणाला बोलावलंय, हे कोणालातरी माहीत असायला हवं ना. आणि तसंही, त्यांनाही आवडतंच ते; सगळ्या ताऱ्यांची नावं माहीत असलेले फार कमी लोक आहेत. तुमचं नावही कोणाला माहीत नसेल नं तर फार एकटेपणा वाटतो गं."

"म्हणजे आता मीसुद्धा सगळ्या ताऱ्यांची नावं पाठ करावी, अशी अपेक्षा आहे की काय?" हा फारच वाईट विचार होता.

"अगं, नाही गं, अजिबातच नाही!"

"मग आता मी काय करणं अपेक्षित आहे?"

प्रोगिनॉस्कीसनं आपले पंख फडफडवले. मेगला आता त्याच्या देहबोलीचा अर्थ हळूहळू कळायला लागला होता. साधारणपणे, ही अशी पंखांची फडफड म्हणजे, 'मला किंचितही कल्पना नाहीये', असं व्यक्त करण्याची त्याची पद्धत होती.

"बरं... मग जर मी एक नामदाता आहे, तर त्याचा नक्की अर्थ काय? नामदाता काय काम करतो?"

सगळे पंख एकत्र गोळा झाले, डोळे मिटले, आधी एकेकटे आणि मग गटागटाने सगळे डोळे बंद होईपर्यंत धुक्यासारख्या दिसणाऱ्या धुराचे लहान लोट उठले आणि त्यांच्याभोवती तरंगू लागले. "मी जेव्हा ताऱ्यांची नावं पाठ करत होतो ना, ते करण्यामागचा एक हेतू असाही होता की, त्यातल्या प्रत्येक ताऱ्याला, त्याच्यात जे वैशिष्ट्य असणं अपेक्षित आहे, तसं वैशिष्ट्यपूर्ण बनायला मदत करणं. हे नामदात्याचं मुख्य काम असतं. पृथ्वीवासीयांमध्ये माणुसकीची भावना अधिक प्रबळ करण्याचं काम तू करावंस, असं अपेक्षित असेल कदाचित."

"अरे बाबा, या सगळ्याचा अर्थ काय आहे?" मेग त्याच्या शेजारी खडकावर बसली; का कोण जाणे, पण आता तिला त्याच्या रानटीपणाची, आकारमानाची, आगीच्या ज्वाळांची भीती वाटेनाशी झाली होती.

त्यानं विचारलं, "माझ्याबद्दल तुला काय वाटतं? किंवा माझ्यासोबत असताना तुला कसं वाटतं?"

नक्की कसं उत्तर द्यावं, तिला सुचेना. उत्तर उद्धटपणाचंही वाटायला नको. तिच्या मनातलं ओळखण्यासाठी, देवदूताला तोंडावाटे बोललेल्या शब्दांची गरजच नसते. या बाबतीत देवदूताची क्षमता चार्ल्सच्या क्षमतेपेक्षा कितीतरी जास्त असते. ही गोष्ट मात्र ती साफ विसरून गेली. तरीपण तिनं अगदी खरं खरं उत्तर दिलं,

"गोंधळलेलं."

धुराचे बरेचसे लोट उठले अन् वर गेले. "हं... आपण अजूनही एकमेकांना नीट ओळखत नाही. बरं तुझ्या मनात, कोणासोबत असताना सगळ्यात कमी गोंधळ निर्माण होतो?"

"कॅल्विन" या उत्तराबद्दल कसलीही दुविधा नव्हती. "मी जेव्हा कॅल्विनसोबत असते ना, तेव्हा मला माझ्या मनासारखं वागण्यात काहीच गैर वाटत नाही."

"म्हणजे तुला असं म्हणायचं आहे ना, की त्याच्यासोबत असताना तू जशी आहेस तशी, म्हणजेच तुझ्या मूळ स्वभावासारखी वागू शकतेस. हो ना?"

"अं... तसं म्हणू शकतोस तू."

"बरं कोणामुळे तू तुझ्या मूळ स्वभावानुसार वागू शकत नाहीस?"

"मिस्टर जेनकिन्स."

प्रोगिनॉस्कीसनं जरा तीव्रतेनं, खोदून विचारलं, "अगं, तू अचानकच भेदरलेली आणि अस्वस्थ का दिसतियेस?"

"ते ना, ते या वर्षी, आमच्या गावातल्या प्राथमिक शाळेचे हेडमास्तर आहेत. ते माझ्या शाळेचे हेडमास्तर होते मागच्या वर्षी, आणि शिक्षेसाठी मला त्यांच्या ऑफिसमध्ये नेहमी पाठवलं जायचं. ते काही समजूनच घेत नाहीत. मी जे काय करीन, ते आपोआप चुकीचंच ठरवून टाकायचे. चार्ल्स वॉलेस जर माझा भाऊ नसता ना, तर कदाचित त्याच्यासाठी जास्त बरं झालं असतं. तो माझा भाऊ आहे, हे एवढं मिस्टर जेनकिन्ससाठी पुरेसं आहे."

"हे एवढंच सांगायचंय का तुला?"

"म्हणजे?"

"तू जेव्हा 'मिस्टर जेनकिन्स' असं म्हणतेस ना, तेव्हा भीतीची एक थंडगार लाट तुझ्यावरून येताना मला जाणवते. अगदी मलासुद्धा तो थंडपणा जाणवतो."

"अं... प्रोगो, काल रात्री ना काहीतरी घडलंय रे. तुला अन् ब्लजेनीला आम्ही भेटलो ना त्याच्याआधी मी बागेत एकटी होते ना तेव्हा..." तिचा आवाज मंदावत गेला.

"ए पृथ्वीवासी, काय झालं गं? मला सांग ना. मला तर वाटतंय, की हे महत्त्वाचं असणार."

'हे सगळं प्रोगिनॉस्कीसला सांगणं अवघड का वाटावं? तो देवदूत स्वतःही तितकाच अविश्वसनीय होता. पण तो देवदूत निदान खरा देवदूत होता, प्रोगिनॉस्कीस नावाचा... आणि ते मिस्टर जेनकिन्स मात्र खरे मिस्टर जेनकिन्स नव्हतेच.' तिच्या मनात विचारचक्र सुरू झालं.

तिनं त्याला सगळं समजावून सांगायचा प्रयत्न सुरू केला, आणि तिला तो

मागे मागे सरकतोय, दूर सरकतोय, असं जाणवलं. अचानक त्यानं आपले सगळे पंख स्वत:भोवती घाईघाईनं गोळा करून घेतले, जणू तो घाबरून स्वत:ला सुरक्षित करत होता. जराशा वेळानं एका पंखाखालून दोन डोळे तिच्याकडे बघू लागले. "इक्थ्रॉय." हा शब्द वाईट, भयानक वाटत होता. प्रोगिनॉस्कीसनं तो शब्द उच्चारल्याबरोबर पहाटेची थंडी आणखीनच वाढल्यासारखी वाटली.

"काय म्हणालास तू?" मेगनं विचारलं.

"तुझे ते मिस्टर जेनकिन्स... म्हणजे खरेखुरे हं, ते खरे मिस्टर जेनकिन्स तू मला आत्ता जे सांगितलंस, तसलं काहीतरी करू शकतात का? ते खरे मिस्टर जेनकिन्स शून्यत्वात उडून जाऊ शकतात का? मानवाला हे असलं काही करता येत नाही, हो नं?"

"नाही करता येत."

"तू म्हणालीस, की ते एखाद्या काळसर पक्ष्यासारखे दिसत होते, जणू काही शून्यत्वाचा पक्षी... आणि मग ते आकाश भेदून गायब झाले? आकाश भेदलं त्यांनी?"

"अं... म्हणजे मला तरी असंच आठवतंय. ते सगळं इतक्या पटकन आणि अचानक झालं ना........आणि मी प्रचंड घाबरले होते, जे काय घडलं त्यावर माझा खरोखर विश्वासच बसेना."

"यावरून तरी ते इक्थ्रॉय असतील, असंच वाटतंय." त्यानं आपले डोळे पुन्हा झाकून घेतले.

"काय....? काय असतील?"

अगदी सावकाश, जणू मोठ्या कष्टानं, त्यानं काही डोळ्यांवरचे पंख बाजूला केले, आणि म्हणाला, "इक्थ्रॉय. अगं पृथ्वीवासी, तुला जर इक्थ्रॉय माहीत नसले..."

"मला माहीत करून घ्यायचं नाहीये. ते इक्थ्रॉय जर मी रात्री पाहिले तसे असतील, तर मग मुळीच माहिती नकोय मला त्यांची."

प्रोगिनॉस्कीसनं पंख फडफडवले. तो म्हणाला, "मला वाटतंय आता आपण जाऊन या मिस्टर जेनकिन्सना भेटायलाच हवं... म्हणजे त्या खऱ्या जेनकिन्सना. तू सांगितलंस नं, की ते तुझ्या छोट्या भावाच्या शाळेत आहेत त्यांना."

"का रे?"

प्रोगिनॉस्कीसनं आपले सगळे पंख पुन्हा स्वत:भोवती गोळा करून मिटून घेतले. तो चिडचिड करत विचार करतोय, हे मेगला जाणवलं, 'त्यांनी मला सांगितलं होतं, की हे अवघड असणार आहे असं. त्यांनी मला एखाद्या शांत ठिकाणी, ताऱ्यांची नावं पाठ करायला, पुन्हा का पाठवलं नसेल?... किंवा मी

तर फॅरॅन्डोलींची नावं पाठ करायलाही तयार आहे... मी पृथ्वीवर या आधी कधीच आलेलो नव्हतो. मी खूप छोटा आहे. गूढ छायेत असलेल्या ग्रहांची मला भीती वाटते. ते जाऊ दे, या ग्रहाचा तारा कशा प्रकारचा आहे?'

मग तो त्याच्या विचारसमाधीतून बाहेर आला. हळूहळू डोळ्यांची एक-एक जोडी उघडत गेली. तो म्हणाला, ''मेगुली, तू एका इक्थ्रॉसला बघितलंस, असं मला वाटतंय. इक्थ्रॉय म्हणजे शत्रू आणि जर आपल्याला इक्थ्रॉयचा, म्हणजेच अनेक शत्रूंचा, सामना करायचा असेल, तर मला अगदी माझ्या प्रत्येक पिसासकट, असं वाटतंय, की आपण ह्या मिस्टर जेनकिन्सना, जाऊन भेटायलाच हवं (आणि नंतर कधीतरी तू माझी पिसं मोजायचा प्रयत्न करू शकतेस). हा नक्की आपल्या परीक्षेचाच एक भाग असेल.''

''मिस्टर जेनकिन्स? आपल्या पहिल्या परीक्षेचा भाग? पण ते तर अरे याला काहीच अर्थ नाहीये.''

''माझ्या लक्षात येतोय तो अर्थ.''

त्याला विरोध करत ती म्हणाली, ''प्रोगो, ते शक्य नाहीये हं. मी माझ्या शाळेच्या बसमधून हळूच उतरून, प्राथमिक शाळेत चालत जाऊ शकते. मी या आधीही मिस्टर जेनकिन्सशी चार्ल्सबद्दल बोलायला अशीच गेले होते, पण त्याचा काहीही उपयोग झाला नव्हता.''

''जर तुला इक्थ्रॉस दिसला असेल, तर सगळंच बदललेलं असेल'', प्रोगिनॉस्कीसनं म्हटलं.

''बरं...ठीके....मी प्राथमिक शाळेत जाऊ शकते... बरोबर आहे. अरे, पण मी तुला माझ्यासोबत नेऊ शकत नाही ना. तू इतका मोठा आहेस, की आमच्या शाळेच्या बसमध्ये मावणारही नाहीस... आणि तसंही... तू सगळ्यांना घाबरवून टाकशील.'' या विचारानं तिला हसू आलं, पण प्रोगिनॉस्कीस मात्र हसायच्या मन:स्थितीत नव्हता.

''मी सगळ्यांना दिसू शकणार नाही'' त्यानं तिला सांगितलं. ''मी अगदी खराच आहे. अनेक पृथ्वीवासीयांना एवढी वास्तविकता सहन करता येत नाही. पण जर तुला बरं वाटणार असेल, तर मी अमूर्त स्वरूप धारण करीन.'' त्यानं आपले काही पंख डौलदारपणे फडफडवले, आणि पुढे म्हणाला, ''मलासुद्धा अमूर्त रूपात हलकंच वाटेल, अगदी सुखावह... पण मला वाटलं होतं की... दिसत असणाऱ्या व्यक्तीशी बोलणं तुला सोपं जाईल.''

तो देवदूत तिच्या समोर होता. तारे बघायचा पूर्ण खडक त्यानं व्यापून टाकला होता, आणि क्षणार्धात तो दिसेनासा झाला. तिला हवेत काहीतरी, अगदी मंद, चमकताना दिसल्यासारखं वाटलं... पण ती कदाचित पहाटेची चाहूल

असेल, असंही वाटलं तिला. कसं कोण जाणे... पण तिला त्याचे विचार तिच्या मनात पोचताना जाणवत होते, 'तुला तू प्रचंड शूरवीर असल्यासारखं वाटतंय का गं मेगुली?''

"नाही." आता पूर्वेची क्षितिजरेषा उजळू लागली होती. तारे मंदावले होते, जवळपास अस्तंगतच झाले होते.

"अगं पृथ्वीच्या बाळा, मला वाटतंय की आपल्याला हिंमतवान बनायलाच हवं. आपण एकत्र असणार आहोत ना, म्हणून सोपं जाईल ते. शिक्षकाला हे माहितीये की नाही, याचाच विचार करतोय मी."

"काय माहीत आहे? कशाबद्दल बोलतो आहेस तू?"

"हेच, की तुला इक्थ्रॉस दिसला ते."

"प्रोगो, मला नीट समजत नाहीये. इक्थ्रॉस म्हणजे काय?"

प्रोगिनॉस्कीसनं एकदम मूर्त रूप धारण केलं. आपले कित्येक पंख उभारून, तिला पंखाखाली घेतलं. तो म्हणाला, "चल गं चिमुकले, मी तुला काल एका जागी घेऊन जातो आणि दाखवतो."

"अरे, तू मला काल कसं नेऊ शकशील?"

"बावळटच आहेस, मी तुला आज घेऊन जाऊ शकतच नाही ना. तुझी घरी जाऊन नाश्ता करायची वेळ झाली आहे, आणि तुझ्या आईला आळशीपणा केलेला आवडत नाही. आणि उद्याचा दिवस उजाडण्याआधी, आपल्याला काय करावं लागेल, किंवा कुठे जावं लागेल, हे कोणाला माहितीये? चल, ये", त्यानं तिला आणखी जवळ ओढलं.

ती आता थेटपणे, अगदी जवळ जाऊन, त्याच्या एका डोळ्यात बघू लागली होती... भलामोठा, मांजराच्या डोळ्यासारखा, पिवळसर रंगाचा डोळा होता तो. डोळ्याच्या बाहुलीचं ते काळं मंडल उघडत होतं... तिला आकर्षित करत होतं... खुणावत होतं.

ती त्या लंबगोलाकार छिद्राकडे ओढली जाऊ लागली... आत खेचली गेली, त्या छिद्राच्या पलीकडे गेली.

पलीकडच्या बाजूस... अगदी पूर्ण रात्रीच्या वातावरणात.

मग, तिला एखाद्या मोठ्या झंझावातासारखा वारा जाणवला, आणि तिच्या लक्षात आलं की ती स्वत: त्या वाऱ्याचा एक भाग बनलीये.

मग, तिला कोणीतरी जोरात ढकलल्याचं जाणवलं, आणि ती एका उजाड दगडी डोंगरमाथ्यावर उभी असल्याचं तिच्या लक्षात आलं. प्रोगिनॉस्कीस तिच्याकडे बघून डोळे मिचकावत, डोळा मारत उभा होता. ती ज्या डोळ्याच्या लंबगोलाकार काळ्या मंडलातून इथे आली होती, तो डोळा दिसल्यासारखं वाटलं तिला, पण

तिला तशी खात्री वाटत नव्हती.

देवदूतानं आपला एक भव्य पंख उभारून, आकाशाची वलयाकार रेषा रेखाटल्यागत पंखाची हालचाल केली. सूर्यास्त झाल्याने आकाशाचा जांभळट गुलाबी रंग पुसट होत गेला, आणि मंदावत जाऊन नाहीसा झाला. क्षितिजरेषेजवळचं आकाश हिरव्या रंगात न्हाऊन निघालं. आकाशाच्या वरच्या दिशेला, हा रंग कमी होत जाऊन आकाश गडद निळसर जांभळं दिसायला लागलं. या आकाशात हळूहळू तारे दिसायला लागले. अगदीच वेगळे अनोळखी नक्षत्रसमूह दिसायला लागले.

मेगनं विचारलं, "आपण कुठे आहोत?"

"कुठे आहोत, याचा विचार करू नकोस. लक्षपूर्वक बघत राहा."

त्याच्या शेजारी उभी राहून, ती त्या तेजस्वी ताऱ्यांकडे बघू लागली. काही वेळानं एक मोठा आवाज ऐकू आला... आवाजाच्याही वरचा आवाज... आवाजापलिकडचा आवाज... अत्यंत तीव्र तरीही शांत. विजेच्या कडकडाटासारखा. कानठळ्या बसून, तिनं आपले हात कानांवर ठेवले. आकाशात ताऱ्यांची दाटी झाली होती. मिल्की-वे या आपल्या आकाशगंगेत ताऱ्यांची दाटी दिसते, अगदी तसंच दिसत होतं. आकाशात एक भेग थरथरली, अगदी पातळ, बारीक कापटीसारखी झाली, आणि जणू शून्यत्वाची रेघ बनली.

ही असली काही गोष्ट अंतरिक्षात घडू लागली असेल, तर बाबांना वॉशिंग्टन आणि ब्रूकहेवन इथे पाचारण करण्यात आल्याबद्दल मेगला आश्चर्य वाटलं नाही. अगदी ही घटना पृथ्वी आणि मिल्की वे या आपल्या आकाशगंगेपासून कितीही दूर अंतरावर घडत असली तरीही.

"प्रोगो, काय आहे रे हे? काय झालं?"

"इक्थ्रॉयनं नायनाट केलाय."

"काय?......"

"संहार केलाय. संपवून टाकलंय. विनाश केलाय. समूळ नायनाट."

मेग आकाशातल्या त्या भेगेकडे भयंकर भुरळ पडल्यासारखी बघत राहिली. इतकी भयानक गोष्ट तिनं आजवर कधीही पाहिली नव्हती. आदल्या रात्री पाहिलेल्या त्या मिस्टर जेनकिन्सरूपी इक्थ्रॉयपेक्षाही भयंकर. ती देवदूतास चिकटली. त्याचे पंख, अनेक डोळे, धुराचे लोट स्वत:भोवती वेढून घेतले, पण तरीही तिला ती आकाशातली भेग दिसतच होती.

तिला ते सहन होईना.

ते दृश्य नजरेआड करण्यासाठी तिनं आपले डोळे मिटून घेतले. शक्य तितक्या सुखद गोष्टी, घटना आठवायचा प्रयत्न ती करू लागली. 'सगळ्यात

सुरक्षित, उचित, सामान्य असं काय बरं?' ती आठवायचा प्रयत्न करू लागली... घरी असलेलं जेवणाचं टेबल; हिवाळा; खिडक्यांवरून ओढून घेतलेले लाल पडदे, आणि बाहेर शांतपणे पडत असलेला बर्फ, शेकोटीत जळत असलेलं सफरचंदाच्या झाडाचं लाकूड, आणि शेकोटीच्या समोर सुखानं घोरत पडलेला फोर्टिनब्रास...; टेपरेकॉर्डरवर वाजत असलेली होल्स्टच्या 'द प्लॅनेट्स' या वाद्यवृंदाची धून... अं... नाही कदाचित हे तितकंसं सुखद नाही वाटणार; मनातल्या मनातच तिनं आपलं लक्ष, शाळेच्या भीषण वाद्यवृंदाच्या, रेकॉर्ड केलेल्या टेपकडे वळवलं, त्या कोलाहलात सँडी आणि डेनीस आपापली वाद्यं वाजवत होते.

सगळ्यांचं जेवण झालं होतं. ती टेबल आवरून भांडी धुवायला सुरुवात करत होती. आई-बाबा जेवणानंतर कॉफी पीत टेबलापाशी बसून एकमेकांशी बोलत होते. त्यांचं बोलणं अर्धवटपणे तिच्या कानांवर पडत होतं.

हे सगळं इतकं खरं, प्रत्यक्ष घडतंय असं वाटत होतं की, ती तिथेच, त्या दृश्यात खरोखरच मूर्तरूपात आहे, असं तिला वाटलं. प्रोगिनॉस्कीस तिच्या मनाला ढुशा देत, तिला हे सगळं आठवायला मदत करतोय, असंही तिला वाटलं.

नळाच्या गरम पाण्याखाली बशा धुताधुता आई-बाबांचं बोलणं तिनं लक्षपूर्वक ऐकलं होतं का? त्यांचा आवाज तर चांगला स्पष्ट ऐकू येत होता... अगदी जणू ती त्याच खोलीत असावी इतका स्पष्ट. तिच्या बाबांनी बहुदा त्या भयानक गोष्टीचा उल्लेख केला... तीच प्रोगिनॉस्कीसनं नुकतीच तिला दाखवलेली. ती घटना इतकी भयानक वाटत होती... जणू ती एखादी गोष्ट, घटना असं काही नसून, ते फक्त शून्यत्व होतं. तिला तिच्या बाबांचा शांत, विवेकी आवाज स्पष्ट ऐकू यायला लागला. ते तिच्या आईला सांगत होते, "अशा विचित्र, अतर्क्य गोष्टी दूरवरच्या आकाशगंगांमध्ये घडतायत, एवढंच नाहीये हे. अतर्क्यतेनं इतक्या कावेबाजपणे आपल्यात शिरकाव केलाय ना, की ते आपल्या लक्षातही येत नाहीये. पण आपल्याच देशात घडणाऱ्या अशा काही गोष्टींचा विचार कर. थोड्याशाच वर्षांपूर्वी तू त्या घडतील यावर विश्वासही ठेवला नसतास."

सौ. मरींनी कप गोल हलवून त्यातली उरलीसुरली थोडीशी कॉफी ढवळली. त्या म्हणाल्या, "अगदी सगळ्याच गोष्टींवर आता माझा विश्वास बसत नाहीये, पण तरीसुद्धा त्या घडतायत, हे मला माहीत आहे." त्यांनी मान वर करून इकडेतिकडे बघत जुळी मुलं आणि चार्ल्स खोलीबाहेर गेल्याची, आणि मेग भांडी धुण्यात मग्न असल्याची, खात्री करून घेतली. त्या पुढे म्हणाल्या, "दहा वर्षांपूर्वी आपल्याकडे या घराची किल्लीसुद्धा नव्हती. आता मात्र आपण बाहेर जाताना या घराला कुलूप लावतो. शहरांमध्ये तर अविवेकी हिंसाचार फारच जास्त

बोकाळलाय.''

श्री. मरी अनवधानानं टेबलक्लॉथवर समीकरण लिहून सोडवू लागले. सौ. मरींचं त्याकडे लक्षच गेलं नव्हतं. श्री. मरी म्हणाले, ''असाही एक काळ होता की, लोक पावसाचं पाणी शुद्ध असल्यामुळे प्यायचे, आकाशातून पडलेला बर्फ खायचे, कुठल्याही नदीत किंवा ओढ्यात पोहायचे. आत्ताच्या पिढीला हा काळ माहीतही नाही. मागच्या वेळी मी वॉशिंग्टनहून गाडी चालवत घरी आलो नं, तेव्हा वाहनांची रहदारी इतकी जास्त होती की मी घोड्यावरून आलो असतो, तरी लवकर पोचलो असतो. रस्त्यावर 'वेगमर्यादा- ६५ MPH (मीटर प्रति तास)', असं लिहिलेले मोठाले फलक लावलेले होते, पण रहदारी मात्र साधारण २० च्या वेगानंच पुढे सरकत होती.''.

''आणि मी आणि मुलांनी तुमची वाट बघत, तीन तास जेवण गरम ठेवलं होतं. वाट बघून शेवटी आम्ही जेवून घेतलं. तुम्हाला काही अपघात वगैरे झाला असेल अशी काळजी वाटत नसल्याचं एकमेकांना दाखवत होतो आम्ही'', सौ. मरी कडवटपणे म्हणाल्या. ''आणि आता बघा, आपण एका महान लोकशाहीतल्या, सुशासित आणि विकसित राज्यात राहतोय, पण मागच्याच आठवड्यात दहा वर्षांच्या चार मुलांना, शाळेत अमली पदार्थ विकताना पकडलंय. आपल्या सहा वर्षांच्या मुलाला रोज मार पडतोय, आणि त्यामुळे त्याचा डोळा काळानिळा पडतोय, नाकातून रक्त येतंय'' बोलत असताना सौ. मरींचं लक्ष, एकदम श्री मरी टेबलक्लॉथवर लिहीत असलेल्या समीकरणाकडे गेलं, ''हे काय करताय तुम्ही?''

''फॅरन्डोलींचा मायटोकॉन्ड्रियावरील परिणाम, ह्या तुझ्या संशोधनाचा आणि अंतरिक्षात घडलेल्या त्या अनाकलनीय घटनेचा, परस्परांशी काहीतरी संबंध नक्कीच असेल अशी मला शंका येतीये.'' त्यांची पेन्सिल टेबलक्लॉथवर लिहीतच होती. त्यांनी एक अपूर्णांक आणि काही ग्रीक अक्षरं लिहिली आणि त्यांचा वर्ग केला.

हलक्या आवाजात सौ. मरी म्हणाल्या, ''मला लागलेला शोध फारसा सुखावह नाहीये.''

''मला माहितीये.''

''मी फॅरन्डोलींना वेगळं काढण्याचा प्रयोग केला, कारण हवेच्या प्रदूषणाव्यतिरिक्त असं काही आहे, की ज्यामुळे श्वसनसंस्थेचं काम बंद पडून मृत्यू ओढवण्याचं प्रमाण वेगानं वाढत चाललंय. आणि ही जी तथाकथित फ्ल्यूची साथ आलीये ना, त्यामागेही तेच कारण आहे. मायक्रो-सोनारस्कोपमुळे मला पहिल्यांदा सुगावा लागला या गोष्टीचा'' त्या अचानक बोलायच्या थांबल्या, त्यांनी श्री. मरींकडे

नजर टाकली आणि म्हणाल्या, "हा तोच आवाज आहे, हो ना? आजारी मायटोकॉन्ड्रियांची विचित्र किंकाळी? आणि त्या नव्या पॅरबोलॉइडोस्कोपनं, दूरवरच्या आकाशगंगांमधील टिपलेली आरोळी, या दोन्हीत किती भयंकर साम्य आहे ना. मला अजिबात आवडत नाही हे. आपल्या मागच्या अंगणात काय चाललंय, हेही कळत नाही आपल्याला. अनाचार आणि हिंसाचारामुळे जगातल्या सगळ्यांची मनं इतकी निर्ढावली आहेत ना, की त्याचं काहीही वाटेनासंच झालंय. गृहीतच धरलंय ते सगळ्यांनी. आपले राष्ट्राध्यक्ष प्रयत्नांची पराकाष्ठा करतायत. आकाशात असली भलीमोठी, नाट्यमय भेग पडल्याशिवाय, धोक्याचा गांभीर्यानं विचार कोणी करतच नाही. आणि मीदेखील, आपल्या सगळ्यात छोट्या मुलाच्या चिंतेनं व्याकूळ झाल्यानंतरच, फॅरन्डोलींचा लक्षपूर्वक अभ्यास करायला घेतेय."

आईच्या दुःखी आवाजामुळं, मेगनं सिंकपासून वळून तिकडे पाहिलं. बाबांनी आपला हात लांबवून आईचा हात हातात घेतला, आणि म्हणाले, "तू खरं तर अशी नाहीयेस राणी. माझ्या बुद्धीला फक्त निराशा आणि नाउमेद याचं कारण दिसतंय. पण माझी बुद्धी जे सांगतेय, फक्त तेवढंच मानू शकत नाहीये मी. कारण ते फक्त तेवढंच नाहीये."

"मग आता आणखी काय आहे?" व्यथित होऊन हलक्या आवाजात सौ. मरींनी विचारलं.

"अजूनही, सुनियोजित पद्धतीनं, सुंदर लयीत फिरणारे तारे आहेत. या जगात, अजूनही दिलेली वचनं पाळणारे लोक आहेत. तू प्रयोगशाळेत बन्सेन बर्नरवर मटणाचा रस्सा शिजत ठेवतेस, यासारख्या छोट्या छोट्या गोष्टीही जशाच्या तशाच आहेत ना. तू तुझ्या प्रयोगात अगदी गढून गेलेली असलीस, तरीही कुटुंबीयांना वेळेवर जेवू घालायला तू विसरत नाहीस. माझं मन कितीही निराश झालं, तरी एवढ्या गोष्टी मला आशावादी बनवायला पुरेशा आहेत. आणि आपल्या दोघांनाही एवढं नक्कीच कळतं, की ते सगळं खरंच किती सीमित आहे."

प्रोगिनॉस्कीस म्हणाला, "खूप ज्ञानी, सुजाण आहेत तुझे बाबा."

"मी ते आठवत असताना, तुला ऐकू आलं?"

"मीसुद्धा तुझ्यासोबत आठवत होतो. त्यातलं जवळजवळ बरंचसं संभाषण, तुझ्या जागृतावस्थेतल्या मनानं ऐकलेलं नव्हतं, तुला माहितीये."

"माझी स्मरणशक्ती खूप चांगली आहे" मेगनं बोलायला सुरुवात केली. मग एकदम ते वाक्य तिनं तोडून टाकलं, आणि म्हणाली, "बरं...ठीक आहे. मला एकटीला, हे सगळं आठवता आलं नसतं. मला वाटतंय... त्या वेळी माझ्या कानांवर फक्त आवाज पडत होते, हो ना? पण हे सगळं माझ्याकडून तू कसं

काढून घेतलंस?''

प्रोगिनॉस्कीसच्या घुबडासारख्या दोन डोळ्यांनी, तिच्याकडे नजर टाकली. त्या डोळ्यांभोवती वर्तुळाकार कडा होती. तो म्हणाला, ''तू आता काईथ कसं करायचं, ते शिकायला सुरुवात केली आहेस.''

''काय शिकण्याची सुरुवात?''

''काईथ. ती देवदूतांची बोलण्याची पद्धत आहे. शब्दांविना संवाद साधायचा. म्हणजे मी खराखुरा, अस्तित्वात आहे; पण त्यासाठी मला हाडामांसाचं रूप घेण्याची गरज नाहीये नं, अगदी तसंच.''

''पण मी मात्र हाडामांसाची असायलाच हवं, आणि मला शब्दांची गरज आहे हं.''

''मला माहितीये गं मेग'', तो हळुवारपणे उत्तर देत बोलू लागला, ''आणि तुझ्यासाठी मी सगळ्या गोष्टी शब्दांत सांगेनच. पण देवदूत आपसात संवाद साधताना शब्द न वापरता काईथ करतात, ही गोष्ट जर तू लक्षात ठेवलीस तर बरं होईल. मानवजातीच्या मानानं तुला काईथ करण्याची लक्षणीय प्रतिभा लाभली आहे हं.''

या कौतुकानं मेग जराशी लाजली; तिला वाटत होतं की, देवदूतांना असं कौतुक करण्याची सवय नसते. ती म्हणाली, ''प्रोगो, बाबा टेबलक्लॉथवर जे समीकरण लिहीत होते, ते जर मला दिसलं असतं तर किती बरं झालं असतं नं. ते जर मी पाहिलं असतं, तर ते माझ्या मनाच्या एखाद्या कोपऱ्यात जाऊन बसलं असतं, आणि ते तू शोधून काढलं असतंस.''

''विचार कर, मी मदत करीन तुला'', प्रोगिनॉस्कीस म्हणाला.

''आईनं तो टेबलक्लॉथ धुवायला टाकला.''

''पण तुला आठवतंय ना, की त्या समीकरणात काही ग्रीक अक्षरं होती ते.''

''अं...हो....''

''तुझ्यासोबतीनं ती शोधायचा मला प्रयत्न करू दे.''

तिनं डोळे मिटून घेतले.

''अगदी बरोबर. आता शांत हो. आपल्या दोघांसाठी काईथ करायची हीच योग्य पद्धत असेल कदाचित.......तू विचार करायचा प्रयत्न करू नकोस. मला फक्त तुझ्या मनात शिरून हालचाल करू दे.''

तिच्या मनाच्या डोळ्याच्या एका कोपऱ्यात, तिला तिचे बाबा टेबलक्लॉथवर लिहीत असलेलं समीकरण, त्यातले आकडे, आणि त्या आकड्यांत गुंफलेली तीन ग्रीक अक्षरं दिसली. ते सगळं तिनं विचारांच्या माध्यमातून प्रोगिनॉस्कीसकडे पोचवलं.

“एप्सिलॉन, काय आणि थीटा. पहिली अक्षरं एकत्र केली की ‘एक्थ’ असं होतं” देवदूतानं तिला सांगितलं.

“इक्थ्रॉय; पण बाबांना हे कसं...”

“आत्ता आपल्याला जे संभाषण आठवलं होतं, त्याचा विचार कर मेग. तुझ्या आई-बाबांना जगातल्या दुष्ट शक्तींची चांगलीच जाणीव आहे.”

“बरं, बरं, ठीक आहे. हो, कळलं मला”, मेग जरा तिरसटून म्हणाली. “चार्ल्स शाळेत जायला लागेपर्यंत, आपण या गोष्टीकडे, दुर्लक्ष करू शकू असंच वाटायचं मला. शहामृग करतात ना तसंच काहीसं.”

देवदूतानं तिच्याभोवती वेढलेले आपले पंख, बाजूला घेऊन मिटून घेतले. त्या अनोळखी टेकडीवर थंडीत ती उघडी पडली. “तुझे डोळे उघड, आणि आकाश कुठे फाटलंय ते बघ”, तो म्हणाला.

“मी नाही बघणार.”

“अगं, बघ की. मी माझे सगळे डोळे उघडले आहेत, आणि तुला तर फक्त दोनच डोळे उघडायचे आहेत.”

मेगनं डोळे उघडले. आकाशातली ती भेग अजूनही तिथेच होती. या इतक्या दूरच्या घटनेचा चार्ल्स वॉलेसच्या निस्तेजपणाशी, मायटोकॉन्ड्रायटिस की काय आजार आहे तो, त्याच्याशी काय संबंध असावा, असा प्रश्न तिला पडला. “पण कसं? अरे प्रोगो, इक्थ्रॉयनं कसं केलं रे ते?”

त्यालाही चार्ल्ससारखीच तिच्या चिंतेची लागण झाली. “ते ना... नाम काढून घेण्याशी संबंधित असतं. आपण नामदाता आहोत ना, तसे इक्थ्रॉय हे नामनाशक असतात.”

“प्रोगो, अरे पण त्याचा मिस्टर जेनकिन्सशी काय संबंध?”

भीतीची एक शिरशिरी तिच्या अंगातून गेल्यासारखं तिला जाणवलं.

“अगं पिल्लू, तेच तर आपण शोधायला हवंय... असं मला वाटतंय. माझ्या मते आपल्या पहिल्या परीक्षेचा तो एक भाग आहे. चल, जाऊ आपण.” त्यानं तिला पुन्हा आपल्याजवळ ओढलं; पुन्हा ती त्या डोळ्यासमोर गेली, त्या डोळ्याच्या बाहुलीच्या लंबगोलाकार छिद्रातून आत खेचली गेली. मग ते छिद्र बंद झालं, आणि ते दोघे पुन्हा त्यांच्या तारे पाहायच्या खडकावर अवतीर्ण झाले. पहाट झाल्याने पूर्व दिशा हळूहळू उजळू लागली होती.

प्रोगोनं आपले पंख पसरले, आणि ती त्याच्या पंखाखालून बाहेर आली. त्यानं विचारलं, “आता आपण काय करायचं?”

देवदूत तिला विचारत होता? “ए बाबा, मी केवळ एक मानवप्राणी आहे, आणि अजून माझी पूर्ण वाढदेखील झालेली नाहीये” तिनं उत्तर दिलं. “मला

कसं माहीत असणार?''

''मेगुली, अगं, मी तुमच्या ग्रहावर याआधी कधीही आलेलो नाहीये. हे तुझं घर आहे. चार्ल्स वॉलेस तुझा भाऊ आहे. मिस्टर जेनकिन्सना तूच ओळखतेस. आपण काय करायचं, हे तूच सांगायला हवंस.''

त्या कठीण थंडगार खडकावर मेगनं चिडून जोरजोरात पाय आपटले. ती म्हणाली, ''ही किती जास्त मोठी जबाबदारी आहे! मी अजूनही लहान मुलगी आहे! यातलं काहीही मी नव्हतं मागितलं! मला नकोय हे!''

तिच्यापासून दूर होत प्रोगिनॉस्कीसनं विचारलं, ''तू परीक्षा द्यायला नकार देते आहेस का?''

''पण मी असं म्हटलंच नव्हतं की मला परीक्षा हवीय! ब्लजेनी, किंवा तू, किंवा इतर काहीही मी मागितलेलंच नव्हतं!''

''नाही? मला तर वाटलं की तुला चार्ल्स वॉलेसची काळजी वाटते.''

''हो अर्थातच! मला सगळ्याच गोष्टींबद्दल चिंता वाटते!''

प्रोगिनॉस्कीस खेदपूर्ण करारी आवाजात म्हणाला, ''मेग, तू ही परीक्षा देणार आहेस की नाही? मला कळायलाच हवं. आत्ताच्या आत्ता.''

पुन्हा पाय आपटत मेग म्हणाली, ''अर्थातच देणार आहे. मला करावंच लागेल ते, तुला माहितीये. चार्ल्स वॉलेस धोक्यात सापडला आहे. त्याला मदत करण्यासाठी मी काहीही करेन... ते अगदी मूर्खपणाचं वाटलं तरीही.''

''बरं. मग आता आपण काय करायचं?''

तिनं चष्मा बोटानं नाकावर ढकलून नीट बसवला. जणू तसं केल्यानं तिला विचार करायला मदत होणार होती. ती म्हणाली, ''आता....अं..... मी घरी जाऊन नाश्ता करते. मग मी माझ्या शाळेच्या बसमध्ये चढेन. बस टेकडीच्या पायथ्यापाशी थांबते. तू तिथे माझी वाट पाहिलीस तर बरं होईल. तू जरी अमूर्त स्वरूपात, म्हणजेच इतरांना न दिसता, माझ्या घरी आलास तरी फोर्टिनब्रास कदाचित तुझ्यावर भुंकेल. त्याला समजेल तू घरात आल्याचं.''

''तुला जे सगळ्यात योग्य वाटेल ते'', नरमाईनं प्रोगिनॉस्कीस म्हणाला.

''मी सात वाजेपर्यंत त्या रस्त्याच्या टोकाला येईन. आमच्या शाळेच्या बसला बरंच अंतर कापायचं असतं, आणि मध्ये मध्ये खूपदा थांबावं लागतं. त्यामुळे दीड तास लागतोच. मी पहिल्या काही स्टॉपपैकी एका स्टॉपला बसमध्ये चढते.''

देवदूतानं संमती दिल्याचं तिला जाणवलं, आणि मग तो अदृश्य झाला. तिला तिथे चमक वगैरे काहीही दिसलं नाही किंवा मनात किंचितशी जाणीवही झाली नाही. ती घरी जाऊ लागली. रस्ता तर नेहमीचाच, ओळखीचा होता.

आश्चर्यात टाकणाऱ्या आणखी नवीन, अनोळखी गोष्टी कदाचित सामोऱ्या येऊ शकतील, असं वाटून तिनं टॉर्च लावला.

मेग दगडी भिंतीशी पोहोचली. मोठी लुईस तिथेच वाट बघत होती. स्वागत नाही आणि हल्लाही नाही. नुसतीच वाट पाहत होती. मेग सावधपणे जवळ गेली. लुईसनं तिच्याकडे पाहिलं. टॉर्चच्या उजेडात तिचे डोळे खोल विहिरीतल्या पाण्यासारखे चमकत होते.

''प्लीज लुईस, मी पुढे जाऊ का?'' मेगनं बुजऱ्या आवाजात विचारलं.

लुईसनं आपलं वेटोळं सोडवलं, तिचं स्वागत केल्यागत जराशी लहरली. मेगकडे ती अजूनही लक्षपूर्वक रोखून पाहत होती. मग तिनं आपलं डोकं झुकवलं, आणि सरपटत दगडांच्या फटीत निघून गेली. तिला शुभेच्छा देण्यासाठी, आणि पुढे जे काही वाढून ठेवलं असेल, त्याबद्दल तिला सूचक इशारा देण्यासाठी लुईस तिची वाट पाहत होती, असं मेगला वाटलं. लुईस तिची हितचिंतक आहे, ही बाब जरा विचित्र असली तरी ती मेगला चक्क सुखावह वाटली.

नाश्त्याला गरमागरम लापशी आणि सॉसेजेस (नळीच्या आकाराचे, पातळ आवरणात भरलेले मांसाचे चवदार कबाब) केलेले होते. मेगच्या लक्षात आलं की तिनं पोटभर खायला हवं, कारण नंतर पुढे काय होईल, कोणास ठाऊक? पण तिला जास्त अन्न जाईना. कसेबसे काही घास खाल्ले तिनं.

''तू ठीक आहेस नं मेग?'' आईनं विचारलं.

''हो, छान आहे की.''

''जरा मलूल दिसतीयेस. तुला नक्की काही होत नाहीये ना?''

'आईला या मायटोकॉन्ड्रायटिस प्रकरणामुळे आम्हा सगळ्यांचीच काळजी वाटतीये.' तिच्या मनात आलं. ती म्हणाली, ''नाही गं, पौगंडावस्थेतल्या नेहमीच्याच कुरबुरी'', आईकडे बघून ती छान हसली.

सँडी म्हणाला, ''तुला सॉसेजेस नको असेल तर मला दे, मी खाईन ते.''

डेनीस म्हणाला, ''मला अर्धं दे त्यातलं, ठीक आहे?''

चार्ल्सनं हळूहळू आणि जाणूनबुजून पूर्ण वाडगाभर लापशी संपवली, पण त्याचं सॉसेज मात्र त्यानं जुळ्या भावांना दिलं.

''ठीक आहे मग'', मेगनं तिची ताटली धुवून टाकली, आणि जागेवर ठेवत ती म्हणाली, ''मी निघते आता.''

''अगं, थांब की आमच्यासाठी'', सँडी म्हणाला.

तिला त्या दोघांसाठी थांबायचं नव्हतं. बसस्टॉपपर्यंत चालत जाताना त्यांची बडबड तिला ऐकायची नव्हती. पण दुसऱ्या बाजूनं विचार केल्यास ते सोबत असले तर त्यांच्या बडबडीमुळे पुढे घडणाऱ्या गोष्टींचा विचार करणं जरासं

थांबलं असतं. आत्तापर्यंत तिच्या मनात, मिस्टर जेनकिन्सबद्दल नावड, वैताग आणि अधूनमधून राग, याच भावना होत्या. या आधी त्यांची भीती वाटल्याचं मात्र तिला अजिबात आठवत नव्हतं.

ती जेव्हा घराबाहेर पडली, तेव्हा आता घरी परत यायला खूप वेळ लागणार आहे, असा भयानक पूर्वसंकेत तिच्या अंतर्मनानं दिल्याचं तिला जाणवलं. फोर्टिनब्रास नेहमीच त्यांच्यासोबत बसपर्यंत यायचा, आणि मग घरी येऊन, चार्ल्सच्या शाळेच्या वेळी, पुन्हा त्याच्यासोबत बसपर्यंत जायचा. त्याप्रमाणे तो आत्ताही सोबत यावा, असं तिला वाटत होतं. पण आज सकाळी मात्र स्वयंपाकघराची ऊब सोडून, बाहेर येण्याची तयारी त्यानं दाखवली नाही.

"आज काय होईल, असं तुला वाटतंय?" सकाळच्या थंडीत ते सगळे टेकडीच्या पायथ्यापाशी जात असताना, सँडीनं प्रश्न केला.

खांदे उडवत डेनीस म्हणाला, "काही नाही रे, नेहमीचंच की. चल, आपण टेकडीच्या पायथ्यापर्यंत धावत जाण्याची शर्यत लावूया."

५

पहिली परीक्षा

देवदूत आणि मेग शाळेच्या आवारात सुखरूप पोहोचले. आवार तसं रिकामंच होतं.

"आपल्याला थोडा वेळ थांबून वाट पाहावी लागेल", मेग बोलू लागली, "तुझं ठीक आहे रे, तू कोणालाही दिसत नाहीयेस. मला मात्र लपण्यासाठी एखादी जागा शोधायला हवी." तिला प्रोगिनॉस्कीस दिसत नव्हता, पण तो असलेल्या ठिकाणी किंचित चमचमता उजेड दिसत होता. त्या उजेडाशीच मेग बोलत होती. तिला माहीत होतं की तो तिथेच आहे.

"खूप उशीर झालाय" देवदूत म्हणाला. मेगनं गरकन वळून पाहिलं. मिस्टर जेनकिन्स शिक्षकांसाठी असलेल्या वाहनतळापासून आवारात चालत येत होते.

तेच, नेहमीचेच सामान्य, रोजच्या ओळखीचे मिस्टर जेनकिन्स. आता कुठलाही साप त्यांना बघून फूत्कार टाकत नव्हता, की 'खटखट' असा आवाज काढत नव्हता. त्यांनीही दुसरं काही न करता, शाळेच्या आवारातून चालणं सुरू ठेवलं. अगदी रोज दिसायचे तसेच आताही दिसत होते. त्यांनी त्यांचा नेहमीचा काळसर सूट घातला होता. त्यांच्या खांद्यांवर नेहमीच थोडासा डोक्यातला कोंडा पडलेला दिसायचा. अगदी कितीही वेळा झटकला, तरी दिसायचाच तो. त्यांचे अर्धवट पिकलेले केस बारीक कापलेले होते, आणि भिंगाच्या चष्म्याआडून त्यांचे डोळे गढूळलेले दिसत होते. ते बुटकेही नव्हते आणि उंचही नव्हते, लठ्ठही नव्हते, बारीकही नाही. मेग जेव्हा जेव्हा त्यांच्या समोर यायची, तेव्हा तिची जमिनीला खिळल्यागत अवस्था व्हायची, आणि आपल्या हातांचं काय करावं; ते कसे, कुठे ठेवावे, हे उमजतच नसे तिला.

"बरं... तू आहेस होय. मार्गरेट... अगं काय हे? तू इथे काय करतीयेस?" त्यांना वैताग येणं अगदी स्वाभाविकच होतं.

तिच्याजवळ या प्रश्नाचं उत्तर नव्हतं. प्रोगिनॉस्कीस तिच्या जवळच असल्याचं तिला जाणवलं. त्याचं मन तिच्या मनात शिरल्याचंही तिला जाणवलं, पण त्यानं काहीही सुचवलं नाही.

"माझ्या बाळा", मिस्टर जेनकिन्स बोलू लागले. त्यांच्या आवाजात एक वेगळाच, नकोसा कनवाळूपणा होता. "तू पुन्हा तुझ्या छोट्या भावाबद्दल बोलायला आलेली असशील, तर आत्ता मी तुला एवढंच सांगू शकतो, की आम्ही त्याच्याबद्दल पुन्हा एकदा विचार करतो आहोत. एखाद्या मुलाला, त्याच्याच वयाच्या मुलांनी अशी दहशत दाखवून घाबरवून सोडणं, हे माझ्या शैक्षणिक धोरणात बसत नाही. आम्ही त्याच्या काही प्राथमिक चाचण्या घेतल्या, आणि त्यातून असं कळलंय, की त्याच्यात असामान्य प्रतिभा आहे. म्हणून, त्याच्या बाबतीत असामान्य उपाययोजनाच करायला हवी. राज्याच्या शैक्षणिक मंडळाशी मी अनेकदा सल्लामसलत केली आहे, आणि आम्ही त्याच्यासाठी एक खास शिक्षक नेमण्याचा विचार करत आहोत."

मेगनं सावधपणे त्यांच्याकडे नजर टाकली. विश्वास बसू नये इतकं चांगलं वाटत होतं हे सगळं.

लुईस मात्र तिला सावधगिरीचा इशारा देण्याचा प्रयत्न करत होती. तो कशाबद्दल?

देवदूतदेखील अस्वस्थ वाटत होता. तिच्या मनात चलबिचल करू लागलेल्या, त्याच्या मनाची जाणीव तिला झाली. मिस्टर जेनकिन्सच्या समंजस वागणुकीबद्दलची तिची प्रतिक्रिया त्याला समजली होती.

"सगळा मूर्खपणा आहे", मिस्टर जेनकिन्स दुसऱ्या एका मिस्टर जेनकिन्सना म्हणाले. "फक्त एका मुलाकरता आपण नियमास अपवाद करू शकत नाही. चार्ल्स वॉलेस मरीनं जुळवून घ्यायला शिकायलाच हवं."

दुसरेच एक मिस्टर जेनकिन्स, आधीच्या मिस्टर जेनकिन्सच्या शेजारी उभे होते.

हे तर अगदीच अशक्य. इतकं अविस्मरणीय, असंभव की...

पण हे दोघे तंतोतंत एकमेकांसारखे होते... कठोर चेहऱ्याचे, दोन मिस्टर जेनकिन्स तिच्या समोर उभे होते.

प्रोगिनॉस्कीस चमचमला, पण त्यानं मूर्त रूप धारण केलं नाही. मेग त्या चमकत्या उजेडाजवळ सरकली. देवदूतानं एक अदृश्य पंख उघडून, तिला आपल्याजवळ, पंखाखाली ओढून घेतल्याची जाणीव तिला झाली. त्याचं हृदय भीतीनं जोरजोरात धडधडत होतं. तिला ऐकू येत होतं ते.

"आपण नामदाते आहोत", हृदयाच्या धडधडीतून तिला ऐकू आलं. "आपण

नामदाते आहोत. त्यांचं नाव काय आहे?''

''मिस्टर जेनकिन्स.''

''नाही गं, तसं नाही. हीच आपली परीक्षा आहे मेग. अगदी नक्कीच. या दोघांमधला एक जण इक्थ्रॉय आहे. खरेखुरे मिस्टर जेनकिन्स कोण आहेत तेच आपल्याला समजायला हवंय.''

ते दोन्ही मिस्टर जेनकिन्स एकमेकांकडे रोखून बघत होते. मेगनं त्यांच्याकडे पाहिलं, आणि ती देवदूताला म्हणाली, ''प्रोगो, तुला माझ्या मनातलं वाचता येतं. तसं त्या दोघांच्या मनात शिरून, त्यांच्या मनातलं वाचता येईल का? तू काईथ करू शकणार नाहीस का?''

''ते नक्की कोण आहेत हे मला माहीत नाहीये, म्हणून मी काईथ नाही करू शकणार. मूळ नमुना कोणता आहे, हे तुलाच माहितीये.''

''काय?''

''खरेखुरे. जे अगदी खरेखुरे मिस्टर जेनकिन्स आहेत ते. ए... अगं, ते बघ.''

अचानक त्या दोन्ही मिस्टर जेनकिन्सच्या शेजारी, तिसरे मिस्टर जेनकिन्स उभे ठाकले. त्यांनी आपला हात स्वागतपर अभिवादनासाठी उंचावला. मेगसाठी नव्हे, तर त्या दोन माणसांसाठी. त्यांच्याशी बरोबरी साधत हे तिसरे मिस्टर जेनकिन्स म्हणाले, ''त्या बिचाऱ्या मुलीला काही मिनिटं तरी एकटं सोडा की.''

ती तिन्ही माणसं कठपुतळ्यांसारखी ताठरपणे गर्रकन वळली, आणि आवारातून चालत चालत शाळेच्या इमारतीत गेली.

''आपण विचार करायलाच हवा. आपण विचार करायला हवाच.'' एका सेकंदासाठी प्रोगिनॉस्कीसचं काईथ, अपारदर्शक बनलं, आणि तो आग ओकणं रोखायचा आटोकाट प्रयत्न करतोय, हे मेगच्या लक्षात आलं.

मेग म्हणाली, ''प्रोगो, तू जर खरंच देवदूत असशील ना...''

अपमानाची एक भलीमोठी अदृश्य लाट उसळून तिच्या अवतीभोवती पसरल्याचं मेगला जाणवलं.

एका हाताची मूठ वळून, दुसऱ्या हातावर गुद्दा मारत ती म्हणाली, ''थांब रे. तू मला विचार करायला सांगितलं आहेस ना... मी विचारच करतेय.''

''अगं, मोठ्यानं विचार करायची गरज नाही. विचार करण्यासाठी बोलायचीही गरज नाही. त्यामुळे माझ्या कानठळ्या बसतायत. माझ्यासोबत काईथ करायचा प्रयत्न कर मेग.''

''काईथ करणं मला अजूनही समजलं नाहीये. ते मानसिक टेलिपथीसारखं असतं का?''

प्रोगिनॉस्कीस जरा अडखळला. "अं... टेलिपथी ही काईथ करायला शिकण्याची सुरुवात आहे, असं म्हणता येईल. देवदूत नेहमी कायथिंगच्याच भाषेत संवाद साधतात—तुझ्यासोबत, ताऱ्यांसोबत, आकाशगंगांच्याबरोबर, समुद्रातल्या मिठासोबत, झाडांच्या पानांसोबत ...."

"अरे, पण मी देवदूत नाहीये. मी कसं करणार ते?"

"मेग, तुझा मेंदू ज्ञानेन्द्रियांकडून मिळालेली सगळी माहिती साठवून ठेवतो, पण या माहितीच्या कोठाराची किल्ली मात्र तुझ्या जागृतावस्थेतील मनाकडे नसते. तू, तुझा मेंदू आणि मन, माझ्यासाठी पूर्णपणे खुलं कर, म्हणजे मला तुझ्या मनाच्या कोठाराची दारं उघडता येतील."

"बरं, ठीक आहे, मी प्रयत्न करते." त्या देवदूताला अगदी पूर्णपणे मनात प्रवेश करू देणं, स्वत:ला पूर्णपणे असुरक्षित बनवणं, हे सोपं काम नव्हतं. पण तिचा प्रोगिनॉस्कीसवर पूर्ण विश्वास होता. ती म्हणाली, "ऐक ना.......देवदूत आमच्या ग्रहावर याआधीही येऊन गेले आहेत."

"मला माहितीये ते. मला सगळी माहिती कुठून मिळाली असेल, असं वाटतंय तुला?"

"तुला आमच्याबद्दल काय माहिती आहे?"

"तुमचा ग्रह गूढ छायेत आहे, असं मी ऐकलंय, म्हणजेच तो संकटात आहे."

"तो खूप सुंदर आहे", मेग बचावात्मक पवित्रा घेत म्हणाली.

तिला त्याच्या पंखांची फडफड जाणवली. "तुमच्या शहरांमध्ये?"

"अं... नाही.... पण मी मोठ्या शहरात राहत नाही."

"आणि तुमच्या ग्रहावर शांतता आहे का?"

"अं....नाही... म्हणजे खूप शांतता नाहीये."

"तुमच्या ग्रहावर युद्धं होतात, याची कल्पना आहे मला." प्रोगिनॉस्कीस, तिच्या मनात जरा नाखुशीनंच हालचाल करत म्हणाला. "लोक एकमेकांशी लढाई करतात, आणि एकमेकांना मारूनही टाकतात."

"हो... होतं असं ....पण"

"आणि लहान मुलांची उपासमार होते."

"हो"

"आणि लोक एकमेकांना समजूनच घेत नाहीत."

"अरे, पण नेहमी नाही होत असं."

"आणि.........आणि तिरस्कार करतात. हो ना?"

"हो."

प्रोगिनॉस्कीस मागे हटत असल्याचं तिला जाणवलं. तो स्वतःशीच पुटपुटत होता, "एखाद्या शांत ठिकाणी जाऊन, ताऱ्यांची नावं आठवून म्हणणं मला फक्त इतकंच करायचंय."

"प्रोगो! तू म्हणालास की आपण नामदाते आहोत. मला अजूनही नीटसं समजलं नाहीये, नामदाता म्हणजे काय?"

"मी सांगितलं की तुला. नामदात्याला लोक ओळखता यायला हवेत. आणि ते लोक नक्की काय असणं अपेक्षित आहे, तेही माहीत असायला हवं. तुझ्या ग्रहावर इक्थ्रॉय आहेत हे कळल्यावर, मला एवढा धक्का का बसावा, मला कळतच नाहीये."

"ते का आहेत इथे?"

"जिथे जिथे युद्धं होतात, तिथे तिथे इक्थ्रॉय नेहमीच असतात. तेच या सगळ्या लढायांची सुरुवात करतात."

"प्रोगो, तू मला नेऊन जे भयानक दृश्य दाखवलंस, ते सगळं मी पाहिलं. ती आकाशाला पडलेली भेग आणि इतरही सगळंच, पण तू मला अजूनही सांगितलेलं नाही की हे इक्थ्रॉय म्हणजे नक्की काय"

प्रोगिनॉस्कीसनं, तिला समजतील असे शब्द शोधण्यासाठी, तिच्या मनात, चाचपणी केली. "अं... मला वाटतंय तुमच्या पुराणात त्यांना राक्षस, दानव किंवा असुर असं म्हणतात. पापी सैतानाचे दूत असतात ते. जगात तिरस्कार फैलावणं, आणि युद्धं घडवून आणणं, हेच त्यांचं काम असतं. आणि त्यांचं मुख्य शस्त्र म्हणजे नामाचा नाश करणं. म्हणजे लोकांना ते नक्की कोण आहेत, हे कळू न देणं. समजा, एखाद्या व्यक्तीला, स्वतःची खरीखुरी ओळख पटलेली असेल, आपण नक्की कोण आहोत हे नीट समजलेलं असेल; तर त्या व्यक्तीला कोणाचाही तिरस्कार करण्याची गरज नसते. म्हणूनच आजही आम्हाला नामदात्यांची गरज भासते. कारण या अखिल ब्रम्हांडात तुमच्या पृथ्वी या ग्रहासारखी इतरही अनेक ठिकाणं आहेत. जेव्हा विश्वातल्या सगळ्यांना त्यांचं खरंखुरं नाम मिळेल... म्हणजेच... त्यांना स्वतःची योग्य, खरी ओळख पटेल, तेव्हा इक्थ्रॉय नेस्तनाबूत होतील."

"पण म्हणजे काय"

"पृथ्वीचं पिल्लू आहेस गं अगदीच. अगं, ब्लजेनी तुला भेटायला का आला असेल? काय वाटतंय तुला? अगं, स्वर्गात युद्ध सुरू आहे, आणि आम्हाला जेवढी मिळेल तेवढी मदत हवी आहे. सगळ्या ब्रम्हांडात इक्थ्रॉय पसरत चालले आहेत. जेव्हा जेव्हा एखादा तारा मृत्यू पावतो तेव्हा तेव्हा इक्थ्रॉयनं लढाई जिंकलेली असते. एखादा तारा, लहान मूल, एखादा फॅरॅन्डोला, कोणताही

आकार महत्त्वाचा नसतो गं मेग. इक्थ्रॉय चार्ल्स वॉलेसच्या मागे लागले आहेत आणि त्याच्या परिणामांमुळे संपूर्ण ब्रम्हांडाचा समतोल ढासळू शकतो.''

''पण प्रोगो, या सगळ्याचा आपल्या परीक्षेशी काय संबंध आणि त्या तिन्ही मिस्टर जेनकिन्सशी तरी काय संबंध रे? वेडेपणाच आहे सगळा.''

शांतपणे, थंड आवाजात प्रोगिनॉस्कीसनं म्हटलं, ''अगदीच बरोबर.''

त्या थंड आणि शांत वातावरणात शाळेच्या बसेस आल्याचे, बसची दारं उघडल्याचे, बसमधून बाहेर पडून मुलं शाळेत धावत जाण्याचे आवाज ऐकू येऊ लागले.

त्या मुलांत चार्ल्स वॉलेसही होता.

त्या सगळ्या गोंगाटात प्रोगिनॉस्कीस हळूच तिच्या मनात हालचाल करत म्हणाला, ''माझ्याबद्दल गैरसमज करून घेऊ नकोस मेग. इक्थ्रॉयची पद्धत अशी वेड्यासारखीच असते. शिक्षकांची पद्धत बऱ्याच वेळेला विचित्र असते, पण तरी कधीही अव्यवस्थित, अनियोजित अशी नसते. मला एवढंच माहीत आहे की, मिस्टर जेनकिन्सचा या सगळ्याशी नक्कीच काहीतरी संबंध आहे... काहीतरी महत्त्वाचा संबंध... नाहीतर आपण इथे आलोच नसतो.''

उदास होऊन मेगनं विचारलं, ''जेव्हा जेव्हा मिस्टर जेनकिन्सचा विचार माझ्या मनात येतो... तेव्हा जर... प्रत्येक वेळी मी त्यांचा तिरस्कार केला, तर मग अशा वेळी मी त्यांना नाम देत असते का?''

प्रोगिनॉस्कीसनं पंख हलवले. ''नाही, अशा वेळी तू त्यांना नष्ट करत असतेस. इक्थ्रॉय जे करतात ना, तसंच.''

''प्रोगो!''

''हे बघ मेग, लोकांना जेव्हा ते नक्की कोण आहेत, हे माहीत नसतं ना, तेव्हा त्यांना एक तर नष्ट करता येतं, किंवा त्यांना नाम देता येतं.''

''आणि मिस्टर जेनकिन्सना नाम देणं, हे माझ्याकडून अपेक्षित आहे, असं तुला वाटतंय का?'' ही तर फारच हास्यास्पद कल्पना होती. एकूण कितीही मिस्टर जेनकिन्स असले, तरी ते मुळात तर मिस्टर जेनकिन्सच होते की. बास, एवढंच.

पण प्रोगिनॉस्कीस अत्यंत स्पष्टपणे म्हणाला, ''हो. तेच करायचं आहे.''

मेग विरोध करण्यासाठी ओरडली, ''मला तर ही परीक्षाच मूर्खपणाची वाटतेय.''

''तुला काय वाटतं, हे महत्त्वाचं नाहीये. तू काय करणार आहेस, ते महत्त्वाचं आहे.''

''आणि याचा चार्ल्सला कसा फायदा होईल?''

"ते मला माहीत नाही. एकाच वेळेस, सगळंच कळण्याची जरुरी नाहीये आपल्याला. आपल्याला जसं नेमून दिलंय, त्याप्रमाणे एका वेळी एकच काम करू आपण."

"अरे, पण मी कसं करू ते? मिस्टर जेनकिन्स दिसले की ते किती वाईट आहेत, एवढंच माझ्या मनात येतं. मी त्यांना नाम कसं देऊ?"

प्रोगिनॉस्कीसनं सुस्कारा टाकून आपले कित्येक पंख आकाशाच्या दिशेनं, इतक्या तीव्रतेनं वर उंचावले की तो काही फूट उंच उडाला. त्यानं मूर्त रूप धारण केलं, आणि धाडकन खाली आदळला. तो म्हणाला, "त्यासाठी एक शब्द आहे; पण मी जर तो शब्द म्हटला, तर तू लगेच गैरसमज करून घेशील."

"तुला सांगायलाच हवं."

"तो एक दोन-अडीच अक्षरी शब्द आहे. तुमच्या ग्रहावर असले शब्द वाईट मानले जातात ना?"

"ए, काहीतरी काय, शाळेच्या स्वच्छतागृहाच्या भिंतींवर असले सगळे शब्द लिहिलेले पाहिलेत मी."

प्रोगिनॉस्कीसनं धुराचा लहानसा लोट बाहेर टाकत म्हटलं, "प्रेम"

"काय?"

"प्रेम. त्यामुळेच तर लोकांना स्वत:ची ओळख पटते. तुझ्या मनात मायेचा, प्रेमाचा अक्षय साठा आहे मेग. मात्र अवघड परिस्थितीत तू त्यापासून दुरावतेस, किंवा तुला या गोष्टीचा विसर पडतो."

"तुझ्या बोलण्याचा अर्थ काय आहे?"

"अगं, हे बघ, तू तुझ्या कुटुंबावर खूप प्रेम करतेस. ते सोपं आहे. कधीकधी तुला एखादी व्यक्ती आवडत नाही, किंवा ती व्यक्ती फारच वाईट आहे असं तुला वाटतं. मग अशा वेळी योग्य मार्गावर येण्यासाठी, तू अशा गोष्टींचा विचार करतेस की अं... हां... तू मला सांगत होतीस ना, की तू पूर्वी चार्ल्स वॉलेसबद्दल विचार केल्यानं पुन्हा प्रेममय झालीस."

"अं.. हो....."

"या वेळेला मात्र ते तितकं सोपं नसेल. तुला पुढचा टप्पा गाठावा लागेल."

"तुला जर असं वाटत असेल की मला मिस्टर जेनकिन्सबद्दल प्रेम वाटायला हवं, तर तू अत्यंत चुकीचा विचार करतोयस", मेगनं त्याला फटकारलं.

एक भलामोठा सुस्कारा टाकत प्रोगिनॉस्कीस म्हणाला, "आपण जर या परीक्षेत उत्तीर्ण झालो तर तुला बऱ्याच गोष्टी शिकवल्या जातील. त्यातल्या काही गोष्टी मला शिक्षकांसोबतच्या माझ्या पहिल्या सहस्त्रकाच्या द्वितीय भागात शिकवल्या होत्या. 'ताऱ्यांना नाम देणारा' या पदवीस पात्र होण्यासाठी मला असंख्य परीक्षा

उत्तीर्ण व्हाव्या लागल्या होत्या. पण तू मानवजातीतली आहेस, आणि तुझ्यासाठी सगळंच खूप वेगळं असेल. मी हे विसरूनच जातो नेहमी. तुला माझ्याबद्दल प्रेम वाटावं, असा आहे का मी? तुला काय वाटतं?''

मेगच्या अवतीभोवती, अनेक डोळ्यांची उघडझाप झाली; अनेक पंख हलले; एक लहानशी आगीची ज्योत तिच्या हाताला चटका लावून गेली, आणि लगेचच मागे घेतली गेली. तिला ठसका लागला आणि मग तिनं चटका बसलेल्या जागेवर जीभ टेकवली. चार्ल्स वॉलेसभोवती ती हाताचा विळखा घालून त्याला कवटाळून घ्यायची, तसंच प्रोगिनॉस्कीसलाही कवटाळावं, असंच तिला वाटत होतं. ''तू खूप खूप प्रेम करण्यायोग्य आहेस हं'', ती म्हणाली.

''पण तू त्या हडकुळ्या कॅल्विनवर प्रेम करतेस, तसं प्रेम माझ्यावर नाही करत, हो ना?''

''ते वेगळं आहे रे.''

''मला वाटलंच होतं. ते जरा गोंधळात टाकणारं आहे. मिस्टर जेनकिन्सना नाम देण्यासाठी जे प्रेम असायला हवं, ते ह्या प्रकारचं प्रेम नाहीये.''

''मला मिस्टर जेनकिन्स यांचा तिरस्कार वाटतो.''

''मेग, अगं, ही परीक्षा आहे. जे खरे मिस्टर जेनकिन्स आहेत ना, त्यांना तू नाम द्यायला हवं, आणि मी तुला मदत करायला हवी. तू ते करण्यात नापास झालीस, तर मीसुद्धा नापास होईन.''

''असं झालं तर मग काय होईल?''

''शिक्षकासोबतची ही तुझी पहिलीच वेळ आहे, आणि तीच तुझी शेवटची वेळ असेल.''

''आणि तुझं काय?''

''माझ्याइतकं शिक्षकांसोबत कोणी राहिलं असेल ना... तर त्याला पर्याय दिले जातात. मी स्वत:हून इक्थ्रॉयला शरण जाऊ शकतो.''

''काय?''

''अपयशी झालेले बरेच जण तसं करतात.''

''अरे, पण इक्थ्रॉय तर...''

''ते काय आहेत, हे तुला कळलंय. आकाश फाडणारे. प्रकाशावर स्वार होणारे. ग्रहांवर गूढ काळी छाया पसरविणारे. ड्रॅगन्स. कृमी. तिरस्कार, द्वेष करणारे.''

''प्रोगो, तू असलं काही करू शकत नाही हं.''

''मला पण तसंच वाटतंय. पण इतरांनी केलंय हं तसं. ही अशी निवड करणं सोपं नसतं.''

"जर तू इक्थ्रॉयला शरण गेला नाहीस, तर?"

प्रोगिनॉस्कीसनं आपल्या पंखांनी सगळे डोळे झाकून घेतले, आणि म्हणाला, "मी नामदाता आहे. इक्थ्रॉय माझ्या नामाचा नाश करतील. मी जर त्यांच्याकडे गेलो नाही, तर मला स्वत:ला संपवून टाकावं लागेल."

"काय?"

"मी तुला एक कोडं घालतो. तुझ्याकडे अशी कोणती गोष्ट आहे, की जी दिल्यानं वाढते?"

"अं.... मला वाटतं प्रेम."

"म्हणजे, जर 'नामकरण' ही गोष्ट, इतर कुठल्याही गोष्टीपेक्षा मला जास्त महत्त्वाची वाटत असेल, आणि, जर माझं प्रेम दर्शवण्याचा हा एकमेव मार्ग असेल, तर कदाचित मला स्वत:ला समर्पित व्हावं लागेल. सगळ्यापासून दूर व्हावं लागेल... स्वत:ला नष्ट करण्यासाठी."

"जर तू तसं केलंस... म्हणजे स्वत:ला नष्ट केलंस... तर ते कायमस्वरूपी असेल का?" भयभीत होऊन मेगनं विचारलं.

"ते कोणालाच माहीत नाही. काळाच्या अंतापर्यंत ते कोणाला कळणारही नाही."

"मलादेखील तो पर्याय मिळेल का? म्हणजे जर आपण अपयशी झालो तर?" तिनं शाळेच्या इमारतीकडे, तिथून ऐकू येणाऱ्या आरडाओरड्याकडे, पाठ फिरवली, आणि त्या मऊ मऊ पिसांच्या गोळ्यात आपला चेहरा लपवला.

"हा पर्याय मर्त्य लोकांना दिला जात नाही गं पृथ्वीच्या पिल्ला"

"म्हणजे माझ्याबाबतीत, मला घरी जावं लागेल, एवढंच घडेल ना?"

"तुला जर हे 'एवढंच,' असं वाटत असेल तर काय सांगणार... अगं, तसं झालं ना, तर नरकात आनंदोत्सव साजरा होईल. पण तुझा नरक या कल्पनेवर विश्वास नसेल ना?"

मेगनं या प्रश्नाकडे दुर्लक्ष केलं. "पण जर आपल्याला अपयश आलं तर तू..."

"मला निवड करावीच लागेल. इक्थ्रॉयकडून नष्ट होण्यापेक्षा, मी स्वत:ला नष्ट करणं जास्त चांगलं."

"तू मला जे दाखवण्यासाठी घेऊन गेला होतास नं त्याबद्दलच आई जेवणाच्या टेबलापाशी बसून बोलत होती, आणि त्यासाठीच बाबा ब्रूकहेवनला गेले आहेत. पण या गोष्टीचा मिस्टर जेनकिन्सशी फारसा काही संबंध असेल, असं वाटत नाही. हे सगळं इतकं वैश्विक आहे... इतकं मोठं आहे ना."

"आकार महत्त्वाचा नाहीये गं मेग. आत्ता चार्ल्स वॉलेस महत्त्वाचा आहे.

इक्थ्रॉय चार्ल्सला समूळ नष्ट करतील, मारून टाकतील त्याला.''

''किती छोटा मुलगा आहे तो!''

''तूच म्हणाली होतीस ना, की तो अगदी खास असा छोटा मुलगा आहे.''

''हो, हो, आहेच तो तसा'', शाळेच्या इमारतीची पहिली घंटा कर्कश आवाजात आज्ञा दिल्यासारखी वाजली; तशी मेगनं दचकून उडी मारली. ती म्हणाली, ''प्रोगो, मला हे काहीही समजत नाहीये, पण मिस्टर जेनकिन्सना नाम दिल्यानं चार्ल्स वॉलेसला मदत होईल, असं जर तुला वाटत असेल, तर मी अगदी सर्वतोपरी प्रयत्न करीन. तू मदत करशील ना मला?''

''मी प्रयत्न करीन.'' पण प्रोगिनॉस्कीसच्या आवाजात आत्मविश्वास जाणवत नव्हता.

त्यांच्या चहुबाजूंनी शाळेचा नेहमीचा गोंगाट ऐकू येऊ लागला. मग शाळेच्या उपाहारगृहाचं/व्यायामशाळेचं दार उघडलं, आणि त्यातून एक मिस्टर जेनकिन्स बाहेर आले. हे कोणते मिस्टर जेनकिन्स होते? ओळखणं फारच अवघड होतं. मेगनं देवदूताकडे पाहिलं, पण त्यानं पुन्हा अमूर्त स्वरूप धारण केलं होतं. त्याच्या जागी फक्त हलकीशी चमक दिसत होती.

मिस्टर जेनकिन्स तिच्या जवळ आले. तिनं त्यांच्या खांद्यांकडे पाहिलं, डोक्यातला कोंडा होता तिथे. जवळ जाऊन तिनं वास घेतला... हो, मिस्टर जेनकिन्स वापरायचे त्या केसांच्या क्रीमचा (केसांच्या तेलाचा) वास येत होता, आणि त्या खवट वासाच्या सेंटचाही.

पण ते तिन्ही मिस्टर जेनकिन्स एवढं तर नक्कीच करू शकले असते... तिला खात्री होती याची. तिचं काम एवढं सोपं असणार नव्हतं.

त्यांनी नेहमीप्रमाणे थंड नजरेनं, किंचित बाकदार असलेल्या नाकाच्या एका बाजूकडून तिच्याकडे पाहिलं. ते बोलू लागले, ''मार्गारेट, या सगळ्या प्रकारामुळे तूही माझ्याइतकीच गोंधळून गेली असशील, असं मी समजतो. दोन अनोळखी माणसांना माझा वेष घेऊन माझी नक्कल करावीशी का वाटली असेल, मला काहीच कळत नाहीये. शाळेला नुकतीच सुरुवात झालीय, माझ्यावर कामाचा खूप जास्त बोजा आहे, आणि अशा वेळी, हे असलं काही फारच गैरसोयीचं आणि अडचणीचं आहे. ह्या सगळ्याचा तुझ्याशी आणि तुझ्या त्या कमनशिबी लहान भावाशी काहीतरी संबंध आहे, असं मला सांगण्यात आलंय. या वर्षी मला आशा होती की निदान तू तरी मला त्रास द्यायला नसशील. शाळेतल्या इतर कोणत्याही विद्यार्थ्यापेक्षा जास्त वेळ मला तुझ्याबरोबर घालवावा लागला आहे. हे नक्कीच माझं दुर्भाग्य आहे. आता तर, मला तुझ्या लहान भावाला सांभाळायचं आहे, तोही तुझ्याएवढाच तापदायक आहे म्हणा... आणि आता तूही इथे पुन्हा आली

आहेस.''

हे मिस्टर जेनकिन्सच होते. तिला शिक्षा म्हणून जेव्हा जेव्हा त्यांच्या कार्यालयात पाठवलं जायचं, तेव्हा दर वेळी शब्द बदलून ते असंच बोलायचे.

''कुठल्यातरी अनाकलनीय कारणासाठी तुला ते तोतये आणि मी, यामधून निवड करायची आहे. या खुळचट परीक्षेत तू उत्तीर्ण होण्यात मलाही स्वारस्य आहे. निदान त्यानंतर तरी मी तुला माझ्या शाळेतून बाहेर काढू शकेन.''

मिस्टर जेनकिन्स नं.-२, हे मिस्टर जेनकिन्स नं-१ यांच्या शेजारी अवतरत बोलू लागले, ''आणि मग नंतर मला भूतकाळाऐवजी वर्तमानातल्या समस्या सोडवण्यावर लक्ष केंद्रित करायला वेळ मिळेल. बरं, मेग, आयुष्यात एकदा तरी जर माझ्या पद्धतीनं हे केलंस ना... तुझ्या पद्धतीनं नाही हं... मला माहितीये की तू गणितात फारच हुशार आहेस. तू स्वतःला आईनस्टाईन समजून वैश्विक प्रश्न सोडवण्याच्या आविर्भावात आयुष्यातली प्रत्येक समस्या हाताळणं थांबवलंस, आणि एक - दोन मूलभूत नियम पाळण्याची कृपा केलीस, तर आपल्या दोघांचाही बराच त्रास वाचेल.''

हेदेखील खरेखुरे मिस्टर जेनकिन्स होते.

देवदूताची चमचम अस्वस्थपणे हेलकावली.

मिस्टर जेनकिन्स नं.-२ म्हणाले, ''मेग, मी तुला विनंती करतो की हा सगळा मूर्खपणा निकालात काढ, आणि त्या तोतयांना सांग की मीच मिस्टर जेनकिन्स आहे. त्याचं कारणही तुला माहीत आहे.''

प्रोगिनॉस्कीस तिच्या मनात शिरून अधीरतेनं चाचपडत म्हणाला, ''मेग, तू अगदी सगळ्यात जास्त स्वतःसारखीच केव्हा वागतेस? म्हणजे अगदी पूर्ण स्वतःसारखी केव्हा असतेस?''

तिनं डोळे बंद केले. कॅल्विन त्या दुपारी, पहिल्यांदाच त्यांच्या घरी आला होता, ते तिला आठवलं. कॅल्विन एक बुद्धिमान विद्यार्थी म्हणून प्रसिद्ध होता, पण गणिती कौशल्यापेक्षा, त्याचं भाषिक कौशल्य फारच जास्त होतं. मेगनं त्याला त्रिकोणमितीचं एक गणित सोडवायला मदत केली होती. शाळेत तिच्या वर्गाला त्रिकोणमिती शिकवलीही नव्हती, तरी तिनं अत्यंत सहजतेनं ते गणित सोडवलं होतं. तिची ही क्षमता, हे कॅल्विनसाठी पहिलं आश्चर्य होतं. त्या वेळी मात्र त्याला आश्चर्यचकित करायचा विचारही तिच्या मनात आलेला नव्हता. तिनं आपलं लक्ष फक्त कॅल्विनवर, तो काय करतोय यावर एकवटलं होतं. आणि तेव्हा तिला खूप ताजंतवानं, अगदी अंतर्बाह्य ती जशी आहे तशीच, वाटलं होतं.

''त्या गोष्टीची कशी काय मदत होईल?'' तिनं देवदूताला विचारलं.

''अगं, विचार कर. तू तेव्हा कॅल्विनला नीटशी ओळखतही नव्हतीस, हो

नं?''

''नाही, नव्हते नीट ओळखत.''

''पण तरी तुला त्याच्याबद्दल प्रेम वाटलं, हो ना?''

''तेव्हा? अरे, तेव्हा प्रेमाबिमाचा विचारही केला नव्हता मी. तेव्हा मी फक्त त्रिकोणमितीचा विचार करत होते.''

''बरं तर मग'', जणू काही प्रेमाविषयी सगळं कळल्याच्या आविर्भावात प्रोगिनॉस्कीस म्हणाला.

''पण... मी मिस्टर जेनकिन्सबरोबर त्रिकोणमितीचा विचार करू शकत नाही हं. आणि मी त्यांच्यावर प्रेमही करू शकत नाही.''

''पण तू माझ्यावर प्रेम करतेस की.''

''अरे प्रोगो, पण तू इतका विस्मयकारक आहेस ना... तू खूप प्रेम करावं असाच आहेस.''

''तोही तसाच आहे. आणि तुला त्याला ओळखायचं आहे, त्याला नाम द्यायचं आहे.''

त्या दोन मिस्टर जेनकिन्सना, तिसरे मिस्टर जेनकिन्स येऊन मिळाले. ''मेग, घाबरू नकोस आणि माझं ऐक.''

ती तिन्ही माणसे शेजारीशेजारी उभी राहिली. तंतोतंत एकसमान, करडे, कठोर, अजिबात समजून न घेणारे, कामाच्या ओझ्याखाली दबलेले: प्रेमास अपात्र.

मिस्टर जेनकिन्स नं-२ बोलू लागले, ''मेग, तू जर मला पटकन नाम दिलंस, तर मी जातीनं चार्ल्स वॉलेससाठी ताबडतोब उत्तम वैद्यकीय उपचारांची सोय करून देईन.''

''ते अजिबात तितकं सोपं नाहीये'' मिस्टर जेनकिन्स नं.-३ म्हणाले. ''शेवटी तिचे आई-बाबा ठरवतील........''

''त्यांना ही परिस्थिती कशी हाताळायची, ते माहीत नाहीये. त्यांना याचं गांभीर्यही कळत नाही'', मिस्टर जेनकिन्स नं.२ नी फटकारलं.

मि. जेनकिन्स नं.३ यांनी हे बोलणं झटकून टाकलं. ''मेग, तुझा सामना तीनतीन जेनकिन्सशी होतोय, हे विचित्र किंवा असामान्य वाटत नाही का गं?''

या प्रश्नाला काहीच उत्तर नव्हते.

वैतागून मि. जेनकिन्स नं.१ यांनी खांदे उडवले.

मि. जेनकिन्स नं.२ म्हणाले, ''आत्ता आपण ज्या गोष्टी अत्यावश्यक आहेत त्यावरच लक्ष केंद्रित करूया. आमची संख्या, तितकीशी महत्त्वाची नाहीये, ती गौण आहे.'' खऱ्या मि. जेनकिन्सना, नेहमीच बिनमहत्त्वाच्या गोष्टी बाजूला

सारून अत्यावश्यक गोष्टींवरच लक्ष एकवटायला आवडायचं.

मि. जेनकिन्स नं.३ म्हणाले, "मुख्य मुद्दा हाच आहे की, इथे एकच खरा मि. जेनकिन्स आहे, आणि तो मी आहे."

मि. जेनकिन्स नं.२ त्वेषानं हुंकार टाकत म्हणाले, "हुं... एक लहानशी पण अत्यंत महत्त्वाची बाब म्हणजे, तो मीच आहे. आपल्यावर लादण्यात आलेली ही कसोटी, फार विलक्षण आहे. आपल्यापैकी कोणीही... म्हणजे मी तुझ्या आणि माझ्याबद्दल बोलतोय हं मार्गारिट... कधीही पुन्हा पूर्वीसारखे असू शकणार नाहीत. माझी ही दोन प्रतिबिंबं मलाच सामोरी आल्यामुळे, स्वत:कडे नव्यानं, वेगळेपणानं पाहणं मला भाग पडलंय. आपण इतर लोकांना कसे वाटतो, हे पाहायला कोणालाच आवडत नाही. तुझा दृष्टिकोन, मला आधीपेक्षा आता जास्त चांगल्या प्रकारे कळतोय. तुझ्या छोट्या भावाबद्दल बोलायला तू माझ्याकडे आलीस, हे तू अगदी योग्यच केलंस. तो खरोखरच एक विशेष मुलगा आहे. मी ह्या बाबीकडे दुर्लक्ष करण्याची, आणि त्याच्याशी त्यानुसार न वागण्याची चूक केली, अशा निर्णयाला मी आलेलो आहे."

"त्याच्यावर विश्वास ठेवू नकोस", मि. जेनकिन्स नं.३ म्हणाले.

मि. जेनकिन्स नं.२ बोलतच राहिले, "मला आठवतंय, तुझ्या सामाजिक शास्त्राच्या तासाला, तुला निकाराग्वा देशाची आयात-निर्यात पाठ करायची होती, आणि तू ते पाठ केलं नव्हतं. त्यावरून तुझा आणि माझा अं... काय म्हणूया त्याला... हं... वाद झाला होता. निकाराग्वाची आयात-निर्यात पाठ करायची तुला मुळीच गरज नाहीये, असं तू ठामपणे सांगत होतीस. अगदी बरोबर होतं तुझं. चार्ल्स वॉलेसच्या बाबतीत हीच चूक पुन्हा न करण्याचा मी प्रयत्न करेन. पहिलीत शिकणाऱ्या सामान्य मुलांपेक्षा चार्ल्स वॉलेसला वेगळ्याच विषयांत रस वाटत असला, तरी त्याला त्याचे प्रसिद्ध भौतिकशास्त्रज्ञ बाबा शिकवतात याचं भान आम्ही राखू आणि त्याला समजून घेऊ. आत्तापर्यंत तुला जो अनावश्यक त्रास झाला त्याबद्दल मी दिलगीर आहे. तू जर मला नाम दिलंस, तर मी तुला आश्वासन देतो की चार्ल्स वॉलेसला शाळा आवडायला लागेल याची मी स्वत: काळजी घेईन. त्याची तब्येतही सुधारेल यात काहीही शंका नाही."

मेगनं सावधपणे मि. जेनकिन्स नं.२ कडे नजर टाकली. हे मिस्टर जेनकिन्स तर खरोखरच बदललेले वाटत होते, आणि या बदलावर तिचा विश्वास बसेना. उलट तिला तर त्या दिवशी निकाराग्वाच्या आयात-निर्यातीवरून त्यांच्यात झालेला वादंग चांगलाच आठवत होता.

मि. जेनकिन्स नं.३ पुटपुटले, "मला वाटतंय, 'ते सद्‌गृहस्थ फारच जास्त विरोध करतायत.'"

मि. जेनकिन्स नं.२ अडखळत तोंडातल्या तोंडात म्हणाले, "काय ते?" मि. जेनकिन्स नं.१ चा चेहरा मख्ख होता.

जिंकल्याच्या आनंदात मि. जेनकिन्स नं.३ ओरडले, "बघा! मी तुम्हाला आधी सांगू शकलो असतो की त्याला शेक्सपिअरच्या 'हॅम्लेट' या नाटकातलं इतकं प्रसिद्ध वाक्य ओळखू येणार नाही. तो तोतया आहे."

खऱ्याखुऱ्या मि. जेनकिन्सना, शेक्सपिअरच्या नाटकातलं वाक्य ओळखू आलं असतं की नाही, याबद्दल मेगला शंकाच होती.

मि. जेनकिन्स नं.२ म्हणाले, "आत्ता शेक्सपिअर महत्त्वाचा नाहीये. पूर्वी मी नेहमी चिडचिड करायचो, कारण मी फार चिंतेत असायचो. तुझं माझ्याबद्दल चांगलं मत नसलं तरी माझ्या मुलांनी दुःखी झालेलं मला आवडत नाही." त्यांनी नाक ओढत सूं सूं असा आवाज काढला.

मि. जेनकिन्स नं.१ आपल्या नाकावरून खाली तिच्याकडे बघत म्हणाले, "मला जर शालेय मंडळाचं, आणि शिक्षक-पालक संघटनेचं सहकार्य मिळालं, तर मला मोकळीक मिळेल आणि मी काहीतरी करू शकेन."

अगदी एकसारखे सूट घातलेल्या त्या तिघांकडे बघत मेग म्हणाली, "टीव्हीवरच्या एखाद्या खेळासारखंच वाटतंय हे."

"हा खेळ नाहीये", तीव्रपणे मि. जेनकिन्स नं.३ बोलले. "इथे खूप काही पणाला लागलंय."

मेगनं विचारलं, "जर मी चुकीच्या व्यक्तीला नाम दिलं, तर तुमचं म्हणजे तुम्हा सगळ्यांचं काय होईल?"

एक क्षणभर शाळेच्या आवारातल्या हवेचे सगळे अणु-रेणू थरथरले; जणू शाळेच्या आवारात, शून्यत्वाची वीज लखकन चकाकली. त्या विजेनं जणू वातावरणाचं अस्तर फाडलं, आणि मग ते पुन्हा एकसंध झालं. तसं स्पष्ट काहीच दिसत नव्हतं; तरी मेगला एक काळं, भयंकर गिधाड आकाश भेदून उडत गेल्यासारखं वाटलं.

मि. जेनकिन्स नं.१ म्हणाले, "माझा या असल्या अमानवी प्रकारावर विश्वास नाहीये, पण ही सगळी परिस्थिती विचित्रच आहे." त्यांचं सशासारखं गुलाबीसर नाक नापसंतीदर्शक थरथरलं.

शाळेचं बाजूचं दार उघडलं, आणि लगेच ते तिघे गरकन वळले. त्या दारातून चार्ल्स वॉलेस बाहेर आला. त्यानं मोठ्या लुईसला त्याच्या हातावर आणि खांद्यांवर गुंडाळून घेतलं होतं. तो पायऱ्या उतरून खाली आला, आणि शाळेच्या आवारातून चालत येऊ लागला.

६

खरेखुरे मि. जेनकिन्स

"चार्ल्स!" मेग ओरडली.

त्या तीनही मि. जेनकिन्सनी इशारा केल्यासारखा हात उंचावला, आणि एकाच वेळेस तिघे म्हणाले, "चार्ल्स वॉलेस मरी, आता हे काय आणखी?"

चार्ल्स वॉलेसनं कुतूहलानं त्या तिघांकडे बघत विचारलं, "हॅल्लो, हे काय आहे सगळं?"

मि. जेनकिन्स नं.१ म्हणाले, "अरे, तुझं काय चाललंय त्या प्राण्याला घेऊन?"

ते तिघेही लुईसला चांगलेच घाबरलेले दिसत होते. साप पाहिल्यावर त्यांची प्रतिक्रिया एकसारखीच होती, त्यामुळे खऱ्या मि. जेनकिन्सना ओळखता येईना. लुईसनं डोकं वर उभारलं, डोळे अर्धवट मिटून घेतले आणि तोच इशारेवजा खटखट असा आवाज काढला. हाच आवाज, लुईसनं आदल्या रात्रीही काढलेला मेगनं ऐकला होता. शांत करण्यासाठी चार्ल्स तिला थोपटू लागला, आणि त्या तिघांकडे साशंक नजरेनं बघू लागला.

"आम्हाला आज एक छोटासा पाळीव प्राणी शाळेत आणायला सांगितलं होतं, सगळ्या वर्गाला दाखवण्यासाठी."

मेग मनात म्हणाली, "मोठ्या लुईसला घेऊन यायचं ठरवलं, हे चांगलं केलंस हं चार्ल्स. जर तू मि. जेनकिन्सना घाबरवलंस नं, तर त्यामुळे इतर मुलांत तुझा भाव वधारेल. मि. जेनकिन्स हे एखाद्या मागासलेल्या उंदरासारखे आहेत, आणि हे वाक्य शाळेतल्या कोणालाही पटेल."

रागीट आवाजात मि. जेनकिन्स नं.३ म्हणाले, "चार्ल्स वॉलेस, छोटेसे प्राणी म्हणजे काय, ते तुला चांगलंच माहितीये हं. अरे, एखादं लहानसं कासव, किंवा मासा, किंवा अगदी एखादा घुशीसारखा प्राणीसुद्धा चालेल."

"किंवा जरबिल. जरबिल हा उंदरासारखा पाळीव प्राणीदेखील चालेल", मि. जेनकिन्स नं.२ यांनी भर घातली.

"तुमची तिप्पट का झालीये?" चार्ल्सनं विचारलं. "मला तर तुम्ही एकटेच पुरेसे वाटता."

लुईस पुन्हा किटकिटली; अगदी थरकाप उडवणारा आवाज होता तो.

मि. जेनकिन्स नं. २ यांनी विचारलं, "तू तुझ्या वर्गात का नाहीयेस चार्ल्स?"

"कारण आमच्या शिक्षिकेनं, मला लुईसला घेऊन घरी जायला सांगितलं. का ते मला खरंच कळत नाहीये. लुईस अगदी प्रेमळ आहे, आणि ती कोणालाही दुखापत करणार नाही. फक्त मुलीच तिला घाबरत होत्या. माझ्या जुळ्या भावांचा भाज्यांचा बगिचा आहे ना, तिथल्या दगडी भिंतीत राहते ती."

मेगनं लुईसकडे, तिच्या अर्धमिटल्या डोळ्यांकडे, सजगतेनं उभारलेल्या डोक्याकडे पाहिलं. तिच्या काळ्या शेपटीचं टोक इशारा दिल्यासारखं हलत होतं. लुईसला खरे मि. जेनकिन्स माहीत असतील किंवा तिला आधीच कळलं असेल... मेगला खात्री पटली होती. सापांबद्दलची तिच्या मनातली धास्ती गिळून टाकत, चार्ल्स वॉलेससमोर हात पुढे करून ती म्हणाली, "चार्ल्स, प्लीज मला थोडा वेळ लुईसला हातात घेऊ दे नं."

प्रोगिनॉस्कीस तिच्या मनात बोलला, "नाही हं मेग, तू स्वत: करायचं आहे ते काम. तुझं काम तू लुईसला करू देऊ शकत नाहीस."

"ठीक आहे." तिनं मान्य केलं... पण तरीही, लुईस अजूनही कदाचित मदत करू शकेल.

चार्ल्स वॉलेसनं आपल्या बहिणीकडे विचारपूर्वक पाहिलं. मग ज्या हातावर लुईस अंगाचं वेटोळं घालून बसली होती, तो हात पुढे केला. नागमोडी वळणं घेत तो साप सरपटत मेगच्या हातावर गेला. तिचं अंग थंडगार पडलं होतं, आणि तिच्या अंगावर काटा उभा राहिला होता. अंग न चोरण्याचा मेगनं प्रयत्न केला.

"मि. जेनकिन्स", मेग बोलू लागली, "तुमच्यातला प्रत्येक जण. आता एका वेळी एकानंच बोलायचंय. चार्ल्स वॉलेस आणि लुईसबद्दल तुम्ही काय करणार आहात? चार्ल्स एकटा घरी चालत जाऊ शकत नाही. इथून घर खूप लांब आहे. आणि एकूणातच, तुम्ही चार्ल्स आणि शाळेबद्दल काय करणार आहात?"

कोणीही उत्तर दिलं नाही. निर्विकारपणे तिघांनी छातीवर हातांची घडी घातली.

"मि. जेनकिन्स नं.३", मेग म्हणाली.

"तू मला नाम देतीयेस मेग? अगदी बरोबर करते आहेस."

"आत्ता मी कोणालाही नाम देत नाहीये. तुम्ही काय करणार आहात, हे मला समजून घ्यायचं आहे."

"मला वाटतं मी आधीच सांगितलंय तुला. ही अशी परिस्थिती आहे की मला काळजीपूर्वक मार्गदर्शन करावं लागेल. साप शाळेत आणायचा मूर्खपणा केलाय चार्लीनं. काही लोकांना सापांची खूप भीती वाटते, तुला माहितीये."

लुईस हळूच फूत्कारली. मि. जेनकिन्स नं.३ पांढरेफटक पडले.

ते म्हणाले, "मी चार्ल्स वॉलेसच्या वर्गशिक्षिकेशी शांतपणे चर्चा करेन. त्यानंतर मी पहिलीत शिकणाऱ्या प्रत्येक मुलाशी स्वतंत्रपणे बोलेन. प्रत्येकाला ही समस्या नीट कळावी म्हणून मी स्वत: लक्ष देईन. त्या मुलांपैकी कोणी चार्ल्सला दादागिरी करून त्रास देण्याचा प्रयत्न केला, तर मी कडक शिस्तीचा अवलंब करेन. आत्तापर्यंत ही शाळा फार ढिसाळपणे चालवली जात होती, आणि फाजील मोकळीकही दिली जात होती. आता मात्र शाळेचा लगाम मी माझ्या हातात घेणार आहे. चार्ल्स वॉलेस, आता मी तुला माझ्या गाडीतून घरी सोडतो. तुझ्या पाळीव प्राण्याला तुझी बहीण घरी घेऊन येईल."

मेग त्यांच्याकडे पाठ फिरवत म्हणाली, "मि. जेनकिन्स नं.२?"

मि. जेनकिन्स नं.२ बाकीच्यांपेक्षा एक पाऊल पुढे आले. "बळ, त्या तोतयाला बळाचाच वापर करायचा आहे. हुकूमशाही. मी कधीही हुकूमशाही गाजवणार नाही. तो साप मात्र तू शाळेत आणायला नको होतास हं चार्ली. तुला नीट समजायला हवं होतं. पण मला कळतंय. तुला वाटलं असेल की असं केल्यानं तुझा भाव वधारेल, आणि बाकीची मुलं तुला बरोबरीनं वागवतील. बरोबरीच्या मुलांशी चांगलं जमलं की आनंद होतोच. माझ्या सगळ्या मुलांनी, एकमेकांसारखं असावं असंच वाटतं मला. त्यामुळे आम्ही तुला सामान्य मुलासारखं बनायला मदत करायलाच हवी. मग त्यासाठी काही काळ तुला कुठेतरी दुसऱ्या शाळेत जावं लागलं तरी चालेल. मला असं कळलंय की दुसऱ्या एका आकाशगंगेतील कोणालातरी तुला मदत करायची आहे. आत्ता तरी तुझ्या बाबतीत. तेच बहुदा योग्य ठरेल, असं वाटतंय मला."

मेग मि. जेनकिन्स नं.१ कडे वळली. त्यांनी वैतागानं हळूच खांदे उडवले, अगदी खऱ्या मि. जेनकिन्ससारखे. ते म्हणाले, "भविष्यकाळात माझ्या चार्ल्स वॉलेसबरोबरच्या संबंधांमध्ये काही बदल होईल, असं मला मुळीच वाटत नाही. मला तर कळतच नाहीये की पृथ्वीवरच्या समस्यांचं उत्तर शोधण्यासाठी दुसऱ्या ग्रहावर कशाला जायला हवं? आपण चंद्रावर आणि मंगळावर माणूस पाठवला, पण त्यामुळे काही सुधारणा झाली नाही. चार्ल्स वॉलेसला अब्जावधी प्रकाशवर्षं

अंतराळात पाठवल्यानं, त्याच्यात सुधारणा कशी होईल... मला समजतच नाहीये. हां... तसं केल्यानं त्याची तब्येत सुधारणार असेल, तर मात्र गोष्ट वेगळी. त्याच्या तब्येतीची फक्त मलाच काळजी आहे असं दिसतंय.'' त्यांनी आपल्या मनगटावरच्या घड्याळावर नजर टाकली, आणि म्हणाले, ''हे विनोदी नाटक अजून किती काळ चालणार आहे?''

देवदूताच्या विचारांनी तिच्या मनात शिरकाव केल्यानं तिला तीव्र, दुखऱ्या लहरींची संवेदना जाणवली. तिला काहीही ऐकायचं नव्हतं.

ती ओरडली, ''हे म्हणजे निव्वळ वेळ वाया घालवणं आहे! या सगळ्या मि. जेनकिन्सपायी मी स्वत:ला का त्रास करून घेऊ? चार्ल्सशी काय संबंध असेल त्यांचा?''

मोठी लुईस तिच्या कानात हळुवारपणे फुस्कारत म्हणाली, ''संबंध आहे, संबंध आहे.'' तिचा श्वास मेगच्या कानाला थंडगार लागत होता.

प्रोगिनॉस्कीस म्हणाला, ''का... कशाला... हे तुला कळायची काही गरज नाहीये. फक्त करून टाक.''

थकलेल्या आवाजात चार्ल्स वॉलेस म्हणाला, ''मेग, प्लीज लुईसला माझ्याकडे दे. मला घरी जायचंय.''

''अरे, चालत जायला लांब आहे रे खूप.''

''हळूहळू जाईन.''

मि. जेनकिन्स नं.३ पटकन बोलले, ''मी आधीच सांगितलंय तुला की मी तुला माझ्या गाडीनं घेऊन जाईन म्हणून. त्या सापालाही घेऊ शकतोस तू, पण गाडीच्या मागच्या आसनावरच ठेव त्याला, आणि तो तिथेच राहील याची खबरदारी घे.''

एकाच वेळी मि. जेनकिन्स नं.१ आणि नं.२ बोलले, ''मी चार्ल्स वॉलेसला आणि त्या सापाला गाडीनं घरी घेऊन जातो.'' तंतोतंत एकाच वेळेस नाही, पण अगदीच एखाद्या क्षणाच्या अंतरानं त्या दोघांचं अंग किंचित थरथरलं.

चार्ल्सनं आपला हात पुढे केला आणि लुईस मेगकडून त्याच्या हातावर सरपटत गेली. ''चला, जाऊ या'', तो त्या तिघांना म्हणाला, आणि पाठ फिरवून शिक्षकांच्या वाहनतळाच्या दिशेनं चालू लागला. ते तिघेही त्याच्या मागोमाग खांद्याला खांदा लावून चालू लागले. तिघेही अत्यंत ताठरपणे, बेढब चालीने चालत होते. ही अशी विशिष्ट चाल फक्त खऱ्या मि. जेनकिन्सचीच होती.

''पण तो कोणासोबत जाईल?'' मेगनं प्रोगिनॉस्कीसला विचारलं.

''खऱ्याखुऱ्या मि. जेनकिन्ससोबत.''

''पण...पण मग.......''

"मला वाटतंय, ते जेव्हा कोपऱ्यावर वळतील ना, तेव्हा त्यातला एकच शिल्लक राहील. काही झालं तरी आपल्याला जरासा वेळ मिळेल. देवदूत हळूहळू मूर्त स्वरूपात येऊ लागला. आधी नुसतीच चमचम, मग पारदर्शक बाह्याकृती, आणि मग सगळ्या मितींमधून प्रकट होत तो पूर्णपणे दिसायला लागला. तोपर्यंत ते तिन्ही मि. जेनकिन्स दृष्टिआड झाले होते. "आता वेळ वाया घालवू नकोस", त्यानं पटकन मेगच्या मनात आपला विचार सरकवला. 'विचार कर गं. मि. जेनकिन्सबाबत तू सगळ्यात चांगली अशी एखादी गोष्ट कधी ऐकली होतीस का?"

"चांगली गोष्ट? चांगलं काहीच नाही. ऐक ना.....अरे, कदाचित ते तिघेही बनावटी असतील. कदाचित ते परत येणारही नाहीत."

तिला पुन्हा देवदूताच्या तीव्र विचारांमुळे वेदना जाणवली. "ते तर खूपच सोपं आहे. त्यातला एक माणूस खरा आहे, आणि काही कारणामुळे तो महत्त्वाचा आहे. आठव, विचार कर मेग. त्यांच्याबद्दल काहीतरी चांगलं तर माहीत असेलच की तुला."

"मला त्यांच्याबद्दल काहीही चांगलं माहीत करून घ्यायचंही नाहीये."

"स्वत:बद्दल विचार करणं थांबव. चार्ल्सचा विचार कर. खरेखुरे मि. जेनकिन्स चार्ल्सला मदत करू शकतील."

"पण कसे?"

"अगं, कसे मदत करतील ते समजायची गरज नाहीये गं मेग! आणि माझ्यासाठी मनाची दारं बंद करू नकोस हं. आपली एकमेव आशा आहे ही. मला तुझ्याबरोबर काईथ करू दे बरं."

तो तिच्या मनात शिरत असल्याचं तिला जाणवलं. हळूहळू, पण सातत्यानं तिच्या मनात त्याच्या मनाची हालचाल जाणवत होती. "तू अजूनही मला बाहेर ठेवण्याचा प्रयत्न करतियेस."

"तसं न करण्याचा प्रयत्न करतेय मी........"

"हो, कळतंय ते. तू तुझ्या डोक्यात एखादा गणितातला प्रश्न सोडव बरं. मि. जेनकिन्सबद्दलचा तुझ्या मनातला द्वेष बाहेर काढण्याचा प्रयत्न कर आणि मला आत येऊ दे. कॅल्विनसाठी एखादं गणित सोडव. तुझं प्रेम आहे नं त्याच्यावर... छान... कॅल्विनचा विचार कर... हां... मेग! अगं कॅल्विनचे बूट."

"त्यांचं काय?"

"तो कोणते बूट वापरतो?"

"मला वाटतंय.....त्याचे नेहमीचे शाळेचे बूट. अरे, मला कसं माहीत असणार? माझ्या मते, त्याच्याकडे बुटांचा फक्त एकच जोड आहे, आणि मऊ

रबरी तळव्यांचे कॅनव्हासचे बूटही आहेत.''

''कसे आहेत त्याचे बूट?''

''मला माहीत नाही रे. मी कधी लक्षच दिलं नाही. कोणी काय घातलंय, याकडे माझं फारसं लक्ष नसतंच.''

''गणिताचा विचार कर. मला तुला ते बूट दाखवू दे.''

बूट. लेसेस असलेले, चांगले मजबूत बूट. ते बूट कॅल्विन लाल आणि जांभळ्या मोज्यांवर घालायचा. ते मोजे मुळीच शोभायचे नाहीत त्या बुटांना. मि. ओ-कीफना ते बूट विकत घेणं परवडणारं नव्हतं. मेगच्या मनात त्या बुटांचं चित्र स्पष्ट उभं राहिलं, प्रोगिनॉस्कीसनंच दाखवलं होतं ते. तिचं इतरांच्या कपड्यांकडे लक्ष जात नसल्याचं तिनं सांगितलं होतं, ते खरंच होतं. तरीही तिनं नजर टाकल्यावर तिला जे दिसलं ते तिच्या मनात साठवलं गेलं, आणि देवदूतासोबत कायथिंग करताना ते उपलब्ध झालं. तिला अचानक अगदी आतून सुचलं की, तिचं कायथिंग म्हणजे, लहान मुलं पियानोवर एखादं गाणं एकाच बोटानं वाजवतात तसं आहे... मोठ्या सुसंगत वाद्यवृंदासारखं नव्हे. देवदूतांच्या भाषेसारखंच.

तिच्या मनातच, कॅल्विनच्या आवाजाचा प्रतिध्वनी ऐकू आला. पूर्वी एकदा, तिला जेव्हा विनाकारणच मि. जेनकिन्सच्या ऑफिसमध्ये शिक्षा म्हणून पाठवलं होतं आणि तिच्या मते तिच्यावर अन्याय झाला होता, तेव्हाचा होता हा आवाज. तेव्हा कॅल्विन तिला भेटला होता. कॅल्विन शांतपणे आणि अगदी त्रास होईल इतकं योग्य तेच बोलत होता. ''मी सातवीत गेल्यावर हायस्कूलमध्ये जाऊ लागलो, तेव्हा माझ्या आईन एका स्वस्त दुकानातून माझ्यासाठी बूट आणले होते. तिला त्यापायी पूर्ण एक डॉलर खर्चावा लागला होता, तोही तिला परवडत नव्हता. अगं, आणि तुला माहित्येय? ते बायकी बूट होते, आणि खूप लहान मापाचे होते. म्हाताऱ्या बायका वापरतात ना, तसे होते ते बूट... काळी लेस असलेले. मी जेव्हा ते पाहिले ना तेव्हा मला रडूच आलं, आणि मग माझी आईदेखील रडायला लागली. मग माझ्या बाबांनी मला चांगलाच मार दिला. मग मी एक करवत घेतली आणि बुटांचा टाचेकडचा मागचा भाग आणि पुढचा बोटांकडचा भाग कापून टाकला. मग मला माझी पावलं त्यात बसवता आली. मी ते बूट तसेच घालून शाळेत गेलो. सगळी मुलं मला खूप चांगलं ओळखत होती, त्यामुळे माझ्या तोंडावर कोणी काही बोललं नाही, पण ते सगळे माझ्या पाठीमागे थट्टेनं हसतायत हे मला कळत होतं. काही दिवसांनी मि. जेनकिन्सनी मला त्यांच्या ऑफिसमध्ये बोलावलं. ते म्हणाले की तुझ्या पायांचा आकार वाढल्याचं माझ्या लक्षात आलंय. माझ्याकडे बुटांचा एक जादा जोड आहे, आणि तो तुझ्या पायात बरोबर बसेल. ते बूट वापरलेले, जुने आहेत; असं भासवण्याचा त्यांनी

आटोकाट प्रयत्न केला होता. ते बूट त्यांनी माझ्यासाठी नवीन विकत घेतलेले नाहीयेत असं त्यांना दाखवायचं होतं. आता मी उन्हाळ्याच्या सुट्टीत काम करून बूट विकत घ्यायला पुरेसे पैसे मिळवतो; पण मला चांगल्या बुटांची पहिली जोडी त्यांनी दिली होती, हे मी कधीही विसरणार नाही. त्यांच्याबाबत बोलल्या जाणाऱ्या सगळ्या वाईट गोष्टी मला माहीत आहेत, आणि त्या खऱ्याही आहेत. माझेही त्यांच्याशी अनेकदा वाद झाले आहेत, पण तरीही साधारणपणे जमतं आमचं. माझ्या आई-बाबांमुळे त्यांना न्यूनगंड वाटत नाही, आणि माझ्या आई-बाबांना जे जमत नाही त्या गोष्टी ते माझ्यासाठी करू शकतात, हेही त्यांना माहीत आहे. त्यामुळेही कदाचित आमचं जमत असेल.''

मेग पुटपुटली, ''मला त्यांचा तिरस्कारच वाटत राहिला असता, तर जास्त सोपं झालं असतं.''

आता तिच्या मनात कॅल्विनचा नव्हे, तर प्रोगिनॉस्कीसचा आवाज घुमू लागला, ''काय सोपं झालं असतं?''

''त्यांना नाम देणं.''

''सोपं झालं असतं? पण आता तर तुला त्यांच्याबद्दल जास्त माहिती मिळालीय ना?''

''दुसऱ्याकडून मिळालेली माहिती. त्यांनी आणखी दुसरं काही चांगलं केल्याचं मला माहीत नाही.''

''तुला काय वाटतंय? त्यांना तुझ्याबद्दल काय वाटत असेल?''

''त्यांनी मला मी फक्त चिडलेली असतानाच पाहिलंय'', तिनं कबूल केलं. मि. जेनकिन्सचं बोलणं आठवून तिला हसू यायला लागलं. ते म्हणाले होते, ''मेग, तू एक अत्यंत उद्धट आणि हट्टी मुलगी आहेस. माझ्या ऑफिसमध्ये मला तुझ्यासारख्या उद्दाम मुलीशी बोलावं लागतं हे माझं दुर्दैवच आहे.'' आणि मग तिला घरी जाऊन शब्दकोशात 'उद्दाम' या शब्दाचा अर्थ शोधावा लागला होता.

प्रोगिनॉस्कीसनं आणखी शोध घेत विचारलं, ''तुझ्या कुठल्याही चांगल्या गुणावर विश्वास ठेवतील का ते? तुला काय वाटतं?''

''तशी शक्यता नाहीये.''

''त्यांना एक वेगळी मेग पाहायला मिळाली तर आवडेल तुला? अंतर्बाह्य खरी मेग?''

तिनं खांदे उडवले.

''बरं, मग वेगळी म्हणजे, कशी वेगळी बनलीस तर तुला आवडेल?''

वेड्यासारख्या घाईघाईनं ती म्हणाली, ''मला सुंदर सोनेरी केस असलेले आवडतील.''

"ए नाही गं, खरंच, ही इच्छा नसणार."

"अर्थातच आवडेल मला."

"तुला जर सुंदर सोनेरी केस असते, तर तू म्हणजे तू नसतीसच."

"ती तर छान कल्पना असेल... आ-आ-ह प्रोगो, अरे, दुखलं ना मला."

"स्वत:चे लाड पुरवून घेण्यासाठी वेळ नाहीये."

"मि. जेनकिन्स जेव्हा चांगले वागतात ना, तेव्हा ते मि. जेनकिन्स नसतातच. मि. जेनकिन्सचं चांगलं वागणं म्हणजे माझ्या डोक्यावर सोनेरी केस असण्यासारखंच आहे."

प्रोगिनॉस्कीसनं सात्विक संताप तिच्याकडे पोचवला. तो म्हणाला, "मेग, आपल्याकडे जास्त वेळ नाहीये. आता ते कोणत्याही क्षणी येतील."

तिच्या पोटात भीतीनं गोळा आला. तिनं विचारलं, "प्रोगो, मी जर योग्य व्यक्तीला नाम दिलं नाही....मी जर अपयशी झाले, तर तू काय करशील?"

"मी सांगितलं की तुला. मला निवड करावी लागेल."

"त्यातून नीटसं काही कळलं नाही. तू कोणत्या मार्गाची निवड करशील, हे मला जाणून घ्यायचं आहे."

थंडगार वारा वाहत गेल्यासारखी प्रोगिनॉस्कीसची पिसं थरथरली. "मेग, अगं, जास्त वेळ नाहीये. ते परत येत असतील आता. त्यांच्यातल्या एकाला तुला नाम द्यायचं आहे."

'एखादा संकेत तरी दे'

"अगं, हा खेळ नाहीये. मि. जेनकिन्स बरोबरच बोलले होते."

तिनं व्यथित होऊन त्याच्याकडे नजर टाकली. त्यानं माफी मागितल्यासारख्या डोळ्यांच्या पापण्या खाली वळवल्या. ती म्हणाली, "प्रोगो, अगदी चार्ल्स वॉलेससाठीसुद्धा मी अशक्य गोष्टी कशा करू रे? मि. जेनकिन्सबद्दल मला कसं प्रेम वाटू शकेल?"

प्रोगिनॉस्कीसनं काहीच उत्तर दिलं नाही. आगीचे लोट, धूर, काहीही नाही; फक्त पंखांनी डोळे झाकून घेतले गेले.

"ए प्रोगो! अरे, मदत कर ना मला! अरे, मि. जेनकिन्सबद्दल प्रेमाची भावना कशी येईल माझ्या मनात?"

त्यानं ताबडतोब खूपसे डोळे विस्फारले, आणि म्हणाला, "अगं, किती विचित्र कल्पना आहे ही! प्रेम ही भावना नाहीये. जर ते तसं असतं, तर मी प्रेम करूच शकलो नसतो. देवदूतांना भावना नसतात."

"पण..."

"बावळट", रागानं नव्हे, तर चिंतेनं प्रोगिनॉस्कीस म्हणाला, "तुम्हाला कसं

वाटतंय, जाणवतंय; ती जाणीव म्हणजे प्रेम नसतं... ते तुम्ही करता... आत्तापर्यंतच्या आयुष्यात मला कधीही कसली जाणीव झाली नाही. खरं तर मी फक्त पृथ्वीवासीयांसाठी मूर्त रूपात असतो.''

''प्रोगो. तू माझ्यासाठी फार महत्त्वाचा आहेस.''

प्रोगिनॉस्कीसनं धूर सोडला. फिकट निळ्या धुराचे लोट वर लहरत गेले. ''अगं, तसं नव्हतं म्हणायचं मला. देवदूत फक्त पृथ्वीवासीयांसमोर मूर्त रूप धारण करतात. तुम्ही ज्याला 'भौतिक पदार्थ (Matter)' म्हणता ना, त्या पदार्थांच्या रूपात. तुम्ही त्याला द्रव्य, किंवा वस्तुरूप म्हणता.''

''मग तू जर फक्त आम्हालाच दिसू शकतोस, तर तू इतकं भयंकर रूप का घेतोस?''

''कारण, आम्ही जेव्हा वस्तुरूप धारण करतो तेव्हा आमचं हेच रूप तयार होतं. जेव्हा तुझं शरीर तयार झालं आणि तू जन्माला आलीस, तेव्हा तुझं रूप कसं असावं, हे तू स्वत: ठरवलं नव्हतंस, हो ना?''

''नक्कीच नाही. माझं रूप ठरवणं माझ्या हातात असतं, तर मी खूप वेगळं रूप निवडलं असतं. मी सुंदर रूपाची निवड केली असती. ओह... आत्ता मला समजलं! म्हणजे मला जसं, माझे केस, चष्मा आणि एकूणात कशाचीच निवड करता येत नव्हती, तसंच तुलाही वेड्यावाकड्या ड्रॅगन्सच्या कळपासारखं दिसण्यावाचून दुसरा पर्याय नव्हता, हो ना? म्हणजे, तू हे असं फक्त गंमत म्हणून करत नाहीयेस, बरोबर?''

प्रोगिनॉस्कीस लाजून, त्याच्या बऱ्याचशा डोळ्यांवर पंख ओढून घेत म्हणाला, ''मी एक देवदूत आहे, आणि देवदूत जेव्हा वस्तुरूप किंवा मूर्तरूप धारण करतो, तेव्हा तो असाच दिसतो.''

मेग त्या भव्य, भीतिदायक पण तरीही सुंदर दिसणाऱ्या प्राण्यासमोर गुडघे टेकून बसली, आणि म्हणाली, ''प्रोगो, मी काही वारा किंवा आगीची ज्वाला नाहीये. मी एक मानव आहे. मला भावना आहेत. त्याशिवाय मी विचार करू शकत नाही. तू जर माझ्यासाठी महत्त्वाचा असशील, तर मी अयशस्वी झाल्यानंतर तू काय करायचं ठरवणार आहेस, ते माझ्यासाठी महत्त्वाचंच ठरतं.''

''अगं, पण का? मला कळतच नाहीये.''

उरलासुरला फिकट निळ्या रंगाचा धूर तिच्या डोळ्यांत जात होता, आणि त्यामुळे तिचे डोळे चुरचुरत होते. त्या धुराच्या वलयांना हातानं बाजूला सारत ती धडपडत उठून उभी राहिली, आणि ओरडत म्हणाली, ''कारण मी अपयशी झाल्यावर, जर तू एखादा कृमी, किंवा तसलंच काहीतरी बनायचं ठरवलंस आणि इक्थ्रॉयला सामील झालास, तर मी योग्य व्यक्तीला नाम देईन की नाही, याची

मला अजिबात पर्वा नाहीये. माझ्या मते, त्याला काहीही अर्थच उरणार नाही! माझ्यासाठी ते मुळीच महत्त्वाचं नसेल! आणि चार्ल्सलासुद्धा माझ्यासारखंच वाटेल. मला माहितीये ते!"

प्रोगिनॉस्कीस तिच्या मनात हळुवारपणे, विचारपूर्वक चाचपडत म्हणाला, "मला तुझ्या भावना समजत नाहीत. मी प्रयत्न करतोय, पण मला कळत नाहीये. भावना असणं नक्कीच अत्यंत त्रासदायक असणार."

"प्रोगो! तू काय करशील? सांग मला."

शांतता. आगीचे लोळ नाहीत, धूर नाही. सगळे डोळे बंद. प्रोगिनॉस्कीसनं आपले सगळे पंख पूर्ण मिटून घेतले. तिच्या मनात, त्याचे शब्द अगदी सूक्ष्मरूपात शिरू लागले. "सर्वनाश. तू अयशस्वी झालीस, तर मी स्वतःला संपवून टाकीन, नष्ट होईन."

तो गायब झाला.

मेग गर्रकन वळली. तीन मि. जेनकिन्स, वाहनतळाच्या दिशेकडून तिच्याकडे चालत येत होते. ती त्यांना सामोरी गेली, आणि म्हणाली, "मि. जेनकिन्स."

तंतोतंत एकसमान, द्वेष वाटण्याजोगे असे ते तिघेही एकाच वेळेस तिच्या समोर आले.

मि. जेनकिन्स नं.१ यांनी नाक ओढत सुं-सुं आवाज काढला. त्यांच्या नाकाचा शेंडा कसातरीच हलत होता. ते म्हणाले, "मी परत आलोय. चार्ल्स वॉलेसला मी तुझ्या आईकडे सोडलंय. आता तू प्लीज या दोन खोडसाळ माणसांपासून माझी सुटका कर. माझ्या वेळावर आणि एकांतावर असं आक्रमण केलेलं मला मुळीच आवडलेलं नाहीये."

त्यांच्याकडे बोट दाखवत तक्रारीच्या सुरात मि. जेनकिन्स नं.२ म्हणाले, "तुझ्या भावानं जेव्हा शाळेत साप आणला होता, तेव्हा हा तोतया चिडला, आणि त्यानं त्याचे खरे रंग दाखवले होते. हा तोतया माणूस आपण कोण आहोत हे विसरून त्या छोट्या मुलाला म्हणाला..."

"थांब", मि. जेनकिन्स नं.३ पटकन बोलले. "गाळून टाक तो शब्द. लहान मुलासाठी योग्य नसलेले शब्द वापरले त्यानं. उच्चार करू नको त्याचा."

मि. जेनकिन्स नं.२ म्हणाले, "त्याला लहान मुलं आवडत नाहीत."

मि. जेनकिन्स नं.३ म्हणाले, "त्याला मुलांवर नियंत्रण ठेवता येत नाही."

मि. जेनकिन्स नं.२ म्हणाले, "मी चार्ल्स वॉलेसला आनंदी ठेवीन."

मि. जेनकिन्स नं.३ म्हणाले, "मी त्याला यशस्वी करीन."

मि. जेनकिन्स नं.१ यांनी आपल्या हातावरच्या घड्याळाकडे नजर टाकली.

मेगनं डोळे बंद केले. अचानक तिला काही जाणवेनासं झालं. जणू जाणिवेच्या

पलीकडे असलेल्या एका वेगळ्याच मितीत ती ढकलली गेली. "असं काही शक्य असेल, आणि जर प्रोगो बरोबर बोललेला असेल, तर ते नक्कीच शक्य आहे." तिच्या मनात आलं. दुसरं काहीही नव्हतं, फक्त थंड जागरूकता.

त्याचा भावनेशी काहीही संबंध नव्हता. तिच्या तोंडून, नकळत थंड, शांत, भावनाविरहित आवाज बाहेर पडला, "मि. जेनकिन्स नं.३."

ते विजयी हास्य करत पुढे आले.

"नाही. तुम्ही खरे मि. जेनकिन्स नाहीत. तुम्ही फार शक्तिशाली आहात. तुम्ही शाळा सांभाळू शकत नसल्यामुळे तुम्हाला हायस्कूलमधून काढून टाकून प्राथमिक शाळेचे हेडमास्तर बनवलंच नसतं. अर्थात तुम्हाला ती शाळाही सांभाळता येत नाहीच म्हणा. तुमच्या बाबतीत असं काही घडू शकतच नाही." तिनं मि. जेनकिन्स नं.१ आणि नं.२ यांच्याकडे पाहिलं. तिचे हात बर्फासारखे गार पडले होते, आणि पोटात खड्डा पडून मळमळत होतं. तिचं मात्र त्याकडे लक्षच गेलं नाही, कारण ती अजूनही त्या जाणिवेपलीकडच्या प्रदेशात होती. ती म्हणाली, "मि. जेनकिन्स नं.२"

ते हसले.

पुन्हा डोकं हलवत ती म्हणाली, "तुमच्या बाबतीत मला आधी खात्री नव्हती. पण प्रत्येकाला सुखी आणि अगदी एकमेकांसारखं करावंसं वाटणं, हेदेखील मि. जेनकिन्स नं.३ यांच्या सगळ्यांवर सत्ता गाजवण्याच्या इच्छेइतकंच वाईट आहे. अगदी मि. जेनकिन्स वाईट आहेत, तितकंच हेही वाईटच आहे. तुम्हा तिघांमध्ये एकच मि. जेनकिन्स असे आहेत, की जे माणूस असल्यामुळे चुका करतात, आणि ते म्हणजे तुम्ही आहात, मि. जेनकिन्स नं.१." आश्चर्यानं ती एकदम हसू लागली. हसत म्हणाली, "आणि त्यासाठीच माझं तुमच्यावर प्रेम आहे." मग तिला अत्यंत थकव्यानं आणि तणावामुळे रडू कोसळलं. मात्र, तिनं योग्य तेच केल्याची तिला खात्री होती.

शाळेच्या आवारातली हवा भेदून टाकणाऱ्या जोरदार किंकाळ्या आणि मोठा आरडाओरडा निनादला, आणि मग थंडगार शून्यत्व हे फक्त इक्थ्रॉयच्या उपस्थितीचं निदर्शकच असू शकत होतं. हवेत जणू सपासप भेगांमागून भेगा पडत होत्या, आणि मग मात्र त्या भेगांच्या कडा, एकत्र येऊन पुन्हा सांधल्या गेल्या.

शांतता अगदी संपूर्ण शांतता. आणि नेहमीसारखीच, सामान्यपणे वाहणाऱ्या वाऱ्याची मंद झुळूक.

प्रोगिनॉस्कीस मूर्त रूपात प्रकट झाला, अगदी हळुवारपणे त्यानं आपले एकेक पंख पसरले, आणि त्याचे ते असंख्य डोळे दिसू लागले.

मि. जेनकिन्स नं.१, खरेखुरे मि. जेनकिन्स, बेशुद्ध पडले.

७

मेट्रन ॲरिस्टन

मेग गुडघ्यांवर बसून मि. जेनकिन्सवर झुकली होती. ब्लजेनीचा आवाज ऐकू येईतो तो तिथे आहे, हे तिला कळलंच नव्हतं.

"प्रोगिनॉस्कीस, खरंच, काय हे? अरे, एकदम असा कोणाला आश्चर्याचा धक्का देऊ नये, हे कळायला हवं होतं तुला. विशेषतः, मर्यादा असलेल्या मि. जेनकिन्ससारख्यांना, तर मुळीच नाही." तो देवदूत आणि मेगच्या मध्ये उभा होता. जवळपास शाळेच्या इमारतीएवढा उंच होता तो, आणि थोडे गमतीचे, थोडे रागीट भाव होते त्याच्या चेहऱ्यावर.

प्रोगिनॉस्कीसनं जराशा नाखुशीनंच माफी मागितल्यागत पंखांची फडफड केली, आणि म्हणाला, "मला अगदी सुटका झाल्यासारखं वाटलं."

"अगदीच बरोबर"

"हे....अं....मि. जेनकिन्स असेच, मर्यादा असलेलेच राहतील का?"

"हा मात्र फार मर्यादित, संकुचित विचार आहे हं, प्रोगिनॉस्कीस", ब्लजेनी कडक शब्दात म्हणाला, "मला आश्चर्यच वाटतंय."

आता मात्र देवदूत खरंच शरमला. त्यानं आपले डोळे बंद करून पंखांनी झाकून घेतले. फक्त तीन डोळे उघडे ठेवले, एका डोळ्यानं ब्लजेनीकडे, एकानं मेगकडे आणि एकानं पालथ्या पडलेल्या मि. जेनकिन्सकडे तो पाहू लागला.

मेगकडे वळून ब्लजेनी म्हणाला, "शाब्बास बाळा, मी खूप खूश झालोय तुझ्यावर."

मेग लाजली अन् म्हणाली, "आधी मि. जेनकिन्सबाबत आपण काहीतरी करायला नको का?"

त्या धूळभरल्या मैदानावर, ब्लजेनी गुडघे टेकून खाली बसला. त्याची काळी, लांबसडक बोटं त्यानं मि. जेनकिन्सच्या कानशिलांवर टेकवली. हेडमास्तर

साहेबांचा चेहरा एरवी फिकुटलेला असायचा, आत्ता मात्र तो राखाडी दिसत होता. त्यांचं शरीर एकदम झटका आल्यासारखं हिसडे देऊ लागलं. त्यांनी डोळे उघडले आणि लगेच पटकन बंदही केले. मि. जेनकिन्स कण्हायला लागले.

एवढ्या तणावानंतर झालेल्या सुटकेमुळे, मेगला वेड लागायचंच तेवढं बाकी राहिलं होतं. थोडं हसत, थोडं रडत ती म्हणाली, "ब्लजेनी, बिचाऱ्या मि. जेनकिन्सना तूदेखील प्रोगोएवढाच भयानक वाटला असशील, हे तुझ्या लक्षात आलं नाही का?" मग तीसुद्धा मि. जेनकिन्सशेजारी गुडघे टेकून बसली, आणि त्यांना म्हणाली, "मि. जेनकिन्स, अहो, मी आहे इथे. मेग. मी तुम्हाला आवडत नाही, हे माहितीये मला; पण मी निदान तुमच्या ओळखीची तरी आहे. डोळे उघडा बरं. अहो, सगळं ठीक आहे, खरंच ठीक आहे."

सावधपणे, हळूहळू त्यांनी डोळे उघडले. ते म्हणाले, "मला मानसोपचारतज्ज्ञाला भेटायलाच हवं, अगदी ताबडतोब."

छोट्या मुलाशी बोलावं, तसं त्यांना शांत करत मेग म्हणाली, "तुम्हाला मुळीच भास होत नाहीये हं मि. जेनकिन्स, अगदी खरंच नाही. सगळं ठीक आहे हो. ते मित्र आहेत. हा ब्लजेनी आणि हा प्रोगो, आणि ते अगदी खरे आहेत हं."

मि. जेनकिन्सनं डोळे मिटून घेतले, आणि पुन्हा उघडले. ते मेगकडे एकटक बघू लागले.

"ब्लजेनी शिक्षक आहे हं मि. जेनकिन्स, आणि प्रोगो... अं... तो देवदूत आहे." त्यांच्या चेहऱ्यावर साहजिकच स्पष्ट अविश्वास दिसत होता, आणि त्याबद्दल मेग त्यांना अजिबात दोष देऊ शकत नव्हती.

बारीक आवाजात ते म्हणाले, "एकतर अति तणावामुळे माझ्या डोक्यावर परिणाम झालाय, अर्थात तेही शक्य असेल म्हणा, किंवा मग मला स्वप्न पडत असेल. हां....तसंच आहे.....मी नक्कीच झोपलेलो असणार आत्ता." मेगच्या मदतीनं ते कसेबसे उठून बसले, आणि पुढे म्हणाले, "पण मग, तू माझ्या स्वप्नात का आहेस गं? आणि मी जमिनीवर का झोपलोय? मला कोणी ठोकलंय का? त्या मोठ्या, थोराड मुलांनी असं केलं असेल तर मला मुळीच आश्चर्य वाटणार नाही" त्यांनी हात डोक्यावर नेऊन कुठे जखम झालीय का, ते चाचपडून पाहिलं. "तू इथे का आहेस ग मार्गरिट? मला तर आठवतंय..." त्यांनी पुन्हा ब्लजेनी आणि प्रोगिनॉस्कीसकडे पाहिलं आणि त्यांचं अंग शहारलं. "ते अजूनही इथेच आहेत. अं..नाही. मी अजूनही स्वप्नातच आहे. मला जाग का येत नाहीये? हे काहीही खरं नाहीये."

मेगनं ब्लजेनीचेच शब्द उच्चारले, "खरं म्हणजे काय?" तिनं वळून त्या शिक्षकाकडे पाहिलं, पण तो आता मि. जेनकिन्सकडे लक्ष देत नव्हता. त्याच्या

नजरेच्या दिशेनं मेगनं पाहिलं. तिला लुईस भराभर सरपटत त्यांच्याकडे येताना दिसली.

मि. जेनकिन्सचं अंग पुन्हा नव्यानं शहारलं. ते म्हणाले, "अरे बापरे, आता पुन्हा साप नकोत. मला भीती वाटते."

त्यांना शांत करत मेग म्हणाली, "घाबरू नका. लुईस खूप प्रेमळ, खेळकर आहे. ती तुम्हाला इजा करणार नाही."

"साप", डोकं हलवत मि. जेनकिन्स म्हणाले, "साप... अक्राळविक्राळ प्राणी आणि अगडबंब राक्षस... हे शक्यच नाही... यातलं काहीही शक्य नाहीये."

मोठ्या लुईसबरोबरचं संभाषण थांबवून, ब्लजेनी अधीरपणे म्हणाला, "आपण आत्ताच्या आत्ता जायलाच हवंय. इक्थ्रॉय प्रचंड संतापलेत. चार्ल्स वॉलेसचा मायटोकॉन्ड्रायटिस हा आजार बळावलाय."

"ओ ब्लजेनी, आम्हाला लगेचच घरी घेऊन चल", मेग ओरडली. "मी त्याच्याजवळ असायलाच हवी!"

"वेळ नाहीये. आपण ताबडतोब 'मेट्रन ॲरिस्टन' इथे जायलाच हवंय."

"कुठे?"

काहीही उत्तर न देता, ब्लजेनी मि. जेनकिन्सकडे वळून म्हणाला, "सर, तुम्हाला शाळेत परत जाऊन तुमचं नेहमीचं काम करायचं आहे का? की तुम्ही आमच्याबरोबर याल?"

मि. जेनकिन्स पूर्णपणे आश्चर्यचकित झालेले दिसत होते. "मला नक्कीच वेड लागतंय."

"तुमची इच्छा नसेल, तर नाही लागणार वेड. तसं काही नाहीये. तुम्ही न पाहिलेल्या, तुमच्या अनुभवापलिकडच्या अनेक गोष्टी एकदम सामोऱ्या आल्या, इतकंच फक्त. मात्र त्याचा अर्थ असा होत नाही, की त्या गोष्टी, म्हणजेच आम्ही अस्तित्वातच नाही."

मेगला अनिच्छेनं का असेना, पण तिनं नाम दिलेल्या या लहानशा बेढब माणसाचा बचाव करावासा वाटला. "मि. जेनकिन्स, तुमची तब्येत बरी नाही, असं शाळेत सांगून आमच्याबरोबर यावंसं वाटत नाही का तुम्हाला?"

हतबल होऊन मि. जेनकिन्सनं आपले हात उचलले आणि म्हणाले, "माझ्यासारखीच दिसणारी इतर दोन... अं... दोन माणसं होती का तिथे?"

"हो हो, नक्कीच होती, पण आता ते निघून गेलेत."

"कुठे?"

मेगनं ब्लजेनीकडे पाहिलं.

तो शिक्षक गंभीर दिसत होता. तो म्हणाला, "जेव्हा इक्थ्रॉय मनुष्यरूप

घेतो, तेव्हा ते तसंच राहू द्यायचा त्याचा इरादा असतो.''

मेग ब्लजेनीची दगडी, राखाडी रंगाची बाही पकडून, प्रश्न विचारू लागली, ''ती पहिली परीक्षा... ते सगळं कसं घडलं? तूच तर हा सगळा बनाव रचला नव्हतास ना? तू इक्थ्रॉयला मि. जेनकिन्स बनायला सांगितलं नसशील, हो ना?''

तो शांतपणे उत्तरला, ''मेग, मी तुला सांगितलंय ना....मला तुझी मदत हवीय.''

''म्हणजे, म्हणजे... काही झालं तरी हे सगळं होणारच होतं, इक्थ्रॉयचं मि. जेनकिन्स बनणं अगदी जरी...''

''त्यांचा हेतू साध्य होण्यासाठी मि. जेनकिन्सचं शरीर अगदी उत्कृष्ट होतं.''

मि. जेनकिन्स जरासे थरथरत, अडखळत ब्लजेनीजवळ गेले आणि पुटपुटत म्हणाले, ''हे बघा, तुम्ही कोण आहात, ते काही मला माहीत नाही, आणि मला त्याची पर्वाही नाही. पण मला या सगळ्याचं स्पष्टीकरण मात्र हवं आहे.''

ब्लजेनीचा आवाज आता 'चेलो' या व्हायोलिनसारख्या वाद्यागत न वाटता, 'इंग्लिश हॉर्न' या वाद्यासारखा येत होता. (हे वाद्य साधारणपणे क्लॅरीनेटसारखं दिसतं, पण दोन्ही वाद्यांत थोडासा फरक असतो). तो म्हणाला, ''आजकाल तुमच्या जगात, बहुदा अशा घटनांना स्किझोफ्रेनिया किंवा मानसिक रोग म्हणत असतील. मला मात्र त्याला, जुन्या प्रथेनुसार 'भूतबाधा' असं म्हणणं जास्त बरोबर वाटतं.''

''स्किझो. अहो सर, तुम्हाला मी काय मनोरुग्ण वाटतो की काय? तुम्हाला माझ्या मानसिक आरोग्याविषयी प्रश्न पडलाय का?''

लुईसनं हलकेच शीळ घातल्यासारखा आवाज काढला. त्या आवाजात घाई जाणवत होती.

शांतपणे ब्लजेनी म्हणाला, ''मि. जेनकिन्स, आता आम्हाला निघायलाच हवं. तुम्ही एकतर तुमच्या शाळेत परत जा, किंवा आमच्यासोबत या. आत्ताच ठरवा.''

मेग त्यांना आग्रह करू लागली. त्याचं तिला आश्चर्यही वाटलंच म्हणा, ''प्लीज मि. जेनकिन्स, या ना हो आमच्याबरोबर.''

''पण माझं शाळेचं काम''

''अहो, आत्ता जे काय झालं... त्यानंतर तुम्ही लगेच पुन्हा शाळेत जाऊ शकणार नाही, तुम्हालाही माहितीये.''

मि. जेनकिन्स पुन्हा कण्हले. त्यांचा राखाडी झालेला चेहरा फिक्कट हिरवट झाला.

''आणि ब्लजेनी आणि देवदूत यांना भेटल्यानंतर तर...''

"देवदूत..."

लुईसनं पुन्हा शीळ घातली.

ब्लजेनींनं विचारलं, "तुम्ही आमच्यासोबत येणार आहात की नाही?"

"मार्गारिटनं मला ओळखलं, मला नाम दिलं", मि. जेनकिन्स हळूच म्हणाले, "हो, येतो मी."

प्रोगिनॉस्कीसनं मेगला जवळ ओढलं. त्याचं हृदय खूप जोरात धडधडत होतं. तिला त्याच्या हृदयाचे ठोके चांगलेच स्पष्ट जाणवत होते. पितळी घंटेचा लयबद्ध घणघणाट घुमावा, तसं वाटत होतं. तिला तो लंबगोलाकार उघडा डोळा दिसला. तो डोळा मोठा होत होता.

ती त्यातून पलीकडे गेली.

ते सगळे घराजवळ, तारे पाहायच्या खडकापाशीच आले होते... अपेक्षाभंग झाल्यासारखं वाटलं तिला.

पण थांबा हं : तो नक्की त्यांचा तारे पाहायचा खडकच होता का?

तिनं डोळे घट्ट मिटले, आणि जेव्हा पुन्हा डोळे उघडले, तेव्हा तिला मि. जेनकिन्स आणि ब्लजेनी दिसले, आणि कॅल्विनसुद्धा होता तिथे. (धन्यवाद ब्लजेनी!, तिनं मनात म्हटलं). त्यानं आपला हात तिच्या पुढे केला. त्याच्या छानपैकी मनमोकळ्या स्मितहास्यामुळे तिला बरं वाटलं.

तिथे शरदाची थंडी नव्हती. वाऱ्याची छान उबदार झुळूक येत होती, उन्हाळ्यात असावी तशी. चहूदिशांनी रातकिड्यांचे, कॅटीडिडस् या नाकतोड्यांचे, उन्हाळ्यात दिसणाऱ्या अनेक प्रकारच्या किड्यांचे आवाज ऐकू येत होते. आणि जरा वाईट गोष्ट म्हणजे डासांचं गुणगुणणंही ऐकू येत होतं. बेडूक पाय थिरकवणारं गाणं गात होते, आणि एक झाडावर राहणारा बेडूक खरखरत्या आवाजात गात होता. आकाश ताऱ्यांनी खच्चून भरलं होतं. हिवाळ्यापेक्षा उन्हाळ्यात तारे नेहमी पृथ्वीच्या जवळ भासतात.

ब्लजेनी त्या खडकावर पायावर पाय टाकून बसला, आणि त्यांना जवळ येऊन बसण्याची खूण केली. मेग त्याच्या समोर बसली. लुईस तिथेच वेटोळं घालून बसलेली तिला दिसली. प्रोगिनॉस्कीसच्या एका पसरलेल्या पंखावर लुईसनं डोकं टेकवलं होतं. कॅल्विन मेगशेजारी बसला, आणि मि. जेनकिन्स अस्वस्थपणे, शरीराचं वजन एका पायावरून दुसऱ्या पायावर टाकत, उभेच राहिले होते.

मेग जराशी कॅल्विनजवळ सरकली, आणि तिनं आकाशाकडे पाहिलं.

चकित होऊन तिनं मोठ्ठा श्वास घेतला. जवळ भासणारे, दाटीवाटीनं दिसणारे ते तारे ओळखीचे नव्हते. ती नेहमी आई-बाबांसोबत बघायची ते ग्रह,

ती नक्षत्रं नव्हतीच तिथे, अजिबात ओळखीचे नव्हते ते तारे. प्रोगिनॉस्कीस तिला इक्थ्रॉयचं भयंकर दुष्कृत्य बघायला घेऊन गेला होता, तेव्हा जसे वेगळेच तारे दिसले होते, हे तारेसुद्धा तसे वेगळे होते.

कॅल्विननं विचारलं, "ब्लजेनी, आपण कुठे आहोत?"

"मेट्रन ॲरिस्टन"

"मेट्रन ॲरिस्टन म्हणजे काय? तो ग्रह आहे का?"

"नाही. ती एक कल्पना आहे, एक गृहीतक. मी माझ्या आकाशगंगेत असतो, तेव्हा असं गृहीतक मानणं मला सोपं जातं. तर आता आपण, वेगान्युअल आकाशगंगेतील मॉनड्रियॉन या सूर्यमालेच्या जवळ आहोत. तुम्हाला जे तारे दिसतायत ते मला माहीत आहेत. हे तारे मला माझ्या स्वत:च्या ग्रहावरून दिसतात."

"आपण इथे का आलोय?"

"मेट्रन ॲरिस्टन ह्या गृहीतकामुळे सगळे आकार सापेक्ष बनणं शक्य होतं. मेट्रन ॲरिस्टन इथे तुमचा आकार, एखाद्या भव्य ताऱ्याशी संवाद साधण्याइतका मोठा, किंवा एखाद्या सूक्ष्म फॅरन्डोलाशी संवाद साधण्याइतका सूक्ष्म बनू शकतो."

मेगला क्षणभर आश्चर्याचा धक्का बसला, तिचा विश्वास बसेना. फॅरन्डोला तर चार्ल्स वॉलेसच्या ड्रॅगन्सपेक्षाही काल्पनिक वाटले होते तिला. "फॅरन्डोला! आपल्याला खरंच एखादा फॅरन्डोला दिसणार आहे?"

"हो."

"पण ते तर अशक्य आहे. एक फॅरन्डोला इतका छोटासा असतो की..."

"किती लहान असतो?"

"इतका लहान, की आपण कल्पनाही करू शकत नाही. माझी आई सांगते ना."

मि. जेनकिन्सनं गोंधळून गेल्यासारखा बारीकसा आवाज काढला, आणि एका पायावरचं शरीराचं वजन दुसऱ्या पायावर तोललं. ब्लजेनी म्हणाला, "आणि तरीही सौ. मरींना खात्री आहे की त्यांनी फॅरन्डोलींचं अस्तित्व सिद्ध केलंय. आता आपण अशी कल्पना करूया : हे बघा, आपण इथे वेगान्युअल आकाशगंगेत आहोत, दोन ट्रिलियन प्रकाशवर्षं दूर (१ ट्रिलियन = १०१२. किंवा १,०००,०००,०००,०००).

वेगान्युअल आकाशगंगेचा आकार तुमच्या पृथ्वीच्या आकाशगंगेएवढाच आहे. तुमच्या मिल्कीवे या आकाशगंगेला एक परिभ्रमण पूर्ण करायला किती वेळ लागतो?"

कोणीच उत्तर न दिल्यानं मेगनं उत्तर दिलं, "घड्याळ्याच्या काट्याच्या

दिशेनं, दोनशे अब्ज वर्षं.''

''म्हणजे त्यावरून आपल्याला तुमच्या आकाशगंगेच्या आकारमानाची साधारण कल्पना येते, बरोबर?''

''अगदी साधारणपणे'' कॅल्विन म्हणाला, ''आमची डोकी इतक्या अवाढव्य, महावैश्विक गोष्टी समजून घेऊ शकत नाहीत.''

''तुम्ही डोक्यानं, मनानं विचार करायचा प्रयत्नही करू नका. तुमचा मेंदू फार मर्यादित आहे. तुमच्या अंत:प्रेरणेचा वापर करा. तुमच्या आकाशगंगेच्या आकाराचा विचार करा. आता तुमच्या सूर्याचा विचार करा. तो एक तारा आहे आणि तुमच्या संपूर्ण आकाशगंगेपेक्षा अगदी खूपच लहान आहे, हो ना?''

''अर्थातच.''

''आता तुमच्या सूर्याच्या तुलनेत तुमचा विचार करा. तुम्ही तुलनेनं किती लहान आहात, याचा विचार करा. तसं केलं का?''

''हो, साधारण'', मेग म्हणाली.

''आता एका मायटोकॉन्ड्रिऑनचा विचार करा. प्रत्येक सजीवाच्या पेशींमध्ये मायटोकॉन्ड्रिया असतात, त्यांचा विचार करा. तुमच्या शरीरापेक्षा एक मायटोकॉन्ड्रिऑन किती लहान असतो, याचाही विचार करा.''

मि. जेनकिन्स स्वत:शीच बोलले, ''मला तर वाटलं की चार्ल्स वॉलेस उगीचच बढाया मारण्यासाठी हे असं बोलत असतो.''

ब्लजेनी त्याचा मुद्दा पुढे नेत म्हणाला, 'आता लक्षात घ्या की, तुमच्यापेक्षा एक मायटोकॉन्ड्रिऑन जेवढा लहान असतो, एक फॅरन्डोला एका मायटोकॉन्ड्रिऑनपेक्षा तेवढाच लहान असतो'.

''आता या वेळेला समस्या ही आहे की, आमची डोकी इतकी सूक्ष्म-वैश्विक गोष्टही समजून घेऊ शकत नाहीत'', कॅल्विन म्हणाला.

ब्लजेनी म्हणाला, ''अं... दुसऱ्या प्रकारे सांगायचं तर आपण असं म्हणू शकतो, की तुमची आकाशगंगा तुमच्या शरीरापेक्षा खूप मोठी आहे ना, तसंच एक फॅरन्डोला तुमच्यापेक्षा खूप लहान आहे.''

कॅल्विननं शीळ घातली. त्यानं विचारलं, ''म्हणजे, मग एका फॅरन्डोलासाठी, आमच्यातलं कोणीही एखाद्या आकाशगंगेएवढं मोठं असेल?''

''हो, साधारणपणे तसंच. तुझ्या फॅरन्डोलींसाठी तू आकाशगंगा आहेस.''

''मग आम्ही त्याला कसे भेटू शकू?''

संयम राखत ब्लजेनी म्हणाला, ''मी आत्ताच सांगितलं ना, मेट्रन ॲरिस्टन. इथे आपण आकारात खूप वेगवेगळे बदल करू शकतो. खरं तर, वास्तवात ते महत्त्वाचं नाहीये.'' मान वळवून त्यानं तिथे असलेल्या भल्यामोठ्या हिमनदीपासून

बनलेल्या खडकांकडे पाहिलं.

"ते खडक", मेगनं विचारलं, "ते खरंच तिथे आहेत का?"

"मेट्रन ॲरिस्टनमध्ये कुठेही काहीही नाहीये", ब्लजेनी बोलू लागला. "तुमच्या ओळखीचा परिसर निर्माण करून मी तुमच्यासाठी सगळं सोपं करण्याचा मला जमेल तितका प्रयत्न करतोय. तुम्ही सगळ्या गोष्टी फक्त तुमच्या लहानशा मेंदूनंच समजून घेण्याचा प्रयत्न अजिबात करू नका. आम्हाला भेडसावणाऱ्या समस्या सोडवण्यासाठी तुमच्या मेंदूचा फारसा उपयोग नाहीच म्हणा."

मि. जेनकिन्स शेवटी खडकावर अवघडून बसले. ते म्हणाले, "मग आता मी कसं समजून घ्यायचं? मला काही अंत:प्रेरणा वगैरे होत नाही."

"तुम्ही तुमच्या हृदयानं, मनानं समजून घ्यायला हवं. तुमच्या शरीराच्या एखाद्या लहानशा भागाचा वापर करून नव्हे, तर संपूर्णपणे, तुम्ही स्वत: समष्टीरूपानं, समजून घ्यायला हवं."

कुरकुर करत मि. जेनकिन्स म्हणाले, "आता माझं नव्या गोष्टी शिकायचं वय राहिलं नाही. वय वाढलंय माझं. एखाद्या म्हाताऱ्या कुत्र्याला तुम्ही नवीन खेळ शिकवू शकत नाही. मी जरा जास्तच जगलोय."

मेग ओरडली, "नाही हो मि. जेनकिन्स, तसं मुळीच नाही. आत्ताशी कुठे तुमची सुरुवात झालीये!"

मि. जेनकिन्सनं खिन्न होऊन नकारार्थी मान हलवली. "तू मला नाम दिलंच नसतंस, तर कदाचित बरं झालं असतं. तुला अशा प्रकारे का पाहावं लागतंय मला? किंवा तुझ्या छोट्या भावाला? किंवा त्या भीतिदायक पशूला?"

एखाद्या ज्वालामुखीत बारीकशी खळबळ माजावी, तशी काहीशी प्रतिक्रिया प्रोगिनॉस्कीसनं दिली.

मि. जेनकिन्स जरासे ताठरले, पण फिके पडले नाहीत. त्यांनी विचारलं, "तुझ्यासारखे आणखीही काही आहेत का?"

"हो, देवदूतांची संख्या चांगलीच जास्त आहे, पण ते तंतोतंत एकसमान नसतात", प्रोगिनॉस्कीसनं उत्तर दिलं.

"हेच ते", मि. जेनकिन्स उद्गारले. "अगदी नेमकं हेच." अनवधानानं त्यांनी खांद्यांवर पडलेला कोंडा आणि काही धागे झटकून टाकले.

ब्लजेनी लक्षपूर्वक ऐकत होता. त्यानं अदबीनं त्याचं भलंमोठं डोकं झुकवलं आणि म्हणाला, "नेमकं काय, मि. जेनकिन्स?"

"असं तंतोतंत एकमेकांसारखं कोणीही असू नये."

"तसं आहे का कोणी?"

"ते... ते... माझी हुबेहूब नक्कल असलेले मि. जेनकिन्स. माझीच दुप्पट

आणि तिप्पट होताना पाहणं... आधारासाठी काहीही उरलंच नव्हतं.''

भावनावश होऊन मेगनं उठून त्यांच्याकडे धाव घेतली. ''पण ते तुमच्यासारखे नाहीयेत, मि. जेनकिन्स! कोणीच नाहीये! तुम्ही अगदी एकमेव आहात. मी तुम्हाला नाम दिलं, हो ना?''

चष्म्याआडून मि. जेनकिन्सचे डोळे धूसर भासले आणि चकित झाल्याचे भाव त्यांच्या डोळ्यांत उमटले. ते म्हणाले, ''हो, हो. तू केलंस तसं, आणि म्हणूनच मी इथे आलो आहे असं वाटतंय मला, म्हणजे ही जी कुठली जागा असेल त्या जागेवर.'' ब्लजेनीकडे वळून त्यांनी विचारलं, ''ते दुसरे मि. जेनकिन्स त्यांना तुम्ही इक्थ्रॉय असं म्हटलं का?''

''हो. इक्थ्रॉय तिरस्कार करतात, ते तुम्हाला नाम मिळण्यापासून रोखतात, तुमच्या नामाचा नाश करतात. प्रेम नवनिर्मिती करतं, तो प्रेमाचा गुणधर्म आहे. द्वेष किंवा तिरस्कार मात्र विनाश घडवून आणतो, तो द्वेषाचा गुणधर्म आहे.''

जड आवाजात मि. जेनकिन्स म्हणाले, ''मला वाटतं, मी काही फार प्रेमळपणे वागलेलो नाहीये.''

मेगला लख्खकन अंत:प्रेरणा जाणवली, अगदी तीव्र आणि लखलखीत, देवदूताच्या ज्वालेसारखी; आणि ज्वालेसारखीच धगधगती. मेग उद्गारली, ''अहो मि. जेनकिन्स, तुमच्या लक्षात येत नाहीये का? तुमच्या ऑफिसमध्ये मी जेव्हा प्रत्येक वेळी अगदी वाईट वागत होते, तुमचा तिरस्कार करत होते; तेव्हा खरं तर मी तुमच्यापेक्षा माझाच तिरस्कार करत असायचे. आई बरोबरच सांगत होती. तुम्ही स्वत:ला खूप कमी लेखता, असं तिनं मला सांगितलं होतं.''

एका वेगळ्याच, अनोळखी आवाजात मि. जेनकिन्स तिला म्हणाले, ''आपण दोघेही स्वत:ला फार कमी लेखतो गं मार्गरिट, खरं ना? मला जेव्हा वाटायचं की, तुझे आई-वडील मला कमी लेखतात; तेव्हा खरं तर मी मनोमन स्वत:लाच कमी लेखत असायचो. अगं, पण मला खरंच तसं वाटतं गं, स्वत:बद्दल दुसरा विचारही माझ्या मनात येत नाही.''

शेवटी मेगनं कॅल्विनसाठी नवे बूट आणणाऱ्या, ते बूट जुने वाटावे म्हणून धडपडणाऱ्या मि. जेनकिन्सचं दृश्य मनात आणलं.

मि. जेनकिन्सनं ब्लजेनीकडे वळून विचारलं, ''हे अं इक्थ्र...''

''इक्थ्रॉय. हे अनेकवचन आहे, अनेक इक्थ्रॉय. इक्थ्रॉस हे एकवचन असतं, एक इक्थ्रॉस.''

''हे इक्थ्रॉय... ज्यांनी माझं रूप घेतलं होतं... ते आणखी काही त्रास देऊ शकतात का?'', मि.जेनकिन्सनं विचारलं.

''हो.''

“ते चार्ल्स वॉलेसला दुखापत करतील?”

“ते त्याचा संहार करतील.” देवदूत म्हणाला.

तिच्या छोट्या भावाच्या काळजीनं, त्याला भेटायच्या उत्कट इच्छेनं, मेगनं हात पसरले “आपण त्याला सोडून यायला नको होतं.” ती बोलू लागली, पण लगेच तिनं तोंड बंद केलं. तिच्या मनात देवदूताची हालचाल तिला जाणवली. त्याचं मन तिच्या मनाला मदत करत होतं, विचारांचे धक्के देत होतं, आणि काही वेळानं ती चार्ल्ससोबत असल्यासारखं जाणवलं तिला. प्रत्यक्षात नाही, पण मनानं ती चार्ल्सजवळ पोचली होती. तिच्या मनाच्या नजरेनं तिनं पाहिलं. तिची आई चार्ल्सला उचलून जिन्यावरून वर जात होती. आईच्या कडेवर चार्ल्स अगदी मलूल होऊन बसला होता. त्याचे पाय लोंबकळत होते. सौ. मरी त्याला त्याच्या खोलीत घेऊन गेल्या. लाकडी तावदानं बसवलेली लहानशी खोली होती ती. छोट्या शेकोटीची जागाही होती तिथे. एका संपूर्ण भिंतीवर निळ्या रंगावर पांढऱ्या रंगाच्या हिमवर्षावाचं चित्रण असणारा वॉल पेपर चिकटवला होता. एक सुरक्षित वाटणारी आरामशीर खोली होती ती. खिडकीतून घरामागची पाईनची वनराई दिसत होती. त्या खिडकीतून सौम्य, मवाळ उजेड येत होता.

सौ. मरींनी चार्ल्सला त्याच्या पलंगावर झोपवलं, आणि त्या त्याचे कपडे बदलू लागल्या. त्याच्या अंगात तितकीही शक्ती उरली नव्हती. कसंबसं हसायचा प्रयत्न करत तो म्हणाला, “मला लवकरच बरं वाटेल. मेग आता...”

“मेग दोन-तीन तासांत शाळेतून येईलच हं”, आई म्हणाली. “आली की तुला भेटायला लगेच वर येईल ती. डॉ. लुईसही येतच आहेत, रस्त्यातच आहेत त्या.”

“मेग शाळेत नाहीये.” एवढं बोलणंसुद्धा त्याच्यासाठी प्रचंड कष्टाचं होतं.

सौ. मरींनी त्याला विरोध केला नाही, एरवी त्यांनी नक्की केला असता. त्यांनी त्याला झोपायचे कपडे घालायला मदत केली.

“आई गं, मला थंडी वाजतेय.”

त्याच्या अंगावर पांघरूण घालत त्या म्हणाल्या, “मी आणखी एक ब्लँकेट घेऊन येते हं.” जिन्यावरून पावलांचे आवाज ऐकू येऊ लागले, आणि दोन्ही जुळे भाऊ धाड्कन खोलीत शिरले.

“काय हे? काय झालंय?”

“चार्ल्स आजारी आहे का?”

सौ. मरी शांतपणे उत्तर देत म्हणाल्या, “त्याला बरं वाटत नाहीये.”

“अगदी झोपून राहण्याइतका आजारी आहे?”

“त्याला शाळेत काही त्रास झाला का पुन्हा?”

“नाही, शाळेत छान होतं सगळं. तो लुईसला शाळेत घेऊन गेला होता, आणि मग अर्थातच तिनं चांगलीच गाजवली शाळा.”

“आपली लुईस?”

“मोठी लुईस?”

“हो”

“चार्ल्स! अरे वा रे पठ्ठे!”

“त्रास देणाऱ्या मुलांना चांगला धडा शिकवलास!”

चार्ल्स कसाबसा हसला.

सौ. मरी म्हणाल्या, “सँडी, प्लीज शेकोटीसाठी थोडी लाकडं आण रे. गारठा आहे. डेनीस, तू आपल्या देवदाराच्या लाकडाच्या कपाटातून दुसरं एक ब्लँकेट आणलंस तर बरं...”

“हो, आणतो की. लगेच आणतो.”

“आणि मेग घरी आली ना, की ती तुला काहीतरी वाचून दाखवील हं चार्ल्स.”

मेग शाळेत नसल्याचं चार्ल्सनं पुन्हा सांगितलं, असं मेगला ऐकू आल्यासारखं वाटलं. पण आता मात्र या स्पष्ट दिसणाऱ्या दृश्यावर धुकं पसरलं आणि चार्ल्सची खोली गायब झाली. मेग तिथेच, देवदूताला चिकटून उभी होती. त्यानं आपला एक पंख तिच्याभोवती वेढून घेतला होता.

ब्लजेनी बोलू लागला, “बरं... माझ्या मुलांनो, आता आपण एक धडा शिकायला हवा. आपण आत्ता दिवस आहे, अशी कल्पना करूया. तुम्ही करू शकता असं, तुम्हाला माहितीये. अशी कल्पना करता येण्यासाठी सराव लागतो, पण कॅल्विन तू किंवा मेग, तुम्ही दोघेही अशी कल्पना करणं विसरून जाण्याइतके मोठे झाला नाहीत अजून. तुम्ही तुमच्यासाठी आणि मि. जेनकिन्ससाठी असं कल्पनाचित्र उभं करायला हवं. परिस्थितीचं गांभीर्य लक्षात घेता हे काम तुम्हाला कदाचित फालतू किंवा सोपं वाटेल, पण त्यामुळे पुढे येऊ घातलेल्या प्रसंगासाठी तुमचा सराव होईल. चला आता, सुरू करा. कल्पना करा... रात्र बदलून दिवस करा.”

देवदूतानं मेगभोवतीचा आपला पंख काढून घेतला आणि मेगनं तिचा हात ब्लजेनीच्या हातात दिला. त्याच्या तुलनेत तिचा हात अगदीच छोटासा होता. ती चार्ल्सपेक्षाही लहान असताना बाबांचा हात आपल्या इवल्याशा हातानं, अगदी प्रेमानं आणि विश्वासानं धरायची, तसंच वाटलं तिला. तिनं ब्लजेनीच्या काळ्या, गंभीर चेहऱ्याकडे, त्याच्या पिवळसर तपकिरी डोळ्यांत पाहिलं. कधीकधी त्याच्या डोळ्यांत चंद्रप्रकाश गोठून राहिल्यासारखा वाटायचा. आता मात्र त्याचे डोळे

जणू सूर्याच्या उबदार तेजानं चमकत होते. मेट्रन ऑरिस्टनच्या ढगविरहित भव्य, कमानदार मंडपासारख्या काल्पनिक आकाशात रंगांची उधळण होऊ लागली, आणि लुकलुकत्या उबदार प्रकाशानं आकाश झळकू लागलं. खडकाच्या आसपासचं गवत वाऱ्याच्या झुळकीबरोबर लहरत होतं. एक पक्षी गाऊ लागला आणि एक एक करून इतर पक्षीही त्याच्या सुरात सूर मिसळू लागले, आणि शेवटी सगळ्या पक्ष्यांचं एक सुरेल गाणं त्यांच्या अवतीभोवती ऐकू येऊ लागलं. गवतात अनेक प्रकारची रानफुलं फुलली होती. डेझी, सूर्यफुलांसारखी दिसणारी ब्लॅक आईड सूझन्स ही फुलं, लाल रंगाची नाजूक इंडियन पेंटब्रश ही फुलं, पिवळ्या आणि केशरी रंगाची बटर अँड एग फुलं, काटेरी पर्पल थिसल्स अशी सगळी उन्हाळ्यातली फुलं खूप मोठ्या संख्येनं बहरली होती.

सगळे रंग अधिकच झगमगीत, चमकदार दिसायला लागले. इंडियन पेंटब्रश या फुलांच्या रंगासारखे दिसणारे कॅल्विनचे केस सूर्यप्रकाशासारखे चमकदार दिसू लागले. त्याच्या चेहऱ्यावरचे लालसर ठिपके अधिकच जास्त आणि मोठे वाटू लागले. त्याच्या फिक्कट निळ्या जॅकेटचा रंग गडद होऊन त्याच्या डोळ्यांच्या गडद निळ्या रंगासारखा दिसू लागला. त्यानं एक लाल आणि एक जांभळा मोजा घातला होता.

मेगनं घातलेला जुना चौकडीचा स्कर्ट अनेकदा धुतल्यानं विटका झाला होता. तो स्कर्ट आता अगदी नवा आणि चमकदार रंगाचा दिसत होता. तिचे केस मात्र आधीसारखेच, उंदरासारखे फिक्कट तपकिरी रंगाचेच दिसत असतील असं तिच्या मनात आलं. मि. जेनकिन्स अजूनही निस्तेज आणि पांढरेफटक दिसत होते. मोठी लुईस मात्र नेहमीपेक्षा मोठी दिसत होती, आणि तिचं गडद जांभळं आणि सोनेरी अंग चमकत होतं.

मेगनं प्रोगिनॉस्कीसकडे पाहिलं. तो तर इतका झगमगत होता की तिचे डोळे दिपले आणि तिला नजर हटवावी लागली.

"बरं, माझ्या मुलांनो", ब्लजेनी बोलू लागला. त्यानं या संबोधनात मि. जेनकिन्सनादेखील सामील केलं! "आता आपण, आपल्या या वर्गातल्या एका दुसऱ्या वर्गमित्राचं स्वागत करूया."

हिमनदीमुळे बनलेल्या दोन खडकांपैकी लहान खडकामागून एक छोटासा प्राणी प्रकटला, आणि धावत त्यांच्याजवळ आला. तो साधारणपणे एका लहानशा निळसर-चंदेरी उंदरासारखा दिसत होता. मेगला मात्र तो जमिनीवरचा प्राणी नसून समुद्री प्राणी असेल, असं वाटत होतं. त्याचे कान मोठेमोठे आणि मखमली होते. शरीरावरचे केस टोकापाशी फिक्कट जांभळ्या रंगाच्या झालरीसारखे दिसत होते. वाऱ्याच्या झुळकीवर ते हळुवार हेलकावत होते, समुद्राच्या लाटांबरोबर त्यातल्या

वनस्पती हेलकावतात तसे. त्याच्या मिशा खूप जास्त लांबसडक होत्या. त्याला दुधासारखे शुभ्र, मोठे टपोरे डोळे होते, त्या डोळ्यांत बुबुळं आणि डोळ्यांची बाहुली दिसतच नव्हती, पण तरीही ते निस्तेज वाटत नव्हते तर एखाद्या पांढऱ्याशुभ्र मण्यासारखे चमकत होते.

तो बोलू लागला, पण उंदराच्या चिरक्या आवाजात नाही, आणि मानवी आवाजातही नाही. त्याचा आवाज हार्प या तंतुवाद्याच्या तारा पाण्याखाली छेडल्यावर यावा, तसा होता. त्याच्या लांबसडक मिशा जणू त्यांनाच छेडले जात असावे, अशा थिरकत होत्या. त्याच्या तोंडातून प्रत्यक्ष शब्द बाहेर पडले नाहीत, पण तरीही, तो साधारणतः ''हॅलो, तुम्ही माझे वर्गमित्र आहात का?'' असंच काहीसं बोलत होता, हे स्पष्टपणे समजत होतं.

ब्लजेनी त्या उंदरासारख्या प्राण्याच्या भाषेत बोलू लागला; त्याच्या तोंडून शब्द बाहेर पडले नाहीत; त्याचे ओठ बंदच होते; आणि तरीही मुलांना तो हार्प वाद्याचा सुंदर, लहरता आवाज ऐकू येत होता.

तो उंदरासारखा प्राणी फारसा खूश वाटला नाही, त्यानं चांगलेच शंकेखोर आवाज काढले. मेगला त्याच्या आवाजात तक्रारीचा सूर जाणवला. तो जणू तक्रार करत होता, पृथ्वीवासीयांसोबत अगदी सर्वांत प्राथमिक स्वरूपाची परीक्षा द्यावी लागली, तरी त्यांना ते शक्य होईल का? याची त्याला खात्री नव्हती. देवदूत कदाचित मदतगार ठरू शकला असता, पण...

प्रोगिनॉस्कीस म्हणाला, ''मलासुद्धा आधी पृथ्वीवासीयांबद्दल गैरसमज होते, पण ती पृथ्वीवासी मुलगी आहे ना, तिनं आणि मी नुकतीच पहिली परीक्षा उत्तीर्ण केली आहे. त्या मुलीनंच केलं ते सगळं.''

त्या प्राण्याच्या मिशा वळवळल्या. ''फारशी अवघड नसेलच ती परीक्षा. ब्लजेनी, आपण जायला लागूया का? माझा प्राथमिक अहवाल तयार करायच्या आधी फक्त एक पारसेक एवढाच वेळ आहे आपल्याकडे. आणि मला माझ्या दुर्दैवानं जो सहकारी मिळालाय त्याला खूपच शिकवावं लागणार आहे असं दिसतंय, तो अगदी देवदूत असला तरीही.'' त्याच्या लांबलचक, फिक्कट जांभळ्या शेपटीच्या टोकाला, माशाच्या शेपटीच्या टोकाला असतो तसा पसरट पंखा होता. मेगच्या दिशेनं त्याच्या मिशा ताठ होऊन वळल्या नि शेपूटही तिच्याच दिशेनं वळली.

मेगही चिडून ताठ उभी राहिली. ''मी जेव्हा तुझ्याएवढी मोठी होईन ना, तेव्हा कदाचित तुला शिकविण्यासारख्या काही गोष्टी मी शिकलेली असेन!''

त्या प्राण्याच्या मिशा जोरजोरात थरथरायला लागल्या. ''वय ही अगदीच क्षुल्लक गोष्ट आहे. आणि तसंही, माझा जन्म तर फक्त कालच झालाय.''

"अरे, मग तू इथे काय करतो आहेस?"

त्यानं आपलं शरीर कासवासारखं आत ओढून घेतलं. मेगला आता तो उंदरासारखा न वाटता, एखाद्या लहान झिंग्यासारखा किंवा कोळंबीसारखा वाटत होता. त्याच्या मिशा मात्र जोरात वळवळत होत्या. "आजकाल आम्हा फॅरन्डोलीपैकी प्रत्येक पिढीत, फक्त एकच जन्माला येतो, आणि जन्म झाल्या झाल्या आमचं शिक्षण सुरू होतं."

"तू एक फॅरन्डोला आहेस!"

"अर्थातच. तुम्हाला काय वाटलं होतं? मी दुसरं काय असू शकतो? प्रत्येकाला माहितीये, की फॅरन्डोली हे..."

मेगनं त्याचं बोलणं तोडून म्हटलं, "प्रत्येकाला माहीत नसतं. काही वर्षांपूर्वी, फॅरन्डोलींच्या अस्तित्वाबद्दल कोणाला अंदाजही आला नव्हता. आम्ही तेव्हा मायटोकॉन्ड्रियांबद्दल शिकायला सुरुवात केली होती. माझ्या आईनं, तिच्या मायक्रो-सोनारस्कोपच्या साहाय्यानं, अगदी नुकतंच मायटोकॉन्ड्रियांवर होणाऱ्या फॅरन्डोलींच्या परिणामाबद्दल संशोधन केलंय. आणि फॅरन्डोलींचं अस्तित्वदेखील मायक्रो-इलेक्ट्रॉन मायक्रोस्कोप वापरून, फक्त सिद्ध करता येतं. ते प्रत्यक्ष दिसू शकत नाहीत."

त्या उंदरासारख्या प्राण्याच्या-फॅरन्डोलाच्या मिशा जोरात थरथरल्या. "स्वत:च्या शरीरातले रहिवासीसुद्धा माहीत नाहीत? अगदीच मूर्ख प्राण्यांची जात आहे ही. विशेषत: त्यांच्या सुदैवानं त्यांच्यात फॅरन्डोली राहत असतील, तर अगदीच मूर्ख. आम्ही अत्यंत महत्त्वाचे आहोत, आणि दिवसेंदिवस आमचं महत्त्व वाढतच चाललंय."

फॅरन्डोलाच्या पलीकडे, प्रोगिनॉस्कीस आणि मोठ्या लुईसच्या बरंच मागे, क्षितिजरेषेवरून एका मि. जेनकिन्सची आकृती भरकन उडत गेली.

मेग आणि कॅल्विनच्या जवळ उभे असलेले मि. जेनकिन्स थरथरू लागले.

ब्लजेनी गंभीर होऊन म्हणाला, "इक्थ्रॉयचं काम सुरू आहे."

उंदरासारखा दिसणारा तो फॅरन्डोला याकडे पूर्ण दुर्लक्ष करत म्हणाला, "माझं क्वेरकस, म्हणजेच माझं झाड आहे ना, त्याला शेकडो वर्षं म्हणजे अर्थातच आमची वर्षं बरं का... तर त्या झाडाचा वंशज जन्माला येतच नव्हता. मी पूर्ण मोठा होण्यासाठी तेवढाच काळ लागेल, आणि हा तर माझ्या वाढीचा, फक्त दुसरा टप्पा आहे."

मेग उद्धटपणे म्हणाली, "आम्हाला ऐकायचं असो किंवा नसो, तू तुझ्या पहिल्या टप्प्याबद्दल आम्हाला सांगणारच आहेस. मग काय, चालू दे." आजारी पडलेला चार्ल्स, त्यानंतर मि. जेनकिन्सरूपी तो उडत गेलेला इक्थ्रॉस, हे

पाहिल्यानं तिच्या चांगलंच लक्षात आलं की, तिनं पहिली परीक्षा यशस्वीपणे उत्तीर्ण केली असली, तरीही त्याचा अर्थ असा नाही की आता सगळं चांगलंच होईल.

त्या उंदरासारख्या किंवा झिंग्यासारख्या फॅरन्डोलाच्या मिशा जास्तच जोरात वळवळू लागल्या. "काल सकाळपर्यंत, माझ्या झाडाला लटकलेल्या एकमेव सोनेरी फळात मी राहत होतो. दुपारी ते फळ फुटलं, आणि खाली पडून उघडलं, आणि माझा जन्म झाला. मी तान्हा असतानाच मला मेट्रन ॲरिस्टनला पाठविण्यात आलं, आणि जादू केल्यासारखं माझं रूपही पालटण्यात आलं. आता मी तुमच्या समोर आहे. माझं नाव स्पोरॉस आहे, आणि तुम्ही माझ्याबद्दल 'उंदरासारखा प्राणी', किंवा 'झिंग्यासारखा प्राणी' असा विचार करताय ना, ते मला अजिबात आवडत नाहीये हं. माझं नाव स्पोरॉस आहे, लक्षात ठेवा. मी जेव्हा माझ्या शिक्षणाचा हा टप्पा तुमच्यापैकी एकाच्या साथीनं पूर्ण करीन ना... अर्थात पूर्ण करू शकलो तरच म्हणा... तर मग मी एका जागी रुजेन, खोलखोल जाईन. मग जवळपास एका युगानंतर, केल्प या सागरी वनस्पतीच्या बिछान्यातून, मी एक छोटासा हिरवा अंकुर वर पाठवेन. तो अंकुर वाढू लागेल आणि वाढत जाऊन त्याचं रूपांतर एका जलचर, पानगळीच्या झाडात होईल. या झाडाला बीजाणू असणारं फळ येईल, आणि ते झाड म्हणजेच सूचिपर्णी झाडासारखा दिसणारा फॅरन्डोला असेल."

कॅल्विन घाबरून म्हणाला, "तू वेडा आहेस. मी जीवशास्त्र शिकलोय. तू असणं शक्यच नाहीये."

"तूसुद्धा अशक्यच आहेस" स्पोरॉस चिडून म्हणाला. "काहीच महत्त्वाचं नाहीये. ब्लजेनी, मला या पृथ्वीवासीयांपैकी एक जोडीदार मिळणं, हे माझं दुर्दैव आहे का?"

मोठ्या लुईसनं वेटोळ्यामधून डोकं वर काढलं, आणि स्पोरॉसकडे पाहिलं. तिच्या जडावलेल्या पापण्या मिटून बंद झाल्या.

ब्लजेनी म्हणाला, "स्पोरॉस, अशानं तू आवडणार नाहीस हं त्यांना'.

'मी काही नुसता साधासुधा पृथ्वीवासी नाहीये. पृथ्वीवासीयांच्यात फॅरन्डोली असतात, म्हणूनच पृथ्वीवासीयांना महत्त्व आहे. फॅरन्डोलींसाठी लोकप्रियता महत्त्वाची नसते."

त्याच्या या साफ नकारानं ब्लजेनीनं स्पोरॉसकडे पाठ फिरवली. तो म्हणाला, "कॅल्विन, तू आणि स्पोरॉस एकत्र काम करणार आहात."

"हं ठीक आहे, तुम्हाला प्रत्येक वेळी यश मिळेलच असं नसतं ना", स्पोरॉसच्या कापणाऱ्या आवाजातून असाच अर्थ निघत होता. मेगला वाटलं की, हे तर कॅल्विनचं उत्तर असायला हवं होतं.

मि. जेनकिन्स म्हणाले, "ब्लजेनी, समजा, मी असं मानलं..."

"हां... बोला,"

"तो दुसरा... अं... म्हणजे काही क्षणांपूर्वी मला माझंच रूप घेतलेली व्यक्ती दिसली, बरोबर?"

"हो."

"त्याचा काय अर्थ आहे?"

"काहीही ठीक नाहीये, असा त्याचा अर्थ आहे", ब्लजेनीनं सांगितलं.

प्रोगिनॉस्कीस त्यात भर घालत म्हणाला, "हे पहा, आपण असंच कुठेतरी नाही आहोत. आपण मेट्रन ॲरिस्टनमध्ये आहोत. वेगान्युअल आकाशगंगेतल्या, मॉन्ड्रियन सूर्यमालेच्या मध्यावर असलेल्या, ब्लजेनीच्या ह्या संकल्पनेत किंवा गृहीतकात आपण आहोत. मि. जेनकिन्सरूपी इक्थ्रॉस खरं तर इथे आपल्या मागोमाग येऊ शकत नाही. तरी तो आपल्याला दिसला याचा अर्थ..."

"काय?" मेगनं विचारणा केली.

ब्लजेनीसारखाच प्रोगिनॉस्कीसही म्हणाला, "काहीही ठीक नाहीये."

स्पोरॉसनं मिशा थरथरवल्या. "इथेच गप्पा मारत उभं राहायची गरज आहे का? आपण कधी जाणार आहोत?"

"अगदी लगेच."

"कुठे?" मेगनं विचारलं. आगामी संकटाच्या चाहुलीनं तिच्या अंगावर काटा आला.

"खूप लांबच्या ठिकाणी, मेग."

'पण आई आणि बाबा, चार्ल्स वॉलेस, माझे जुळे भाऊ. चार्ल्स एवढा गंभीर आजारी असताना आपण असंच निघून जाऊ शकत नाही आणि..."

"मेग, अगं, त्यासाठीच जातोय आपण." ब्लजेनी म्हणाला.

स्पोरॉसनं त्याचे लहरत्या तरंगांसारखे सूर लावले, आणि मेगला त्याचा काहीसा अर्थ कळला. तो म्हणत होता, "तुला जेव्हा वाटेल, तेव्हा तू घरच्यांपाशी पोचून त्यांच्याशी बोलू शकत नाही का?" आणि नंतर भयचकित होऊन म्हणाला, "अरे देवा, तुम्ही तिघे पृथ्वीवासी इतके अडाणी आहात? तुम्हाला कसं काय जमणार आहे सगळं, मला कळतच नाहीये. म्हणजे, तुमच्या पृथ्वीवर तुम्ही एकमेकांशी आणि इतर ग्रहांशी कधीही संवाद साधत नाही? म्हणजे तुमची पृथ्वी अंतराळात एकटीच फिरत असते का? अत्यंत एकटेपणा वाटत नाही तुम्हाला? एकटाच असतो तो?"

"तो?"

"किंवा ती...तुमचा ग्रह. तुम्ही अगदीच एकटे आहात नं?"

"अं थोडेसे असू कदाचित', कॅल्विननं कबूल केलं. 'पण तो फार सुंदर ग्रह आहे."

स्पोरॉस म्हणाला, "तसंही असू शकेल. माझा कालच जन्म झाला, आणि मी लगेचच मेट्रन ॲरिस्टनमध्ये, ब्लजेनीकडे आलो. मला फक्त मॉन्ड्रियन सूर्यमालेमधले ग्रहच माहीत आहेत. ते ग्रह सतत एकमेकांशी बोलत असतात. मला विचाराल तर, खूपच जास्त गप्पा मारत असतात."

"आम्ही नाही..." मेगनं त्याचं बोलणं खोडून काढायचा प्रयत्न केला, पण त्याचं सुरूच राहिलं.

"एखाद्या एकलकोंड्या ग्रहावरच्या, एकेकटे राहणाऱ्या भयंकर मानवी शरीरातल्या मायटोकॉन्ड्रिऑनमध्ये माझा जन्म झालेला नसेल, अशी आशा करतो. तुम्ही सगळे एकाच ग्रहावरून आला आहात का? मला वाटलंच होतं. अरे रामा, कोणत्याही परीक्षेत यश मिळवण्यासाठी, मला तुमची काहीही मदत होणार नाही असंच दिसतंय. आत्ता नक्की काय वेळ झालीय, हे बघितलेलं बरं."

"तुम्ही वेळ कशी सांगता?" कॅल्विननं कुतूहलानं विचारलं.

"अर्थातच पानांवरून. म्हणजे आत्ता दिवसाचे किती वाजले आहेत, हेही कळत नाही की काय तुम्हाला?"

"अर्थातच कळतं ते मला, माझं घड्याळ बघून."

"घड्याळ म्हणजे काय?"

कॅल्विननं आपलं मनगट पुढे केलं. त्याच्या घड्याळाचा त्याला खूप अभिमान होता. ते त्याला शाळेत बक्षीस म्हणून मिळालं होतं. त्यात दोन्ही काट्यांच्या जोडीनं सेकंद काटादेखील होता आणि त्या घड्याळात तारीखसुद्धा दिसत असे. स्टॉपवॉच म्हणूनसुद्धा वापरता येत होतं ते घड्याळ.

"किती विचित्र वस्तू आहे ही", ते घड्याळ पाहून स्पोरॉस जराशा तुच्छतेनं म्हणाला. "ते फक्त तुमचीच वेळ सांगू शकतं, का कुठलीही वेळ सांगू शकतं?"

"मला वाटतं, फक्त आमचीच वेळ."

"म्हणजे, तुला जर इथे, ब्लजेनीच्या आकाशगंगेत कुठेही, किंवा एखाद्या दूरवरच्या मायटोकॉन्ड्रिऑनमध्ये किती वाजले आहेत, हे जाणून घ्यायचं असेल, तर तुझं घड्याळ तुला ते सांगणार नाही?"

"अ नाही. मी ज्या समयक्षेत्रात असेन, फक्त ती वेळच हे घड्याळ दाखवू शकतं."

"हे सर्वशक्तिमान यदा! तुमच्या ग्रहावर, नक्कीच सगळं गोंधळून टाकणारं असणार. माझा मानवी यजमान तुमच्या ग्रहावरचा नसावा, एवढीच आशा करतो मी."

रडक्या आवाजात मि. जेनकिन्स म्हणाले, "अरे, हे सगळं काय चाललंय, ते कोणी जरा सांगा रे....."

मेग सांगू लागली, "मि. जेनकिन्स, तुम्हाला इक्थ्रॉय म्हणजे काय ते माहीत आहे."

"अगं, नाही गं. त्यांनी माझं रूप घेऊन माझी नक्कल केली, एवढंच माहितीये मला."

मि. जेनकिन्सच्या वाकलेल्या खांद्यांवर ब्लजेनीनं आपले भलेमोठे हात ठेवले, आणि त्यांच्याकडे गंभीरपणे पाहत तो म्हणाला, "जगात दुष्ट शक्ती कार्यरत आहेत."

मि. जेनकिन्सनं मूकपणे मान डोलावली. त्या वाक्याला विरोध केला नाही.

"त्या शक्ती संपूर्ण विश्वात आहेत."

मि. जेनकिन्सनं देवदूताकडे नजर टाकली. देवदूत आपले पंख पूर्ण पसरून, स्नायू ताणून आळस देत होता. "ते....ते किती मोठे असतात?"

"त्यांना कुठलंही आकारमान नसतं, आणि ते प्रत्येक आकाराचे असतात. एखादा इक्थ्रॉस आकाशगंगेएवढा मोठा असू शकतो, आणि एका फॅरन्डोलाएवढा लहानही असू शकतो. किंवा, तुम्ही पाहिलंत तसं, तुमचीच प्रतिकृतीदेखील असू शकतो. ते शून्यत्वाची शक्ती आहेत. ते नामाचा नाश करतात. देवानं निर्माण केलेल्या सर्व सृष्टीचा नायनाट करणं, हे त्यांचं ध्येय आहे."

"पण त्यांचा चार्ल्स वॉलेसशी काय संबंध आहे?"

"इक्थ्रॉयना त्याच्या मायटोकॉन्ड्रियांचा नाश करायचा आहे."

"पण एका लहानशा मुलासाठी ते एवढा खटाटोप का करतील?"

"विश्वाचं संतुलन, नेहमी फक्त मोठ्या किंवा महत्त्वाच्या गोष्टींवरच अवलंबून नसतं."

मोठ्या लुईसनं अधीरपणे शीळ घातली, आणि मेगला तत्काळ जाणवलं, तिला काय म्हणायचंय ते : 'ती चार्ल्ससोबत राहील, आणि त्याला जिवंत राहण्यासाठी लढा द्यायला प्रोत्साहन देईल,' हेच सांगत होती लुईस. "ओ लुईस प्लीज, प्लीज त्याला सोडून जाणार नाहीस ना? तू त्याला मदत करशील ना?"

"मी त्याला सोडून जाणार नाही."

"तो बरा होईल ना?"

लुईस काहीच बोलली नाही.

ब्लजेनी मि. जेनकिन्सना म्हणाला, "चार्ल्स वॉलेसचे मायटोकॉन्ड्रिया मरण पावले, तर त्याचादेखील मृत्यू होईल. तुम्हाला समजलं का हे?"

मि. जेनकिन्स मान हलवत म्हणाले, "मोठे मोठे शब्द वापरून चार्ल्स

नुसत्याच पोकळ बढाया मारतो, असं वाटलं होतं मला. मला तर मायटोकॉन्ड्रिया खरोखर असतात, हे माहीतच नव्हतं.''

मेगकडे वळून ब्लजेनी म्हणाला, ''समजावून सांग गं त्यांना.''

''मी प्रयत्न करते, पण खरं तर, मलासुद्धा सगळं समजलेलं नाहीये. मि. जेनकिन्स, आपल्या सर्वांनाच जगण्यासाठी ऊर्जेची गरज असते. बरोबर?''

''इथपर्यंत तरी बरोबर.''

ब्लजेनी कायथिंग करत, तिच्या मनात सगळी माहिती पोहोचवतोय, असं तिला जाणवलं. तिच्या मनानं लगेच त्या माहितीची वर्गवारी लावून ती सोपी केली, आणि मि. जेनकिन्सना समजू शकेल, अशा शब्दात मांडायला सुरुवात केली. ''हं. आपल्या शरीरातल्या सगळ्या मायटोकॉन्ड्रियांमध्ये स्वत:ची अशी विशिष्ट प्रणाली असते. ती प्रणाली, आपल्याला लागणाऱ्या इंधनाच्या ज्वलनाचा वेग ठरवते. ठीक आहे, मि. जेनकिन्स? समजलं?''

''हो, तू पुढे बोल मार्गारिट.''

''जर एखाद्या मायटोकॉन्ड्रिऑनमधल्या फॅरॅन्डोलींची संख्या एका ठराविक संख्येपेक्षा कमी झाली, तर हायड्रोजनची वाहतूक थांबते. मग इंधनाची कमतरता भासते, आणि त्याचा परिणाम म्हणून तो मायटोकॉन्ड्रिऑन ऊर्जेअभावी मरतो.'' तिच्या हातापायांवर शहारे आल्याचं तिला जाणवलं. चार्ल्स वॉलेसच्या बाबतीत ज्या गोष्टी घडत असणं शक्य होतं, त्या शब्दात मांडणं तिच्यासाठी असह्य होत होतं.

ब्लजेनी पुढे बोलण्याविषयी टोचणी लावत असल्याचं तिला जाणवलं, आणि ती पुढे बोलू लागली, ''चार्ल्स वॉलेसच्या मायटोकॉन्ड्रियांमध्ये काहीतरी गडबड चालू आहे. नक्की काय, ते मलाही नीट कळलेलं नाही. अनेक शब्द तर मला माहीतही नाहीत, पण त्याचे फॅरॅन्डोली मरण पावत आहेत. बहुतेक ते एकमेकांना मारत असतील... अं... तसं नाही, तेही चुकीचं आहे. मला तर वाटतंय, की ते जणू गायला नकार देत आहेत,.....पण ह्यालाही काहीच अर्थ नाहीये. ते मरत आहेत हा महत्त्वाचा मुद्दा आहे आणि त्यामुळे त्याच्या मायटोकॉन्ड्रियांना पुरेसा प्राणवायू तयार करता येत नाहीये'' ती मध्येच थांबली आणि चिडून म्हणाली, ''ब्लजेनी! हा सगळा मूर्खपणा आहे! ते जे काही करतायत, ते आपण कसं थांबवू शकणार आहोत? ते तर एवढे लहान आहेत की ते दिसतही नाहीत, मग काय करणार आहोत आपण? तू आम्हाला सांगायलाच हवंस हं! आपण चार्ल्सला कशा प्रकारे मदत करू शकू?''

ब्लजेनीचं कायथिंग शांत आणि पोलादासारखं थंड होतं. ''तुला लवकरच कळेल.''

''काय कळेल?''

“इक्थ्रॉयला हरवण्यासाठी तुम्ही काय करायला हवं ते. तुम्ही जेव्हा तिथे जाल ना मुलांनो, तेव्हा तुम्हाला कळेलच ते.”

“आम्ही कुठे गेल्यावर?”

“चार्ल्स वॉलेसच्या मायटोकॉन्ड्रियांपैकी एकात.”

८

अंतर्भागातील प्रवास

आत्ता ब्लजेनीनं जे सांगितलं, ते मेगला अगदी पूर्णतया तर्कशुद्ध वाटलं, आता हीच एकमेव कृती योग्य. जर चार्ल्स वॉलेसला बरं करायचं असेल, जर चार्ल्स फॅरन्डोलींमुळे आजारी पडला असेल, आणि हे सगळं जर इक्थ्रॉय घडवून आणत असतील, तर मायटोकॉन्ड्रियात जाण्याएवढं लहान होऊन आत शिरणं, आणि फॅरन्डोलींचं काय होतंय हे बघणं, हाच एकमेव आशेचा किरण ठरणार होता.

"मेट्रन ॲरिस्टन" कॅल्विन हळुवारपणे बोलू लागला. "आकार. जिथे आकारमानाला महत्त्व नसतं. पण इतकं लहान होणं ही फारच मोठी गोष्ट आहे : तुम्ही आम्हाला इतकं लहान बनवू शकाल?"

ब्लजेनी हसून म्हणाला, "अरे, आकार हा खरंच सापेक्ष असतो."

"ते जाऊ दे" स्पोरॉसकडे बघत मेग म्हणाली, "आपण आधीपासून एका फॅरन्डोलाशीच बोलतोय." तिनं जर फॅरन्डोलाचं काल्पनिक चित्र मनात तयार केलं असतं, तर ते निश्चितच स्पोरॉससारखं दिसलं नसतं. मि. जेनकिन्स ताठ होऊन उभे राहिले, आणि त्यांच्या नेहमीच्या करकोच्यासारख्या चालीनं ब्लजेनीजवळ गेले. "मी काही मदत करू शकेन असं मला का वाटलं, मलाही माहीत नाही. हे सगळं माझ्या डोक्यावरून जातंय. या मुलांना माझा अडथळाच होईल फक्त. तुम्ही मला माझ्या शाळेत परत पाठवलं, तर बरं होईल. निदान तिथे तरी माझ्यासमोर नवनवीन आश्चर्य नसतील."

"या सकाळी नव्हती का? त्याबद्दल काय?" ब्लजेनीनं प्रश्न केला. "ते तुमच्यासाठी आश्चर्य नव्हतं? तुम्हाला आमच्याकडे का पाठवलंय, ते मी तुम्हाला सांगू शकत नाही हो मि. जेनकिन्स, कारण ते अजून मलाच माहीत नाहीये. मेगनं तुम्हाला नाम दिलं."

"याचा पूर्ण अर्थ मला अजूनही समजलेला नाहीये."

"त्याचा अर्थ असा, की जे काही होणार आहे, त्यात तुमचा सहभाग असणार आहे."

मि. जेनकिन्स रडव्या आवाजात कण्हले.

ब्लजेनीनं आपले हात पसरले, जणू तो सगळ्यांना कवेत घेत होता. "मी तुम्हाला ज्या मायटोकॉन्ड्रिऑनमध्ये पाठवतो आहे, त्याचं नाव 'यदा' असं आहे. ते स्पोरॉसचं जन्मस्थान आहे."

स्पोरॉस प्रचंड संतापून थरथरत नाचू लागला.

मेग त्याच्यावर ओरडली, "तू चार्ल्स वॉलेसच्या शरीरात असशील म्हणजे जर तो तुझी आकाशगंगा असेल, तर त्याच्याइतकं विशेष खास ठिकाण दुसरं कुठलंही नाही!"

लुईसनं मेगसाठी पुन्हा शीळ घातली. तिच्या त्या शीळवजा गाण्यातून मेगच्या मनात पुन्हा चार्ल्सचं कल्पनाचित्र उभं राहिलं, आणि तिचा राग नाहीसा झाला. ब्लँकेटच्या थरात गुरफटलेला चार्ल्स. आईनं त्याचे श्वास घेण्याचे कष्ट कमी व्हावे म्हणून त्याला उचलून मागे उशा लावून अर्धवट बसतं केलं. मग, डॉ. लुईसना स्टेथोस्कोपनं चार्ल्सच्या हृदयाचे ठोके तपासता यावे म्हणून त्याच्या अंगावरची पांघरुणं जराशी खाली सरकवली. त्यांनी गांभीर्यानं वर पाहिलं, आणि मेगला त्यांना काय सुचवायचं असेल, ते कळलं. त्यांना सुचवायचं होतं की, आता ब्रूकहेवनला बाबांना फोन केलेला बरा.

"ऑक्सिजन (प्राणवायू)!" मोठ्या लुईसकडे आणि ब्लजेनीकडे पाहत मेग ओरडली. "ऑक्सिजन (प्राणवायू) दिल्यानं चार्ल्सला मदत होणार नाही का?"

"थोडा वेळ. योग्य वेळ येईल तेव्हा डॉ. कोलुब्रा करतील ते."

मेगचे डोळे पाण्यानं भरले. "ए लुईस, त्याची काळजी घे हं. त्याला लढा थांबवू देऊ नकोस."

मि. जेनकिन्सनं प्रश्न केला, "डोकं ठिकाणावर असलेलं कोणीही सापाला आजारी मुलाजवळ जाऊ तरी देईल का?"

"डॉ. लुईस जाऊ देतील", मेग म्हणाली, "त्या रात्री आईच्या प्रयोगशाळेत त्यांनी जे सांगितलं, त्यावरून तरी मला खात्री आहे तशी. ब्लजेनी! डॉ. लुईसदेखील शिक्षक आहेत का?"

ब्लजेनीनं मान डोलावली.

मेगच्या मनात आशा उफाळून आली.

मि. जेनकिन्स पुटपुटले, "साप-मायटोकॉन्ड्रिया-इक्थ्रॉय."

मेगनं गळ्यात दाटलेला हुंदका गिळून टाकला, आसवांनी माखलेला चष्मा

काढून पुसला.

मि. जेनकिन्स, तिच्याकडे बघून आपल्या खास कृत्रिम, शिक्षकी आवाजात बोलू लागले, ''मनुष्य. या विश्वाचा मध्यबिंदू. आणि चार्ल्स वॉलेस... अच्छा, तसं आहे का? म्हणजे या घडीला, चार्ल्स वॉलेस हा समतोलाचा मध्यबिंदू आहे का?''

गंभीरपणे ब्लजेनीनं मान डोलावली.

''मग त्याच्या मायटोकॉन्ड्रिया आणि फॅरन्डोलींचं काय होतंय?'' त्यांनी मेगला स्पष्टीकरण मागितलं.

स्वत:वर ताबा ठेवत ती बोलू लागली, ''तुम्हाला आठवतंय का मि. जेनकिन्स, तुमचा बेंजामिन फ्रँकलिनचा चांगला अभ्यास आहे. त्याचं वाक्य आहे ना, 'आपण सगळ्यांनी एकत्र फाशी जायला हवं, नाहीतर आपल्याला नक्कीच एकेकटं फासावर जावं लागेल.' हे वाक्य मानवाच्या, आणि मायटोकॉन्ड्रियाच्या, फॅरन्डोलींच्या आणि आपल्या ग्रहाच्या बाबतीतही लागू पडतं. मला तर वाटतंय की सूर्यमालेच्या बाबतीतही. आपण सगळ्यांनी एकोप्यानं, सुसंवाद साधत राहायला हवं, नाहीतर आपला विनाश अटळ आहे. म्हणून जर चार्ल्स वॉलेसच्या मायटोकॉन्ड्रियाला काही वेडंवाकडं झालं...'' तिचा आवाज कमी होत गेला.

मि. जेनकिन्स डोकं हलवत म्हणाले, ''आपण काय करू शकतो? आपण काय करायला हवंय? आशा आहे का काहीतरी?'' मग अत्यंत भयभीत होऊन ते ओरडले, ''बापरे, नाही... नको!''

आधी दिसलेला तो खोटा मि. जेनकिन्स, त्यांच्याकडे वेगानं येत होता. लुईसनं भयंकर फूत्कार टाकत आपलं काळं अंग उभारलं.

''चला, पटकन!'' ब्लजेनीनं आपले दोन्ही हात पसरून मि. जेनकिन्स, स्पोरॉस आणि कॅल्विनला कवेत घेतलं. प्रोगिनॉस्कीसनं मेगला पंखाखाली ओढून घेतलं. त्याच्या हृदयाचे ठोके तिला जाणवू लागले. आपण देवदूताच्या हृदयाच्या ठोक्यांचा भाग बनलोय, असं मेगला वाटलं.

डोळ्याची ती लंबगोल बाहुली मोठी झाली, आणि मेग त्यातून गेली.

ते कुठे आलेत हे मेगला कळेचना, तिला फक्त इतरांच्या उपस्थितीची जाणीव होत होती. एखाद्या भल्यामोठ्या बोगद्यातून यावा, तसा ब्लजेनीचा आवाज घुमला, ''पुढे जाण्याआधी तुमचा उत्साह वाढावा म्हणून मी तुम्हाला काहीतरी दाखवणार आहे.''

मेगनं इकडेतिकडे पाहिलं. तिच्यासमोर वारा आणि आगीची ज्वाला अत्यंत लयबद्धरीत्या एखाद्या भोवऱ्यासारखे गोलगोल फिरत होते. मात्र ही हवा आणि ज्वाला, देवदूताच्या आगीपेक्षा बरीच वेगळी होती. हे जणू नृत्य होतं, अगदी

सुनियोजित आणि डौलदार; आणि त्याचबरोबर पूर्ण स्वातंत्र्याची आणि अवर्णनीय आनंदाची अनुभूती देणारं. नृत्य सुरूच राहिलं, आणि जसाजसा वेळ गेला तशी नृत्याची लय वाढत गेली. नृत्याचा आकृतिबंध अधिक स्पष्ट झाला. हवा आणि आगीची ज्वाला एकत्रित हालचाली करू लागले. हवा आणि आग एकत्र झाले, आणि आनंद, गीत, मधुर संगीत हे सगळं वाढल्याचं जाणवलं, जणू सगळं एकत्र गोळा होत होतं.

त्यानंतर मग हवा, ज्वाला, नृत्य, गीत हे सगळं एकत्र झालं, आणि त्याचं एका गोल फिरणाऱ्या, उड्या मारणाऱ्या, नाचऱ्या गोळ्यात रूपांतर झालं.

मेगला मि. जेनकिन्सचा साशंक आवाज ऐकू आला, "काय होतं ते?"

ब्लजेनीनं उत्तर दिलं, "एका ताऱ्याचा जन्म."

या उत्तराला हरकत घेत मि. जेनकिन्स म्हणाले, "पण तो तर माझ्या हातात मावेल इतका लहान आहे." मग वैतागून हुंकार टाकत ते म्हणाले, "हुं... म्हणजे मी नेमका किती मोठा झालोय?"

"तुम्ही आकारमानाचा विचार करणं थांबवायला हवं हं. कळतंय नं तुम्हाला? ते सापेक्ष आणि निरर्थक असतं."

या घडीला मेगला आकारमानाचं काही विशेष वाटत नव्हतं. तिला दुसरंच विचारायचं होतं. तिनं विचारलं, "प्रोगो, त्या ताऱ्याला नाम दिलं जाईल का रे?"

"सगळ्यांना नावानंच ओळखतो तो (ईश्वर)", देवदूतानं उत्तर दिलं.

मेग नवलानं त्या ताऱ्याकडे बघत राहिली. तो खरंच इतका लहान होता की, ती हात लांबवून त्याला हातात पकडू शकली असती. मात्र त्याच्या ज्वाला इतक्या प्रखर होत्या की ते संगीत त्यातूनच उत्पन्न होत होतं, आणि ज्वालेच्या धगधगण्याचा एक भाग बनलं होतं. नवल वाटून तिच्या मनात आलं, 'मी एखाद्या आकाशगंगेएवढी मोठी झालेली असणार.'

मधुर संगीताच्या आणि नृत्याच्या सौंदर्यात सगळे विचार विरून गेले.

ब्लजेनीचा गडगडाटी आवाज आला, "आत्ता!"

ती पुन्हा प्रोगिनॉस्कीसजवळ ओढली गेली, त्याच्या हृदयाच्या ठोक्यांशी एकरूप झाली, डोळ्याच्या काळोखातून पार...

नाही! नाही!...

ती आगीच्या ज्वालेत लपेटली जाऊ लागली. वैश्विक लयीला फार मोठा धक्का बसल्यासारखं तिला जाणवलं... वेडावाकडा, विसंवादी लयभंग.

तिनं ओरडायचा प्रयत्न केला, पण आवाज उमटलाच नाही. तिला इतक्या तीव्र वेदना होऊ लागल्या, की तिला त्या एक सेकंदसुद्धा सहन होईना. या वेदना अशाच आणखी सेकंदभर राहिल्या असत्या, तर ती पूर्णतया नष्ट झाली असती.

नंतर वेदना थांबल्या, आणि तिला पुन्हा देवदूताच्या हृदयाचे ठोके जाणवले. त्याचं हृदय जोरजोरात आणि जरासं अनियमितपणे धडधडत होतं. "एवढं जास्त दुखायलाच हवं होतं का?" वेदनेनं आणि धक्का बसल्यानं ती चिडून जोरात ओरडली. तिचे हातपाय गळून गेल्यानं थरथरत होते.

प्रोगिनॉस्कीसला त्रास होत असल्याचं दिसत होतं. त्याचं हृदय तसंच जोरजोरात, अनियमितपणे धडधडत होतं. त्याला जे म्हणायचं होतं, ते मेगला समजलं. "आपली एका इक्थ्रॉससशी जराशी झटापट झाली," तो म्हणाला.

ती स्वत:देखील धापा टाकत होती. मग तिला ती पूर्णत्वानं तिथे उपस्थित असल्याचं जाणवलं. तिच्या सगळ्या अणूंची रचना पुन्हा पहिल्यासारखी व्यवस्थित झाली. तिला जाणवलं, की ती मेग आहे. आणि तरीही तिनं डोळे उघडले तेव्हा, तिला विचित्र असा गडद हिरवट-काळपट काळोखच तेवढा दिसला. ती कान देऊन ऐकू लागली. साधारणपणे उन्हाळ्यातल्या रात्री रातकिड्यांची किर्रकिर्र ऐकू येते, तसा कर्कश आवाज येत होता. त्या आवाजात दुसराही वेगळाच आवाज मिसळल्यासारखं तिला वाटलं. तिला वाटलं तिला ऐकू येतोय किंवा जाणवतोय तो आवाज... स्थिरतेनं पडणारे लयबद्ध ठोके किंवा स्पंदनं.

"प्रोगो, आपण कुठे आहोत?"

"यदा."

"म्हणजे, आपण चार्ल्स वॉलेसच्या शरीरात आहोत? त्याच्या एका मायटोकॉन्ड्रिऑनमध्ये?"

"हो"

याची तर कल्पनाही करता येत नव्हती. "मला जाणवणारा तो लयबद्ध ठोके पडल्यासारखा आवाज कसला आहे? ते चार्ल्सच्या हृदयाचे ठोके आहेत का?"

प्रोगिनॉस्कीसनं तिच्या मनात नकारार्थी विचार सरकवले. "ती यदाची लय आहे."

"अगदी हृदयाच्या ठोक्यांसारखी वाटतेय."

"मेगुली, आपण आता पृथ्वीच्या समयक्षेत्रात नाही आहोत. आपण यदामध्ये आहोत. फॅरन्डोलींच्या समयक्षेत्रात. चार्ल्स वॉलेसच्या हृदयाचा ठोका साधारणपणे एका दशकानंतर पडतो."

मेग शहारली. तिचे हातपाय अजूनही थरथरत होते. अंधारात दिसावं म्हणून तिनं डोळ्यांची उघडझाप केली. "प्रोगो, अरे, मला काहीच दिसत नाहीये."

"अंतर्भागात कोणालाच दिसत नाही मेग. डोळ्यांची गरजच नसते."

मायटोकॉन्ड्रिऑनच्या लयीविरुद्ध तिचं हृदय भीतीनं धडधडलं. प्रोगिनॉस्कीसच्या बोलण्याकडे ती लक्ष देऊ शकली नाही. तो म्हणत होता, "त्याला बहुदा

'सरकॅडिअन लय' म्हणता येईल. सर्व सजीवांना लय आवश्यक असते कारण...''
तिनं त्याला मध्येच थांबवलं. ''प्रोगो! ब्लजेनी! अरे, मला हलता येत नाहीये!''

तिच्या मनात तिला प्रोगिनॉस्कीसचे विचार जाणवले. त्याचे विचार आता बरेच शांत झाले होते. त्या वेदना देणाऱ्या भीतिदायक धक्क्यातून तो सावरत होता. तो म्हणाला, ''ब्लजेनी आपल्याबरोबर आलेला नाहीये.''

''का?''

''ही मूर्खासारखे प्रश्न विचारायची वेळ नाहीये.''

''मूर्खासारखं काय आहे त्यात? मला दिसत का नाहीये? मला हलता का येत नाहीये?''

''मेग, तू एवढं घाबरून जाणं थांबवायलाच हवं हं. नाहीतर मला तुझ्यासोबत काईथ करता येणार नाही. आपण एकमेकांना मदत करू शकणार नाही.''

ती शांत होण्याचा आटोकाट प्रयत्न करू लागली, पण हृदयाच्या प्रत्येक ठोक्यागणिक तिला जास्तच भीती वाटू लागली, तणाव जाणवू लागला. ''चार्ल्स वॉलेसचं हृदय जर एका दशकानंतर ठोका देतं, तर माझं हृदय इतक्या वेगानं कसं धडधडतंय?'' तिला प्रश्न पडला.

प्रोगिनॉस्कीसचा विचार जरा उंच स्वरातच तिच्याकडे पोचला, ''आकारमान जसं महत्त्वाचं नाही, तसाच काळही महत्त्वाचा नाही. तू आत्ता जे काय चाललंय, त्याकडेच लक्ष दे. आपल्याला मिळालेल्या या क्षणी, तुझं भान जागृत असणं महत्त्वाचं आहे.''

''मला माझीच जाणीव होत नाहीये. मी म्हणजे... मी स्वत: नाहीच जणू! मी चार्ल्स वॉलेसचा एक भाग आहे.''

''मेग. तुला कायमस्वरूपी नाम देण्यात आलेलं आहे.''

''पण प्रोगो...''

''तू पाढे म्हण बरं.''

''आता कोण मूर्खपणा करतंय?''

''मेगुली, त्यामुळे तुला भानावर यायला, स्वत:ची जाणीव व्हायला मदत होईल. प्रयत्न तर कर.''

''मला येत नाही.'' तिचं मन झालेल्या आघातांनी बधिर झालं होतं. दहापर्यंत आकडेसुद्धा तिला मोजता येईना, काही आठवतच नव्हतं.

''सात आठे किती?''

तिनं यंत्रवत उत्तर दिलं, ''छप्पन्न.''

''२/३ आणि ५/७ यांचा गुणाकार किती येईल?''

तिचं गरगरणारं मन आता स्थिरावू लागलं. ''१०/२१''

"६७ या संख्येनंतर येणारी मूळ संख्या कोणती?"

"७१."

"बरं, आता आपण एकत्र विचार करू शकू का?" प्रोगिनॉस्कीसच्या प्रश्नात काळजी स्पष्टपणे दिसत होती.

मेगला देवदूतानं मन एकाग्र करायला लावल्यानं ती बरीच शांत झाली. "मी ठीक आहे आता. कॅल्विन कुठे आहे? मि. जेनकिन्स कुठे आहेत? आणि तो... तो स्पोरॉस?"

"ते सगळे इथेच आहेत. तुला लवकरच त्यांच्यासोबत काईथ करता येईल. पण आधी आपल्याला दुसरी परीक्षा काय आहे ते शोधून काढायला हवं."

"शोधायचं?" वेदनांनी आणि भीतीनं तिचं मन अजूनही ताळ्यावर आलेलं नव्हतं.

तो संयमानं म्हणाला, "आपण पहिली परीक्षा काय आहे, ते कसं शोधलं ना, तसंच."

"तो अंदाज तर तूच केला होतास", ती म्हणाली. "आता ही परीक्षा काय आहे, ते तुला माहीत आहे का?"

"मला वाटतंय, की त्याचा स्पोरॉसशी काहीतरी संबंध असावा."

"पण काय?"

"आपण तेच तर शोधायला हवं."

"मग आपण घाई करायला हवी." आपला उतावीळपणा काबूत ठेवण्याचा तिनं प्रयत्न केला.

"मेग, मला तू आणि मि. जेनकिन्स, तुम्हा दोघांसोबत एकत्रितपणे काम करायचं आहे. तू जसं मला तुझ्या मनात शिरू देतेस, तुझ्या मनाचा ठाव घेऊ देतेस; तसं त्यांना जमणार नाही. त्यामुळे तुला मदत करावी लागेल मला. मोठे झालेले फॅरन्डोली माणसांसारखे बोलत नाहीत, ते काईथ करतात."

"देवदूतांसारखं?"

"अं... हो. काही जुने खूप मोठे झालेले फॅरन्डोली तसं काईथ करतात. छोटे फॅरन्डोली मात्र तुम्ही ज्याला टेलिपथी म्हणता ना, साधारणपणे तशाच काहीशा प्रकारे संवाद साधतात. बरं... आता संवादाच्या प्रकारावर चर्चा नको. मि. जेनकिन्सना काईथ म्हणजे काय, ते कसं करायचं हे काहीच समजणार नाही, तुलाच त्यांना मदत करावी लागेल."

"मी प्रयत्न करीन, पण तू मला मदत कर हं, प्रोगो."

"तुझा उजवा हात लांब पसर."

"मला हलताच येत नाहीये."

"त्यामुळे काही फरक पडत नाही. तू मनातल्या मनात तुझा हात हलव. काईथ कर. मि. जेनकिन्स तुझ्या शेजारी उभे आहेत अशी कल्पना कर, म्हणजेच तसं काईथ कर. तू हात लांबवून त्यांचा हात धरतीयेस. तू करते आहेस ना? जमतंय का?"

"प्रयत्न करते आहे."

"तुला त्यांच्या हाताचा स्पर्श जाणवतोय का?"

"अं... म्हणजे तसं वाटतंय तरी. निदान मी मनात तशी कल्पना करू शकते आहे."

"त्यांचा हात धरून ठेव, अगदी घट्ट धर. म्हणजे तू जवळच आहेस, हे त्यांना कळेल."

तिला आधी कधीच अशी जाणीव झाली नव्हती. तो हात नेहमीप्रमाणेच हलला. तिला हातावर जरासा दाब जाणवला, असं वाटलं. तिनं तिच्या हेडमास्तरांशी काईथ करण्याचा प्रयत्न केला. "मि. जेनकिन्स, तुम्ही आहात ना तिथे?"

"इथ्थे.." हा आवाज ओळखीच्या आवाजाचा प्रतिध्वनी वाटत होता... तोच तो... खडूच्या पुडीमुळे घोगरा झालेला आवाज... तिला लगेच कळलं की, ती आणि मि. जेनकिन्स एकत्र आहेत.

"मेग, आता मी जे सांगेन, ते सगळंच्या सगळं तुला काईथ करून त्यांच्यापर्यंत पोहोचवावं लागेल, म्हणजे त्यांनाही ते समजेल. मी जर त्यांच्या मनात शिरकाव केला, तर त्यांना दुखापत होईल. त्यांना माझी ऊर्जा सामावून घेता येणार नाही, ते सहन होणार नाही त्यांना. मी जे सांगत जाईन, ते त्यांना लगेच, त्याच वेळी समजावून सांगत जा. आता माझ्या बोलण्याकडे लक्ष दे : मोठा, पूर्ण वाढ झालेला फॅरॅन्डोला, एका जागेवरून हलत नाही. एखाद्या वनस्पतीसारखा किंवा झाडासारखा असतो तो. वारा आला तरच वाऱ्याच्या झुळकेनं झाडं हलतात ना, तसं. किंवा मोठमोठ्या केल्पच्या जंगलासारखा. मोठा झालेला फॅरॅन्डोला कायथिंगच्या माध्यमातून हालचाल करतो. कित्येक वर्षं मि. जेनकिन्स स्वत:ची खरी ओळख विसरून गेलेत, म्हणून त्यांना कायथिंग करणं अवघड जाईल."

इतकं तीव्र, गहन कायथिंग करण्यासाठी प्रचंड ऊर्जा वापरली गेलीय, हे अचानक मेगच्या लक्षात आलं. चिंतेनं, थकव्यानं तिच्या तोंडून एक खोल सुस्कारा बाहेर पडला. देवदूत तिच्या मनात हलकेच हालचाली करू लागला. त्याचं कायथिंग तिच्या जाणिवा ओलांडून, जाणिवेच्या पल्याड एका वेगळ्याच क्षेत्रात पोचलं. अशी जाणीव तिला अनोळखी होती. या माहितीचं, मि. जेनकिन्सना समजेल अशा कल्पनाचित्रांमध्ये रूपांतर करण्यासाठी ती चाचपडू लागली.

समुद्र. अवाढव्य, अनंत भासणारा समुद्र. जणू काही ते त्या समुद्रात होते, असं वाटत होतं. पाण्याच्या पृष्ठभागाखाली... खोल... खोल, अगदी देवमासाही पोचू शकणार नाही, इतकं खोल. आता पाण्याचा पृष्ठभाग, पाण्याखाली पोहोचू शकणारा उजेड हे सगळं, शेकडो फॅदम दूर राहिलं होतं. त्या खोलवर अंधाऱ्या जागी हालचाल जाणवत होती. तिला जे चार्ल्सच्या हृदयाचे ठोके वाटले होते, त्याच लयीत ही हालचाल होत होती. त्या लयीचाच एक भाग म्हणजे ही हालचाल होती. आता त्या हालचालीच्या आकृत्या बनायला लागल्या, आणि कायथिंगच्या माध्यमातून, तिच्या मनाच्या डोळ्यांसमोर चित्रं, दृश्यं येऊ लागली. ती दृश्यं, मि. जेनकिन्सकडे पोचवण्याचा प्रयत्न मेग करायला लागली :

एक आदिम काळातलं फर्नचं, म्हणजेच नेचे या वनस्पतीचं जंगल;

तळाशी केल्प या सागरी वनस्पतीचा बिछाना. समुद्राच्या पाण्यासोबत हेलकावणारी केल्प वनस्पती;

खडबडीत रुपेरी खोड असलेल्या जुन्यापुराण्या झाडांचं अतिप्राचीन जंगल;

पाण्याखाली असलेली, रुपेरी-सोनेरी-हिरवी पानं असलेली झाडं. त्याची पानं नियमितपणे, लयबद्ध डोलत होती. ही पानांची हालचाल समुद्राच्या पाण्यामुळे किंवा वाऱ्याने व्हावी तशी नव्हती, तर स्वतःच्या इच्छाशक्तीमुळे होत होती. वनस्पती आणि प्राणी या दोघांमधला दुवा असलेले ते विचित्र सागरी जीव हालचाल करतात ना, अगदी तसंच.

आता या दृश्यांमध्ये संगीताची भर पडली. अनोळखी, समृद्ध, स्वर्गीय संगीत. भोवतालच्या समुद्राचं खळाळतं गाणं.

फॅरन्डोली.

मि. जेनकिन्सकडून गोंधळलेले प्रश्न येताना मेगला जाणवलं. त्यांना फॅरन्डोली म्हणजे, स्पोरॉससारखे इकडेतिकडे बागडणारे प्राणी वाटले होते; ती प्रयत्नपूर्वक दाखवत असलेली सागरी झाडं नव्हे.

प्रोगिनॉस्कीसनं काईथ केलं, "स्पोरॉस खोल जाऊन रुजला, की तुम्ही जी सागरी झाडं म्हणताय ना, त्या झाडांसारखाच बनेल तो. मग त्यांना 'फारा' असं म्हणतात. फारा हे एकवचन, आणि फारी हे अनेकवचन. एक फॅरन्डोला आणि अनेक फॅरन्डोली असतात ना तसंच. तो एकदा खोल जाऊन रुजला, की त्याला इकडेतिकडे पळापळ करावी लागणार नाही. स्थळ आणि काळाच्या संदर्भात, मोठ्या झालेल्या फाराला मानवापेक्षा खूप कमी मर्यादा असतात. दोन फारी कोणत्याही वेळी, कोणत्याही जागी एकमेकांबरोबर असू शकतात. त्यांच्यातील अंतरामुळे ते वेगळे होत नाहीत."

"जराही न हलता, ते हालचाल करू शकतात?" मेगनं विचारलं.

"अं... हो, तू तसं म्हणू शकतेस."

"मलासुद्धा न हलता हालचाल करणं शिकावं लागेल का?"

"हो मेग, मायटोकॉन्ड्रिऑनमध्ये दुसरा पर्यायच नसतो. यदामध्ये तुला उभं राहण्यासाठी काहीही नाही, आणि हालचाल करायला जागाही नाही. तू पृथ्वीवासी आहेस, आणि पृथ्वीवासीयांमध्ये जुळवून घेण्याची अफाट क्षमता असते. त्यामुळे तू अशी गतीविरहित हालचाल करायला शिकशील. हे सगळं तू मि. जेनकिन्सना कळवते आहेस ना?"

"प्रयत्न करतीये."

"ते सुरूच ठेव मेग. आपल्याला आराम करायला नंतर वेळ मिळेल, मात्र जर" तिला एक लहानशी तीक्ष्ण वेदना जाणवली, पण ती लगेच नाहीशी झाली. "काही जुने फॅरन्डोली तर, एकाच मानवी शरीरातल्या, दुसऱ्याच एखाद्या मायटोकॉन्ड्रिऑनमधल्या फॅरन्डोलींशी, काईथ करू शकतातच; पण त्याशिवाय, दुसऱ्या मानवी शरीरातील, मायटोकॉन्ड्रिऑनमधल्या फॅरन्डोलींशीदेखील काईथ करू शकतात. तुला आठवतंय का कॅल्विननं जेव्हा स्पोरॅसला सांगितलं, की माणसांना असं करता येत नाही... तेव्हा स्पोरॅसला किती धक्का बसला होता?"

'हो. पण प्रोगो, अरे मि. जेनकिन्सना, स्पोरॅसचं असं खेळण्यातल्या उंदरासारखं इकडेतिकडे बागडणं समजू शकत नाहीये. मलासुद्धा कळत नाहीये ते. तू आत्ता दाखवलेल्या समुद्रातल्या गोष्टींसारखा तो अजिबात नाहीये."

"त्यानं सांगितलं होतं त्याप्रमाणे, स्पोरॅस फक्त एक लहान मूल आहे. तो म्हणाला ना, की तो कालच जन्माला आला, तेव्हा मात्र तो कालमापन करताना गोंधळ करत होता. पौगंडावस्थेतल्या फॅरन्डोलानं, त्याचे सुरुवातीचे सगळे टप्पे पार केलेले असतात. मग तो रुजतो, त्याची वाढ होऊ लागते. तो फारा बनण्याच्या मार्गाला लागतो. आता स्पोरॅसचीदेखील बालपण सोडून खोल जाऊन रुजायची वेळ झाली आहे. त्यानं जर तसं केलं नाही, तर तो इक्थ्रॉयचा आणखी एक विजय ठरेल."

"पण मग तो खोलवर का जात नाहीये?"

"त्याच्यासोबत कायथिंग करायला कॅल्विनला त्रास होतोय. स्पोरॅसनं आपलं मन त्याच्यासाठी घट्ट बंद केलं आहे. आपण त्याला खोल जाऊन रुजायला मदत करायला हवी. मेग, अगं, ती आपली दुसरी परीक्षा असणार मला खात्री आहे, तीच आपली दुसरी परीक्षा आहे."

अजिबात इच्छा नसलेल्या स्पोरॅसला, खोल जाऊन रुजायला लावणं; हे तर त्या तीन मि. जेनकिन्सपैकी, एका मि. जेनकिन्सना नाम देण्यापेक्षाही अशक्य काम होतं. "हे कसं करायचं?" तिनं विचारलं.

त्यानं प्रतिप्रश्न केला, "तू शांत आहेस ना?"

शांत! मग पुन्हा एकदा ती त्या अनोळखी, जाणिवेपलीकडच्या ठिकाणी पोहोचली. तिला कुठेतरी ती खरोखरच तिच्या भावाच्या, चार्ल्सच्या शरीरात आहे, हे जाणवत होतं. तिला हेही कळत होतं, की ती अगदी सगळ्यात शक्तिशाली मायक्रो-इलेक्ट्रॉन सूक्ष्मदर्शक यंत्रातूनही दिसणार नाही, एवढी लहान झालीये. तिचा आवाज मायक्रो-सोनारस्कोपमधूनही ऐकू येणार नाहीये. आता पुढे जे काही होईल, त्यावर चार्ल्स वॉलेसचं आयुष्य अवलंबून आहे, हेसुद्धा तिला कळत होतं. प्रोगिनॉस्कीस जेव्हा भावनिक धोक्याबद्दल सांगत होता, तेव्हा त्याचा अर्थ काय होता, त्याची पुसटशी कल्पना तिला आता येऊ लागली होती. तिनं स्वतःच्या मनाला अगदी स्थिर, शांत केलं, आणि शांतपणे कायथिंग करत ती देवदूताकडे वळली.

"तू फारा बन", तो तिला सांगू लागला. "तशी कल्पना कर. यदाचे रहिवासी एकदा रुजले, की मग त्यांना रुजण्याच्या जागेपासून हलता येत नाही. त्यामुळे माणसांपेक्षा त्यांच्यावर जास्त बंधनं आहेत, असं वाटतंय का? अगं, पण माणसांनाही अशा मूळ उत्पत्तिस्थानाची गरज असतेच, आणि कित्येकांना तर ते मिळतही नाही. तुझ्या मूळ जागेविषयी विचार कर मेग, कायथिंगसाठी स्वतःला मुक्त कर. खुलं कर."

आवाजाच्या, उजेडाच्या खाली असलेल्या त्या अनोळखी जगात ती पुन्हा पोहोचली. तिथे फक्त चंद्र-सूर्याच्या आकर्षणामुळे निर्माण झालेल्या लाटांच्या लयीला, पृथ्वीच्या लयीला शिरकाव करता येत होता. कायथिंग करून तीदेखील त्यांच्यातलीच एक झाली. खोल रुजलेले जीव जटिल स्वरूपाच्या सुंदर लयीवर, आनंदाच्या गाण्यावर डोलत होते.

मग एकदम थंड वाटू लागलं अत्यंत भयंकर, रक्त गोठवणारी थंडी. इतरांनी तिच्याजवळ आलेल्या आपल्या नाजूक कोवळ्या डहाळ्या मागे ओढून घेतल्या. स्वतःपासून तिला, प्रोगिनॉस्कीसला एकमेकांना विलग केलं. गाण्याला एकदम धक्का बसल्यागत त्याची लय चुकली, सूर चुकले. तिला नाकारू लागले.

काहीतरी चुकत होतं, अगदी भयंकर चुकीचं घडत होतं.

प्रोगिनॉस्कीस तिच्यावर झेपावल्याचं तिला जाणवलं, तिच्यात शिरला तो. "मेग! आत्ता इतकंच पुरे. त्याच्याआधी, आपण इतरांसोबत असायला हवं, कॅल्विन, मि. जेनकिन्स, स्पोरॉस."

"कशाच्या आधी?"

"दुसऱ्या परीक्षेच्या आधी. आपण सगळे एकत्र असायला हवं. तू खुलं कर

मन. कॅल्विनशी काईथ कर.''

''तो कुठे आहे?''

''अगं, तो कुठे आहे, ते महत्त्वाचं नाहीये मेग. मायटोकॉन्ड्रिऑनमध्ये 'कुठे आहे' यामुळे काहीही फरक पडत नाही. 'का', 'कसं', आणि 'कोण', हे महत्त्वाचं असतं.''

''कॅल्विन...'' तिच्या शरीरातल्या प्रत्येक स्नायूवर ताण जाणवत होता, तिचे स्नायू त्या ताणाला विरोध करत होते.

''तू फार जास्त कष्ट घेतीयेस'', देवदूत म्हणाला. ''शांत हो गं मेगुली. माझ्याशी तर तू कसलेही कष्ट न घेता काईथ करतेस की. बऱ्याच वेळा तू आणि कॅल्विन काईथ करत असता, तुम्हाला कळतही नाही ते. तुला शाळेत काहीतरी त्रास झालाय, हे चार्ल्स वॉलेसला आपोआप, तू शाळेतून घरी येण्याआधीच कळतं किनई, अगं ते कायथिंगच असतं की. तू फक्त निखळ मेग बन. जशी आहेस, तशीच राहा. आता खुलं कर मन. काईथ कर.''

समुद्राखालच्या काळोखातून तिनं काईथ केलं. ''कॅल्विन...''

''मेग!''

''तू कुठे आहेस?''

प्रोगिनॉस्कीसनं तिला चांगलंच फटकारलं, ''कुठे हा शब्द विसरून जा.''

''बरं, तू कसा आहेस?''

''ठीक आहे. ह्या सगळ्यामुळे जरासा गोंधळून गेलोय. स्पोरॉस...''

''स्पोरॉस कुठे? नाही... स्पोरॉस कसा आहे?''

''मेग, त्याला माझ्यासोबत काईथ करायचं नाहीये, माझ्यासोबत राहायचंही नाहीये. त्याच्या जगाची माहिती द्यायला तो तयार नाहीये. तो म्हणतो की माणूस त्या लायकीचा नसतो, असेलही तसं, पण तरी...''

तिच्या अवतीभोवती तिला कायथिंग जाणवलं, जणू काही कायथिंगचे सगळे शब्द आणि दृश्यं पाण्याचे थेंब असावेत, आणि ते थेंब एकत्र येऊन समुद्र बनतील. माणसं जशी एकमेकांपासून विलग असतात, तसे हे थेंब वेगवेगळे नव्हते. पाण्याखालच्या वाहत्या लहरींवर, वेगवेगळी दृश्यं झळकत होती. स्पोरॉससारखे अनेक छोटे प्राणी आनंदानं बिनधास्त बागडत होते. त्या-केल्प-फर्न-झाडांमुळे, म्हणजेच रुजलेल्या फॅरन्डोलींमुळे, त्यांचं रक्षण होत होतं. त्यांच्या अवतीभोवती ते मस्तपैकी भिरभिरत बागडत होते.

''तू हे सगळं मि. जेनकिन्सना, त्यांना कळेल अशा प्रकारे समजावून सांगते आहेस ना?''

''मी प्रयत्न करते आहे रे प्रोगो, पण मला खरंच मि. जेनकिन्स जाणवतच

नसल्यासारखं वाटतंय. मी तुझ्यासोबत, आणि कॅल्विनसोबत आहे, हे कळतं मला, पण मि. जेनकिन्स मात्र.''

''त्यांच्या बरोबरच राहा मेग. त्यांना तुझी गरज आहे. ते घाबरलेत.''

''ते आपल्याबरोबर यावेत असं ब्लजेनीला वाटलं, त्यामागे नक्कीच काहीतरी कारण असणार. मला मात्र ते नुसतंच फार मोठं लोढणं वाटतात.''

तिला अगदी दूरवर, कसलीतरी बारीकशी जाणीव झाली, ''मला माहीत आहे ते.''

तिनं त्या दिशेनं स्वत:ला लांबवलं, ''मि. जेनकिन्स.''

''हो, बरोबर'', प्रोगिनॉस्कीस बोलू लागला, ''त्यांना जास्त कल्पनाशक्ती नाहीये, हे लक्षात ठेव. किंवा ती कल्पनाशक्ती खूप काळ गोठलेलीच राहिली, आणि तिला प्रकट व्हायला वेळच मिळाला नाही. तुला त्यांच्याकडे, स्वत:ला संपूर्णपणे काईथ करावं लागणार आहे. तुला त्यांचा हात घट्ट धरून ठेवावा लागेल, म्हणजे त्यांना तुझी जाणीव होईल आणि तुझ्या काईथला ते प्रतिसाद देऊ शकतील. तुला त्यांच्या हाताचा स्पर्श जाणवतोय का?''

''अं... मला तसं वाटतंय.''

''त्यांना तुझा हात जाणवतोय का?''

''मि. जेनकिन्स! मि. जेनकिन्स?'' तिनं प्रश्नार्थक काईथ केलं. ''एक मिनिट थांब हं प्रोगो... कॅल... मला खात्री नाहीये, अं... पण काहीतरी चुकतंय.'' बोलणं थांबवून ती धापा टाकू लागली, मोठा श्वास घेऊन ती ओरडली, ''कॅल्विन! प्रोगो! प्रो...'' तिच्या शरीराचा प्रत्येक कण ओरडत होता... आवाज काढत ओरडणं नव्हतं हे, ती स्वत:, पूर्णत्वानं ओरडत होती. अत्यंत वेदनेनं ओरडणं. भय, दहशतीपलीकडची वेदना.

प्रोगिनॉस्कीसनं जेव्हा तिला इक्थ्रॉयचा विनाश दाखवला होता, तेव्हा वेदनेनं आकाशगंगा फाटली होती. अगदी तीच वेदना होती ही. तिनं जेव्हा मि. जेनकिन्सना नाम दिलं, तेव्हा शाळेच्या आवारातल्या आकाशात वेदनेनं भेग पडली, तीच ही वेदना. प्रोगिनॉस्कीसनं जेव्हा तिला त्याच्या डोळ्यातून यदावर आणलं, तेव्हा त्या प्रवासादरम्यान ती वेदनेनं जवळपास नष्ट होऊ लागली होती, तीच वेदना. तिला नष्ट केलं जात होतं.

१

फॅरन्डोली आणि मायटोकॉन्ड्रिया

हा मेगचा अंत होता. आता काहीही उरणार नव्हतं. कधीच नाही. मेग नाहीशी झाली. नाहीशी मेग. नष्ट मेग.

मग तिच्या लक्षात आलं, की तिला जर असा विचार करता येतोय, कसा का असेना... पण विचार करता येतोय, तर हे असं घडलंच नाहीये. नष्ट झालेल्यांना विचार करता येत नाही. अजूनही तिला बर्फाळ वेदना जाणवत होत्या, पण तरीही ती विचार करू शकत होती. ती अजूनही जिवंत होती.

आपलं सर्वस्व पणाला लावून ती त्या विनाशापासून काईथ करत दूर झाली. ''प्रोगो!, कॅल्विन! अरे, मला मदत करा ना!''

हाका मारतामारता तिला देवदूत जाणवला, ''मेग! मी तुला नाम देतो! तू आहेस!''

आणि मग आकडे... लाटेसारख्या मजबूत स्थिरतेनं लयबद्ध हालचाली करणारे आकडे.

कॅल्विन. तोच तिच्याकडे आकडे पाठवत होता. त्यांनी पहिल्यांदा एकत्र सोडवलेले त्रिकोणमितीचे प्रश्न, तो तिच्याकडे पाठवत होता. इक्थ्रॉयनं दिलेली वेदना नाहीशी होईपर्यंत, जीवरक्षक असल्यागत तिनं त्या आकड्यांची ताकद घट्ट पकडून ठेवली. आता ती मानवी शब्दांच्या दुनियेत मुक्त संचार करू शकत होती. आकड्यांपेक्षा हे शब्द वापरणं कॅल्विनसाठी जास्त सोपं असायचं.

''कॅल्विन, ए कॅल्विन'', तिनं हाक मारली. आता तिचं कायथिंग आई-बाबांच्या आठवणीनं उदासवाणं झालेलं होतं. तिचे बाबा कुठे होते? डॉ. लुईसनं किंवा तिच्या आईनं त्यांना ब्रूकहेवनला फोन केला होता का? त्यांना काय सांगितलंय? ते घरी यायला निघाले का? आणि आई?... तिला भूतकाळात मागे जाऊन पुन्हा लहान व्हावंसं वाटलं, ती चार्ल्सएवढी असताना जरा काही दुखलं-

खुपलं की आईच्या मांडीवर चढून बसायची, तसं तिला पुन्हा करावसं वाटलं.

नाही... मेग.

जणू कुठलीशी बोटं सौम्यपणे तिला खाली खेचतायत, तिला एकटं चालायला भाग पाडतायत असं तिला जाणवलं. तिनं काईथ करण्याचा प्रयत्न केला, आपल्या मनाच्या आवाजावर लक्ष केंद्रित करायचा प्रयत्न केला. शेवटी प्रोगिनॉस्कीस आणि कॅल्विनकडे आपल्या आतल्या आवाजाची एक शलाका तिनं पाठवली. "काय झालं?"

प्रोगिनॉस्कीस तिच्यासाठी शब्दांची जुळवाजुळव करतच होता, पण तो काही बोलण्याआधी तिला भूकंपाचे मोठे धक्के बसले. हे जे काही घडलं त्यामुळे देवदूत निश्चितच अस्वस्थ झाला. त्यानं शेवटी काईथ केलं, "एकदा घडलेलं, पुरेसं नाहीये जणू... तू जेव्हा मि. जेनकिन्सचा हात धरायचा प्रयत्न केलास ना, तेव्हा तुझ्या हाताला इक्थ्रॉस-मि. जेनकिन्स लागले. आता आपल्याला कळलंय, की त्यांच्यातला एक आपला पाठलाग करत इथे आलाय."

"पण कसा?"

"आपल्या मि. जेनकिन्सच्या माध्यमातून नाही हं. तो इक्थ्रॉस अजूनही जेनकिन्सचं-शरीर वापरतोय. कदाचित स्पोरॉस."

"स्पोरॉस!"

"या रुजणाऱ्या मंडळींची अभिमानामुळे नेहमीच अधोगती झाली आहे. बहुदा स्पोरॉसनं एखाद्या इक्थ्रॉसचं म्हणणं मानलं असेल, आपल्याला खात्री देता येत नाही."

"तू काय केलंस? मला त्या इक्थ्रॉसपासून, तू कसं बाजूला काढलंस? मला खूप दुखलं रे. अगदी आत्तापर्यंत कधीही, आणि कशामुळेही दुखलं नव्हतं एवढं. मग मला तुझी जाणीव झाली, तू मला नाम देत होतास प्रोगो. आणि तू... कॅल्विन... तू माझ्यासाठी आकडे पाठवत होतास. मग माझ्या वेदना नाहीशा झाल्या आणि मी पुन्हा पहिल्यासारखी झाले."

कॅल्विननं काईथ केलं, "प्रोगिनॉस्कीसनं अनेक छोट्या छोट्या फॅरन्डोलींना, त्या इक्थ्रॉस-मि. जेनकिन्सना पटकन जाऊन गुदगुल्या करायला सांगितलं. तो इतका दचकला ना, त्यानं तुला सोडून दिलं."

"ते कुठे आहे आता? इक्थ्रॉस-मि.जेनकिन्स?"

तीव्रतेनं प्रोगिनॉस्कीस म्हणाला, "अगं, कुठे आहे, हे महत्त्वाचं नाही मेग. इथेच आहे तो. यदामध्ये, आपल्याबरोबरच"

"म्हणजे आपल्याला त्याच्यापासून अजूनही धोका आहे का?"

"संपूर्ण यदा धोक्यात आहे. या मानवी शरीरातला प्रत्येक मायटोकॉन्ड्रिऑन

धोक्यात आहे.''

''या मानवी शरीरातला?''

प्रोगिनॉस्कीस काहीच बोलला नाही. हे मानवी शरीर चार्ल्स वॉलेसचं होतं.

''आपण काय करणार आहोत?''

प्रोगिनॉस्कीस काही बोलण्याआधी पुन्हा एकदा हादरे बसले. प्रोगिनॉस्कीस म्हणाला, ''भीतीला आपल्या मनात अजिबात थारा द्यायचा नाही.''

तिनं कॅल्विनकडे काईथ केलं. त्याचा प्रतिसाद येताना तिला जाणवला. मेगनं विचारलं, ''माझं काय होत होतं, ते तुला कळलं होतं का?''

''आधी नाही कळलं. मग प्रोगोनं सांगितलं मला.'' कॅल्विनच्या उत्तरात कमालीची शांतता होती. तो तिच्यापासून काहीतरी लपवतोय, असं तिला वाटलं.

''ते छोटे छोटे फॅरन्डोली, माझा जीव वाचवणारे. ते ठीक आहेत ना?''

कोणी काहीच बोललं नाही, पूर्ण शांतता.

''त्या इक्थ्रॉसला दचकावून, माझा जीव वाचवणारे ते छोटे फॅरन्डोली ठीक आहेत ना?''

''नाही'' काहीशा अनिच्छेनं कॅल्विन आणि प्रोगिनॉस्कीस, दोघांकडून कायथिंग आलं.

''काय झालं त्यांचं?''

''इक्थ्रॉसला दचकावून आश्चर्याचा धक्का दिला, तर तुम्ही सुरक्षित राहू शकत नाही.''

''इक्थ्रॉसनं नष्ट केलं का त्यांना?''

''नाही गं मेग, त्यांनी स्वत:लाच संपवून टाकलं. ती एक वेगळीच बाब आहे.''

''मग आता त्यांचं काय होईल?''

प्रोगिनॉस्कीसनं सावकाश कायथिंग केलं, ''मी या आधी असं घडताना कधीही पाहिलं नव्हतं. ऐकलं होतं त्याबद्दल, पण कधीही पाहिलं नव्हतं. आता मला आधीपेक्षा जास्त समजतंय. ताऱ्यांसारखेच फॅरन्डोलीदेखील नावानं ओळखले जातात. मला एवढंच कळणं गरजेचं होतं.''

''तू मला नीट काहीच सांगितलेलं नाहीयेस! मला वाचवणारे ते छोटे फॅरन्डोली कुठे आहेत? जर त्यांनी स्वत:ला नष्ट करून घेतलंय, तर ते कुठे आहेत?''

तिला बारीकसं ऐकू आलं, ''कुठे हा प्रश्न महत्त्वाचा नाही गं मेग. तू आता मि. जेनकिन्सशी संपर्क करायलाच हवाय, म्हणजे खऱ्याखुऱ्या मि. जेनकिन्सशी हं.''

साहजिकच तिनं आपलं कायथिंग अगदी पटकन मागे घेतलं. "पुन्हा तोच प्रयत्न करण्याची माझी हिंमत नाही. ते किती जास्त दुखलं, तुम्हाला काहीतरी कल्पना आहे का त्याची?"

"अगं, तुझ्या ओरडण्यामुळे सगळाचा सगळा मायटोकॉन्ड्रिऑन हादरला. चार्ल्स वॉलेसला त्यामुळे काही दुखापत झाली नसेल, एवढीच आशा करू या."

तिनं तोंड वाकडं केलं, मग कसला तरी आधार घेतला. कसला ते कळलं नाही, पण वाचवणारा वाटला तो आधार. क्षणभरात तिला कळलं, की तो आधार देवदूताकडून येत होता. प्रेमाचे लोट येत होते तिच्या दिशेनं. हे प्रेम इतकं मूर्त वाटत होतं, की त्याचा आधार घ्यावासा वाटला मेगला.

"मि. जेनकिन्सपर्यंत पोहोच" प्रोगिनॉस्कीस तिला आग्रह करू लागला. "त्यांना पुन्हा त्यांचं नाम दे. त्यांच्यासोबत तुला कितपत काईथ करता येतंय, ते बघ. आणि लक्षात ठेव, तू त्यांच्या वेगानं काम करायचं आहेस, तुझ्या वेगानं नाही."

"काय! अरे ते तर आपल्याला अटकाव करतायत!"

"श्श मेग", कॅल्विन काईथ करू लागला. "असं काही करायला मोठ्या माणसांना आपल्यापेक्षा जास्त वेळ लागतो. हे तर मि. जेनकिन्स आहेत, त्यांनी नव्या गोष्टी कित्येक काळापासून केलेल्या नाहीयेत."

"पण आपल्याकडे वेळ नाहीये! चार्ल्स वॉलेस..."

"मी सांगितलं ना, त्यांना आपल्यापेक्षा जास्त वेळ लागेल, आणि खरंच आहे हं ते. कधी कधी मात्र मोठी माणसं आपल्यापेक्षाही सखोल विचार करतात. आपण फक्त संयम बाळगायला हवा."

"संयम पाळायला आपल्याकडे वेळ नाहीये!"

"मेग, ब्लजेनीवर विश्वास ठेव. मि. जेनकिन्स आपल्याबरोबर आहेत, त्याचं नक्कीच काहीतरी कारण असेल ना. त्यांना मदत कर. प्रोगो सांगतोय ते कर."

प्रोगिनॉस्कीसनं तातडीनं काईथ केलं, "स्पोरॉसला रुजायला लावण्यासाठी आपल्याला कदाचित मि. जेनकिन्सची गरज लागेल. नाहीतर ब्लजेनीनं त्यांना पाठवलं नसतं. ए मेग, अगं, एक शिक्षक कारणाशिवाय काहीही करत नाही. मि. जेनकिन्सपर्यंत पोहोचायचा प्रयत्न कर गं मेग."

तिनं आपली भीती बाजूला सारून कायथिंगसाठी स्वत:ला खुलं केलं, आणि ती चार्ल्स वॉलेससोबत होती.

त्याच्या आत नाही,
त्याच्या शिवाय नाही,
त्याच्यासोबत.
त्याच्या थकव्याचा एक भाग,

त्याच्या भयानक शक्तिपाताचा भाग,
श्वास घेण्यासाठी कराव्या लागणाऱ्या त्याच्या संघर्षाचा भाग.

ए चार्ल्स... लढा देत राहा हं,
तुझा संघर्ष थांबवू नको,
श्वास घे,
श्वास घे,
मी तुला मदत करायचा प्रयत्न करीन,
तुला मदत करण्यासाठी मी शक्य ते सगळं करीन, अगदी जरी...
आणि मग

ती तिच्या जुळ्या भावांसोबत होती. तिला वाटलं, चार्ल्सनं तिला त्यांच्याकडे पाठवलं.

ते दोन्ही जुळे भाऊ बागेत होते. गंभीरपणे टोमॅटोच्या झाडांखालची, बर्फानं काळवंडलेल्या झिनियाच्या झुडपांमधली, बिया आलेल्या लेट्यूसखालची माती खणून ती वर-खाली करत होते. माती अशी वर-खाली केल्यानं ती सुपीक होऊन, पुढच्या वसंत ऋतूतल्या लागवडीसाठी तयार झाली असती. ओठ घट्ट मिटून, मूकपणे त्यांचं काम सुरू होतं. चार्ल्सबद्दल वाटत असलेल्या चिंतेचं ओझं कमी करण्यासाठी ते दोघे शारीरिक श्रम करत होते.

त्यांच्यातल्या शांततेचा सँडीनं भंग केला. "मेग कुठे आहे?"

डेनीस क्षणभर काहीच बोलला नाही. त्यानं एक पाय त्याच्या कोळप्यावर (फावड्यावर) ठेवून ते जमिनीत खुपसलं, आणि म्हणाला, "ती लवकरच शाळेतून घरी येईल."

"चार्ल्स म्हणाला की ती शाळेत नाहीये. मेग त्याच्या शरीरात आहे, असंही तो म्हणाला. मी ऐकलं त्याचं बोलणं."

"चार्ल्स भ्रमिष्ट झालाय."

"तू कधी कोणाला मरताना बघितलंय?"

"फक्त प्राण्यांना."

"मेग घरी यायला हवी, असं मला फार वाटतंय."

"मलासुद्धा."

हिवाळ्यातल्या थंडीसाठी आणि हिमवर्षावासाठी बागेतली जमीन तयार करण्याचं काम त्यांनी सुरूच ठेवलं.

"आपल्या बागेची काळजी घेणं हे त्या दोघांचं काम असेल, तर मि. जेनकिन्सपर्यंत

पोहोचणं हे तुझं काम आहे'', मेगनं स्वत:ला बजावलं. कुठे? कुठेही नाही. फक्त मि. जेनकिन्स...

''मि. जेनकिन्स... मि. जेनकिन्स. तुम्ही दुसरेतिसरे कुणीही नसून तुम्ही स्वत:च आहात. मी तुम्हाला नाम दिलंय. मी कायथिंग करते आहे मि. जेनकिन्स. इथे आहे मी. मी, मेग. तुम्ही मला ओळखता, आणि मी तुम्हाला ओळखते.''

नाकानं जोरात श्वास घेतल्याचा आवाज आल्यासारखं तिला वाटलं. मि. जेनकिन्स करायचे तसा आवाज. नंतर ते पुन्हा मागे हटल्याचं जाणवलं. हे समुद्राखालचं चिमुकलं जग पूर्णपणे त्यांच्या आकलनापलीकडचं होतं. तिनं पुन्हा एकदा पृथ्वीवरच्या दृश्यांसारखं त्यांच्याकडे काईथ करायचा प्रयत्न केला, पण त्यांनी नुसताच चिंताग्रस्त, काहीच न कळल्यासारखा प्रतिसाद दिला.

''त्यांना नाम दे'', प्रोगिनॉस्कीसनं सांगितलं. ''ते घाबरतायत. तू जेव्हा त्यांना शाळेच्या आवारात नाम दिलंस ना, ते कायथिंगच होतं. त्यामुळेच तर तू त्यांना इतर दोन इक्थ्रॉय-मि. जेनकिन्समधून ओळखू शकलीस. तसंच तुला आताही ओळखता येईल.''

मि. जेनकिन्स. एकमेव व्यक्ती. आकाशातला प्रत्येक तारा, झाडावरचं प्रत्येक पान, प्रत्येक हिमकण, प्रत्येक फॅरन्डोला, प्रत्येक देवदूत जसा एकमेव असतो; तसेच मि. जेनकिन्सही एकमेवाद्वितीय. नाम मिळालेले.

''त्यांनी कॅल्विनला बूट दिले. एवढा धोका पत्करून या भयंकर परिस्थितीशी सामना करण्यासाठी, आमच्यासोबत येण्याची त्यांना काहीही गरज नव्हती; पण तरी ते आले. परत शाळेत जाऊन आपल्या सुरक्षित जगात जाण्याऐवजी, त्यांनी आमच्यासोबत आपला जीव धोक्यात टाकला. जरी त्यांच्यावर 'अपयशी' असा ठपका आला असता, तरी ते सुरक्षित ओळखीच्या जगात राहिले असते''....मेगच्या मनात विचार सुरू होते.

खरंय. पण कल्पनाशक्ती नसलेला माणूस, विचारही करता येणार नाही अशा अत्यंत सूक्ष्म आणि अनोळखी ठिकाणी त्यांच्यासोबत गेला. हे काम 'अपयशी' माणूस करत नाही.

तरीही मि. जेनकिन्सनं ते केलं, अजूनही करतायत.

''मि. जेनकिन्स, मी तुमच्यावर प्रेम करते!''

केलं तिनं ते...

आपला हात कल्पनेतच लांबवून, तिनं त्यांचा हात धरला. त्यांची बोटं थंडगार आणि दमट वाटली. मि. जेनकिन्सच्या हाताचा स्पर्श असाच असेल, असं तिला आधी वाटायचं. तसाच होता तो स्पर्श.

आणि अगदी खरा...

१०

यदा

मि. जेनकिन्सचा हात अर्थातच दमट लागणारच. ते अत्यंत घाबरलेले असणार. काल्पनिक विश्वात रमणं, खोटीखोटी बतावणी करणं, असले खेळ खेळून कित्येक वर्षं लोटली होती.

"मि. जेनकिन्स, तुम्ही ठीक आहात ना?" तिनं काईथ केलं.

तिला त्यांच्याकडून गोंधळलेलं कायथिंग आल्याचं जाणवलं. चार्ल्स वॉलेसच्या शरीरातल्या एका पेशीतल्या मायटोकॉन्ड्रिऑनमध्ये आपण आहोत, ही बाब ते स्वीकारू शकत नव्हते. खूप घाबरले होते ते. "केव्हापासून आपण इथे आहोत?"

"मलाही नक्की माहीत नाहीये. केवढं काय काय घडून गेलंय. प्रोगो, आपण पृथ्वीच्या समयक्षेत्रात नसून, फॅरॅन्डोलाच्या समयक्षेत्रात आहोत, याची तुला खात्री आहे ना?"

"हो. फॅरॅन्डोलाच्या समयक्षेत्रात."

"हुश्श" सुटका झाल्यासारखं ती मि. जेनकिन्सना सांगू लागली, "याचा अर्थ असा की, पृथ्वीवरचा काळ इथल्यापेक्षा खूप हळूहळू सरतो, अगदी काही युगं सावकाशीनं सरतो. चार्ल्स वॉलेसचं हृदय दर दशकानंतर ठोका देतं, किंवा तसंच काहीसं."

प्रोगिनॉस्कीसनं सावधानतेचा इशारा दिला, "असं असलं तरीही, आपल्याकडे वाया घालवायला वेळ नाहीये."

तिच्या डोळ्यांसमोर पुन्हा चार्ल्सचं दृश्य तरळलं. त्याचा चेहरा फिकुटला होता, डोळे बंद होते, श्वास घ्यायला खूप कष्ट पडत होते. त्यानंतर दुःखानं व्याकूळ झालेला आईचा चेहरा... मग डॉ. लुईस दिसल्या... लक्ष ठेवून होत्या डॉ. लुईस, वाट पाहत होत्या. चार्ल्सचं मनगट आपल्या लहानशा हातात पकडून त्या जवळच उभ्या होत्या.

"मला कळतंय रे", मेग देवदूताला म्हणाली. बरगड्यांमधून थंडगार वारा वाहत गेल्याचं तिला जाणवलं. आता चार्ल्ससाठी तिनं कणखर बनायलाच हवं, ती ताकदच त्याला बळ देणार होती. तिनं आपलं मन शांत आणि स्थिर केलं.

मग तिनं आपलं मन मि. जेनकिन्ससाठी पुन्हा खुलं केलं. काही गढूळलेले विचार तिच्या अवतीभोवती घुटमळू लागले, संथपणे वाहणाऱ्या पाण्यासारखे. या विचारांना कायथिंग म्हणता आलं नसतं, पण तरीही तिला कळलं की मि. जेनकिन्स तिच्याबरोबर आधीपेक्षा कितीतरी अधिक खुले होतायत. अनेक लोकांशी ते मोकळेपणानं वागू शकत नसत. त्यामानानं आत्ता त्यांचं मन कितीतरी खुलं झालं होतं. ते अजूनही मि. जेनकिन्सच आहेत, ही असामान्य बाब समजून घेताघेता, त्यांचं मन थरथरत मेगच्या मनात शिरलं. त्याच वेळेस त्यांच्या हेही लक्षात आलं की, ते त्यांच्या शाळेतल्या सर्वांत गोंधळून टाकणाऱ्या, वैतागवाण्या लहान मुलाच्या शरीराचा एक अतिसूक्ष्म भाग बनलेत.

शक्यतो भय वाटू न देता, मेग त्यांना सांगायचा प्रयत्न करू लागली. त्या इक्थ्रॉयड-मि. जेनकिन्सपैकी, निदान एक तरी त्यांच्याबरोबर यदामध्ये आहे, हे सांगितलं. खरं तर त्याच्याशी झालेला सामना तिला आठवायचा नव्हता, पण मि. जेनकिन्सना सगळं समजावून सांगणं आवश्यक होतं.

त्यांनी प्रतिसाद द्यायला सुरुवात केली. सुरुवातीला गोंधळलेला, घाबरलेला प्रतिसाद होता त्यांचा. नंतर मात्र त्यांच्या प्रतिसादात तिच्याबद्दल एक वेगळीच माया जाणवली. "तुला असल्या गोष्टी सहन करायला लागायला नको गं मार्गरिट."

"अहो, आणखी जास्त आहेत", तिनं सांगितलं. या जास्तीच्या गोष्टी समजावून सांगणं सर्वांत अवघड होतं. काही छोट्याशा खेळकर, नाचऱ्या फॅरॅन्डोलींनी तिला त्या इक्थ्रॉस-मि. जेनकिन्सच्या तावडीतून वाचवलं, आणि ते करताना स्वत:चं बलिदान दिलं, हे समजवायचं होतं मि. जेनकिन्सना. तिनं तसा प्रयत्न केला.

मि. जेनकिन्स दु:खी होऊन कण्हले.

प्रोगिनॉस्कीसकडून आलेली माहिती मेगनं हेडमास्तरांपर्यंत पोचवली. "इक्थ्रॉयनं त्यांचा विनाश करण्यापेक्षा, त्यांनीच स्वत:चं बलिदान दिलं हे बरं झालं. त्यामुळे ते अजूनही ते सृष्टीच्या निर्मिती-प्रक्रियेचा एक भाग राहतील." तिनं आपलं कायथिंग प्रोगिनॉस्कीसकडे वळवलं आणि त्याला विचारलं, 'जर इक्थ्रॉयनं कोणाचा विनाश केला, किंवा कोणीतरी स्वत:च स्वत:ला संपवलं, तर तो विनाश कायमस्वरूपी असतो का?"

देवदूतानं, याबाबत काहीही माहिती नसल्याचं निदर्शक म्हणून तिच्याभोवती

अंधार पसरला. ''ते आपल्याला माहीत असायची काही गरज नाहीये हं मेग'', त्यानं ठामपणे सांगितलं, आणि तो अंधार दूर व्हायला लागला. ''मी एक देवदूत आहे. मला एवढंच माहीत असणं आवश्यक आहे की, सगळ्या आकाशगंगा, तारे, त्याचप्रमाणे देवदूत, मानव, फॅरॅन्डोली यांच्यासारखे सगळे जीव हे सगळेच आपापल्या नामानं ओळखले जातात.'' तो अगदी सुरावटीवर गुणगुणत असल्यासारखं बोलला.

मेगनं त्याला फटकारत, तीव्रतेनं काईथ केलं, ''तू प्रोगो आहेस. मी मेग आहे. हे मि. जेनकिन्स आहेत. आता आपण काय करायला हवं?''

प्रोगिनॉस्कीसनं आपलं भरकटलेलं लक्ष पुन्हा केंद्रित केलं. ''मि. जेनकिन्सना फॅरॅन्डोला म्हणजे काय हे समजून घ्यायचंच नाहीये.''

''दुष्टपणा हा दुष्टपणाच असतो.'' मि. जेनकिन्सनं जरासं अडखळत मेगकडे काईथ केलं. अंतराचा काहीच अडथळा न येता असा संवाद साधण्याची कल्पना त्यांना स्वीकारताच येत नव्हती. ''उंदीर 'ची,ची' असा आवाज काढत एकमेकांशी बोलतात आणि झिंगे... अं... माझा सागरी जीवशास्त्राचा अभ्यास नाहीये, पण कुठलातरी आवाज ते नक्कीच काढत असणार. पण झाडं!'' ते वाद घालत पुढे म्हणाले, ''उंदीर खोल जाऊन रुजतात आणि त्यांची झाडं बनतात. तू झाडंच म्हणाली होतीस ना?''

''नाही'' मेगचा संयम सुटत चालला होता. ती त्यांना नीट समजावून देऊ शकत नव्हती, म्हणून ती मि. जेनकिन्सवर नव्हे, तर स्वत:वरच वैतागू लागली. ''ते फारी... अं... ते ना ते झाडांपेक्षा फारसे वेगळे नसतात... आपण त्यांना साधारणपणे आदिम काळातल्या झाडांसारखे म्हणू शकू. त्याचप्रमाणे ते समुद्राच्या तळाशी असलेल्या प्रवाळ किंवा त्यासारख्या सजीवांसारखे असतात.''

''झाडं एकमेकांशी बोलू शकत नाहीत.''

''फारी बोलू शकतात. आणि झाडांबद्दल बोलायचं तर, ती बोलत नाहीत का?''

''मूर्खपणा आहे सगळा.''

''मि. जेनकिन्स, तुम्ही जेव्हा रानावनातून फिरत असता, झाडांमधून वारा वाहत असतो, तेव्हा ती झाडं काय बोलतायत हे समजलं असतं, तर बरं झालं असतं असं कधीच वाटलं नाही का तुम्हाला?''

''कधीच नाही.'' त्यांच्या रानावनातून फिरण्याला खूप काळ लोटला होता. आता तर फक्त घर ते शाळा, आणि शाळा ते घर, एवढाच प्रवास त्यांच्या गाडीनं करत असत. रमतगमत फिरण्यासाठी त्यांना वेळच नव्हता......

त्यांच्या कायथिंगमध्ये तिला किंचित खेद जाणवला. त्यामुळे, तिनं त्यांना

पाईन वृक्षांच्या वनराईतून वाहणाऱ्या वाऱ्याचा आवाज ऐकवण्याचा प्रयत्न केला. "तुम्ही डोळे बंद करून ऐकलं ना, तर तुम्हाला तो आवाज समुद्राच्या लाटांसारखा वाटेल, आपण समुद्राच्या जवळ नाही आहोत, तरीही."

त्यांच्या कायथिंगमध्ये त्यांना काहीही न समजल्याचं तिला जाणवलं.

मग तिनं त्यांच्यासाठी ॲस्पेन वृक्षराजीचं काल्पनिक दृश्य उभं केलं. ॲस्पेन या झाडांची पानं हवेच्या अगदी किंचितशा झुळकीमुळेदेखील हलतात. तिच्या काल्पनिक दृश्यातल्या ॲस्पेनचं प्रत्येक पान स्वतंत्रपणे थरथरत होतं... जणू स्थिरावलेल्या उन्हाळी हवेत, हळूच कुजबुजत होतं.

"माझं वय वाढलंय गं आता", मि. जेनकिन्सचा प्रतिसाद येऊ लागला. "जास्तच मोठ्या वयाचा आहे मी. मी तुम्हाला मागे खेचतोय. तुम्ही मला परत पृथ्वीवर पाठवायला हवं."

मेग विसरूनच गेली होती की नुकतंच तिनंही तसंच सुचवलं होतं. "अहो, काही असलं तरी यदा पृथ्वीवरच आहे की, किंवा पृथ्वीत आहे, असं म्हणूया... म्हणजे तसंच काहीसं. यदा... चार्ल्स वॉलेसच्या शरीरातच आहे ना."

"नाही नाही", मि. जेनकिन्स बोलू लागले, "हे सगळं फार जास्त आहे माझ्यासाठी. माझी काहीच मदत होणार नाही. मला कळतच नाहीये, की मी कदाचित मदत करू शकेन, असं मला का वाटलं." त्यांचं कायथिंग हळूहळू मंदावत गेलं आणि बंद झालं.

त्यांच्या या निरुत्साही कायथिंगमधून तिला कॅल्विन तिथे असल्याचं जाणवलं. "ए मेग! संवाद म्हटलं की आवाज असणारच असं अप्रत्यक्षपणे मानलं जातं, पण ऐक्यभावनेला आवाजाची अपेक्षा नसते." त्यानं तिला एक लहानसं काल्पनिक दृश्य पाठवलं. त्यात ते दोघे रानातून शांतपणे फिरत होते. फक्त दोघेच. पाईन वृक्षांची सुयांच्या आकाराची खूप लालसर पानं जमिनीवर पडून त्यांचा जणू गालिचाच तयार झाला होता. त्या गालिच्यावरून ते दोघे फिरत होते. त्यांच्या पायांचा आवाजही येत नव्हता. काहीही न बोलता, एकमेकांना स्पर्श न करता ते चालत होते, आणि तरीही ते मानवजातीला शक्य तितके एकमेकांजवळ होते. त्या रानातली टेकडी चढून ते टेकडीच्या माथ्यावर आले. लख्ख सूर्यप्रकाश तळपत होता. काही स्यूमॅक झाडांना लालसर फळांचे घोस लटकले होते, आणि ते घोस मेणबत्तीसारखे दिसत होते. माऊंटन लॉरेल या झुडपांची पानं इतकी चमकदार आणि गडद हिरवी होती, की तळपत्या उन्हात ती काळपट वाटत होती. मेग आणि कॅल्विन तिथल्या दाट गवतावर आडवे होऊन आरामात पसरले. वरच्या स्वच्छ, चमकदार निळ्या आकाशाकडे बघू लागले. एखादा चुकार ढग मधूनच तरंगत जात होता.

आणि तिला अगदी आनंद झाला होता. कॅल्विनच्या इतकं जवळ असल्यासारखं वाटत होतं नं! आजवर कोणाच्याही सोबत असताना तिला अशी जवळीक जाणवली नव्हती... अगदी चार्ल्ससोबतही नाही. इतकी की तिथे असलेली डेझी आणि बटरकपसारखी फुलं त्यांच्या शरीरांना वेगळं करत नव्हती तर जणू जोडू पाहत होती. ते सगळं उन्हाळी वातावरण, सूर्यप्रकाश, एकमेकांचा सहवास या सगळ्याचा मिळून एकत्रित, एकच आनंद असल्यासारखं वाटत होतं. जणू हे सगळं एक झालं होतं.

हा नक्कीच कायथिंगचा सर्वांत शुद्ध प्रकार होता.

अशी ऐक्यभावना, मि. जेनकिन्सनं इतर कोणाही माणसाबरोबर अनुभवली नव्हती. इतकी समृद्ध, परिपूर्ण ऐक्यभावना... अगदी सगळे शब्दही त्या मौनापुढे फिके पडावे अशी.

कॅल्विननं तातडीचे शब्द वापरून पुन्हा कायथिंग केलं, "द *वॉल स्ट्रीट जर्नल.*"

"काय!"

"मि. जेनकिन्स, '*द वॉल स्ट्रीट जर्नल*' हे वर्तमानपत्र वाचतात. कदाचित त्यांनी हे वाचलं असेल."

"अरे, काय वाचलं असेल?"

"तुला आठवतंय का, काही आठवड्यांपूर्वी मी तुला माझ्या एका विज्ञान-प्रकल्पाविषयी सांगत होतो. तो प्रकल्प मी काही वर्षांपूर्वी, चौथीत असताना केला होता. तुझ्या जुळ्या भावांनाही आवडला होता तो."

मेग अगदी लक्षपूर्वक ऐकत होती, आणि त्याचबरोबर लगेचच मि. जेनकिन्सशी काईथ करून त्यांच्यापर्यंत हे सगळं पोचवत होती.

त्या विज्ञान-प्रकल्पाचा विषय तिच्या जुळ्या भावांच्या भाज्यांच्या बागेमुळे उद्भवला होता. सँडी आणि डेनिस दोघे गोंधळून वैतागले होते. त्यांच्या भोपळी मिरच्यांच्या काही झुडपांवर मोठमोठ्या, टणक, तजेलदार मिरच्या लागल्या होत्या, तर काही झुडपांच्या मिरच्या वाळून गेल्या होत्या. त्यांना सुरकुत्या पडल्या होत्या आणि त्या फिक्क्या पडल्या होत्या. कॅल्विनला ती खुरटलेली, लुळी पडलेली झुडपं बघायला त्यांनी त्यांच्या बागेत नेलं होतं. त्या झाडांना कुठलाही रोग झाल्याचं लक्षण दिसून येत नव्हतं. कॅल्विनला शाळेसाठी विज्ञान-प्रकल्प करायचा होताच. त्यानं तो याच विषयावर केला.

मेगनं विचारलं, "त्या झाडांनासुद्धा अशीच समस्या निर्माण झालेली असेल का रे तेव्हा? म्हणजे, आत्ता मायटोकॉन्ड्रियांना जी समस्या भेडसावते आहे, तशीच? इक्थ्रॉय बागेसारख्या गोष्टींनादेखील त्रास देत असतील का?"

कॅल्विननं या प्रश्नावर नंतर विचार करायचं ठरवलं, आणि तो प्रश्न बाजूला सारला. तो म्हणाला, "आत्ता नको मेग. ऐक ना, मला वाटतंय की, मि. जेनकिन्सना सगळं नीट कळण्यासाठी माझ्या विज्ञान-प्रकल्पाची मदत होईल."

नाराज असताना मि. जेनकिन्सच्या नाकाचा शेंडा जसा थरथरायचा, तसाच आत्ताही थरथरताना मेगला दिसला.

"ठीक आहे, मग", तिनं कॅल्विनकडे सावकाश आणि शक्य तितक्या सहजपणे काईथ केलं. कॅल्विनचं कायथिंग खळाळत्या वेगवान प्रवाहासारखं असायचं.

नऊ वर्षांचा कॅल्विन खूप वाचत असे. त्या लहानशा गावातल्या वाचनालयात आलेलं प्रत्येक पुस्तक तो वाचायचा. पुस्तकं वाचायची त्याची ही आवड बघून, तिथला ग्रंथपाल त्याला प्रोत्साहन द्यायचा. जुनी, उत्तम, अभिजात अशी सगळी कल्पनारम्य पुस्तकं त्याला वाचायला द्यायचा. वाचनालयात खास त्याच्यासाठी, एक वेगळा कोपरा तो राखून ठेवायचा. कॅल्विनची अशा पुस्तकांबाबत लक्ष एकाग्र करण्याची क्षमता अफाट होती.

मात्र शाळेत शिकवलं जाणारं, दिलं जाणारं काम; विशेषत: विज्ञान-प्रकल्पासारखं काम, त्याला कंटाळवाणं वाटायचं. तरीही, वर्गात सगळ्या विषयांत पहिला नंबर मिळवण्याची त्याची जिद्द असायची, आणि त्या स्पर्धेत तो हिरिरीनं भाग घ्यायचा. त्यातले काही विषय त्याला नुसतेच वेळ वाया घालवणारे वाटायचे, तरी तो त्याही विषयांचा नीट अभ्यास करायचा.

ज्या आठवड्यात त्याला शुक्रवारपर्यंत प्रकल्पाचा विषय शिक्षकांना वर्गात सांगायचा होता, तो आठवडा आला. त्याला त्यात मुळीच रस वाटत नव्हता, आणि त्यानं काहीही ठरवलं नव्हतं. काहीतरी ठरवायला हवं, हे कळत होतं त्याला. गुरुवारच्या दुपारी तो या विषयावर खूप विचारही करत होता, आणि एकीकडे सौ. बनकंबना त्यांच्या पोटमाळ्यावरच्या खोलीची साफसफाई करायला मदतही करत होता. 'शिक्षकांना आणि वर्गातल्या मुलांना आवडेल, कंटाळा येणार नाही; असा कुठला विषय निवडावा बरं?', त्याच्या मनात विचार सुरू होते. सौ. बनकंब त्याला या साफसफाईच्या धूळभरल्या कामाचे पैसे देणार नव्हत्या. कित्येक वर्षं त्यांच्या या खोलीकडे कोणी फिरकलंही नव्हतं, पण त्या खोलीत चिनी मातीच्या जेवणाच्या भांड्यांचा जुना संच आहे, आणि तो संच कॅल्विन मोबदला म्हणून घरी घेऊन जाऊ शकतो, अशी त्यांनी कॅल्विनला लालूच दाखवली होती. ओ'कीफ कुटुंबाकडे पुरेशी ताटं, वाट्या, कपबशा अशी भांडी नसल्यामुळे इच्छा असूनही ते सगळे एकत्र जेवायला बसू शकत नाहीत,

हे बहुदा सौ. बनकंबना माहीत होतं.

चिनी मातीच्या भांड्यांचा तो संच खोलीच्या मागच्या बाजूला जुन्या वर्तमानपत्रांमध्ये गुंडाळून, एका खोक्यात ठेवलेला होता. त्यातली काही भांडी फुटली होती, तर काहींना तडे गेले होते. व्यवस्थित काळजीपूर्वक सांभाळून ठेवायला तो संच काही कोण्या मोठ्या उमरावाचा अमूल्य ठेवा नव्हता, किंवा कोणी तो संच इथेच विसरून गेलेलंही नव्हतं. तरीही घरी नेण्याइतपत बरा होता तो. घरी नेऊन त्यानं त्यावर गुंडाळलेली वर्तमानपत्रं काढली, आणि तो संच आईला दाखवला. तिनं तो संच 'अगदी भंगारात देण्यासारखा आहे' अशी कुरकुर केली... अर्थात... तेही बरोबरच होतं म्हणा.

त्यानं ते जुनाट, पिवळे पडलेले वर्तमानपत्रांचे कागद सरळ केले, आणि त्यातला एक वाचायला सुरुवात केली. *'वॉल स्ट्रीट जर्नल'* या वृत्तपत्राचे जुने कागद होते ते. त्यावरची तारीख फाटून गेली होती, कागद विरळ झाला होता, डाग पडले होते. हे खूप वर्षांपूर्वीचे जुने कागद असावेत, असं त्याच्या लक्षात आलं. त्यावरचा एक लेख त्याच्या नजरेस पडला. एका जीवशास्त्रज्ञानं केलेल्या काही प्रयोगांबद्दल तो लेख होता.

त्या जीवशास्त्रज्ञानं अशी कल्पना मांडली होती की, वनस्पतींना उत्तेजना मिळाल्यास, त्या वनस्पती व्यक्तिनिष्ठ प्रतिसाद देतात. त्यांच्यात तशी क्षमता असते. त्या काळात ही कल्पना फारच वेगळी वाटणारी होती. त्या जीवशास्त्रज्ञानं या प्रतिक्रियांचं मोजमाप करायचं ठरवलं. त्यासाठी त्यानं लाय-डिटेक्टर या खोटं शोधणाऱ्या यंत्रात असतात, तसे दोन इलेक्ट्रोड(विद्युत-अग्र) एका मोठ्या, निरोगी, तजेलदार पानं असलेल्या फिलोडेन्ड्रन या वनस्पतीच्या पानांना जोडले.

या ठिकाणी त्या कागदाचा तुकडा फाटला होता, आणि त्यामुळे कॅल्विनला पुढची अनेक वाक्यं वाचता आली नाहीत. पुढे त्याला एक वाक्य सापडलं. त्यात लिहिलं होतं की इलेक्ट्रॉनिक सुई त्या पानांना जोडली, तर ती सुई वनस्पतीची प्रतिक्रिया आलेखाच्या रूपात नोंदवेल. ईसीजी (इलेक्ट्रोकार्डिओग्राम) हृदयाच्या ठोक्यांचा आलेख नोंदवतो, किंवा इलेक्ट्रोएनसेफेलोग्राम मेंदूविषयी आलेख नोंदवतो, अगदी तसंच.

त्या जीवशास्त्रज्ञानं, सगळी सकाळ त्या पानांना जोडलेल्या सुयांकडे बघत घालवली. काहीच घडत नव्हतं, सुई एका सरळ रेषेत हलत होती. कसलीही प्रतिक्रिया नाही. सुई आपली संथपणे, स्थिरपणे एक सरळ रेषा काढत होती.

जीवशास्त्रज्ञानं विचार केला, ''मी या वनस्पतीला प्रतिक्रिया देण्यास भाग पाडतो. मी तिचं एक पान जाळतो.''

लगेच सुई धक्का बसल्यासारखी जोरात वर-खाली हलली, आणि ते

आलेखात उमटलं.

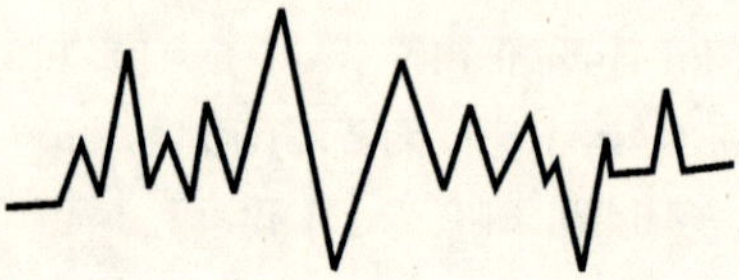

यापुढचा लेख फाटून गेला होता.

मि. जेनकिन्सचे जरासे वैतागलेले विचार बऱ्यापैकी स्पष्टपणे मेगपर्यंत पोचले -'मी वाचला होता तो लेख. मला तो सगळा मूर्खपणा वाटला होता. कुणातरी चक्रम माणसाचा नुसताच वेडेपणा.'

कॅल्विननं काईथ केलं, "जवळपास सगळे महत्त्वाचे वैज्ञानिक शोध चक्रम माणसांनीच लावले आहेत. किंवा आपण असंही म्हणू शकतो की लोक ज्यांना वेडे मानतात... त्या माणसांनी."

"उदाहरणार्थ माझे स्वतःचे आई-बाबा", मेगनं भर घातली, "त्यांचे काही शोध सत्य असल्याचं सिद्ध होईपर्यंत तरी त्यांनादेखील तसंच मानलं जात होतं."

कॅल्विन पुढे सांगू लागला, "ऐका ना, आणखी आहे पुढे. त्या कागदांमध्ये मला त्यांचा दुसरा लेख सापडला."

या लेखात, तो जीवशास्त्रज्ञ निरनिराळ्या ठिकाणी व्याख्यानं देण्यासाठी दौऱ्यावर गेल्याचं वर्णन होतं. त्यानं त्याच्या एका विद्यार्थ्याला त्या फिलोडेन्ड्रनची काळजी घेण्यास, निरीक्षण करून प्रतिक्रिया नोंदविण्यास सांगितलं होतं.

जेव्हा जेव्हा त्या जीवशास्त्रज्ञाचं विमान विमानतळावरून उडे, किंवा जमिनीवर येई, तेव्हा तेव्हा पानांना जोडलेल्या सुया खाली-वर उड्या मारल्यागत हलत असत.

"त्या पानांना, झाडाला कसं कळायचं?" मेगनं प्रश्न केला.

"कळायचं."

"अरे, पण अंतर कितीतरी जास्त होतं', तिनं विरोध केला. 'कित्येक मैल दूर काय घडतंय, हे त्या घरी वाढत असलेल्या साध्याशा फिलोडेन्ड्रनला कसं कळू शकेल?"

"किंवा काळजी कशी वाटेल?" मि. जेनकिन्सकडून रागीटपणे प्रतिक्रिया आली.

"आकारामानासारखंच अंतरालाही महत्त्व नाहीये... किंवा काळालाही. काळजीबाबत बोलायचं झालं तर... अं... ते सिद्ध करता येत नाही."

त्याच्या प्रकल्पासाठी कॅल्विननं वनस्पतीच्या प्रतिक्रियेचा विषय निवडला, पण प्रयोगात त्यानं जरा बदल केला. झाडाची प्रतिक्रिया नोंदवण्याचं साधन त्याला मिळू शकत नसल्यामुळे त्यानं घेवड्याच्या तीन बिया पेरायचं ठरवलं.

मि. जेनकिन्सना फारसं कौतुक वाटलं नाही.

मेगनं त्यांच्याकडे धमकीवजा कायथिंग केलं, "थांबा हो! ही कॅल्विनची स्वत:ची कल्पना होती. तेव्हा तो फक्त नऊ वर्षांचा होता, आणि अशा प्रकारचे प्रयोग केले जातायत, ही गोष्ट त्याला माहीत नव्हती."

कॅल्विननं एक बी एका कुंडीत पेरली, आणि ती कुंडी त्याच्या घरी स्वयंपाकघराच्या ऊन येणाऱ्या खिडकीत ठेवली. त्याला रोज पाणी घातलं. त्याच्या भावा-बहिणींना सक्त ताकीद दिली, की जर कुणी त्या कुंडीला हात लावला, तर त्याला चांगला चोप मिळेल. कॅल्विन खरंच तसं करील याची खात्री असल्यामुळे कोणीही त्या रोपाकडे फिरकलंही नाही. तरीही त्या रोपाला ऐकू आलं."

"कानांशिवाय?" मि. जेनकिन्सनं तिरसटपणे काईथ केलं.

"बहुदा लुईससारखं असू शकेल." मेगनं उत्तर दिलं.

कॅल्विनच्या घरात ठेवलेलं ते रोप आपोआपच घरातल्या लोकांच्या तोंडून बाहेर पडणारे वाईटसाईट अपमानकारक शब्द, शिवीगाळ ऐकत होतं. स्वत: कॅल्विनदेखील शक्य तितका वेळ घराबाहेरच राहायचा.

दुसऱ्या दोन बिया त्यानं दोन कुंड्यांमध्ये पेरल्या, आणि वाचनालयात नेल्या. तिथल्या ग्रंथपालानं त्याला त्या कुंड्या ऊन येणाऱ्या दोन खिडक्यांमध्ये ठेवण्याची परवानगी दिली. त्यातल्या एका कुंडीत त्यानं नेमानं पाणी घातलं, त्याची काळजी घेतली, पण तेवढंच फक्त. तिसऱ्या बीसोबत मात्र तो मायेनं गप्पा मारायचा, त्या बीजाला वाढण्यासाठी प्रोत्साहन द्यायचा. त्या बीजाला जेव्हा पहिला हिरवा कोंब आला, तेव्हा त्यानं आपलं सगळं प्रेम त्याच्यावर उधळलं. घरी कॅल्विनला हे असं प्रेम फार क्वचित व्यक्त करता येत असे. शाळा सुटली की तो या रोपाजवळ गृहपाठ करत, किंवा आजूबाजूला कोणी नसलं तर मोठ्यानं वाचत बसायचा, गप्पा मारायचा.

ओ'कीफ यांच्या स्वयंपाकघरात ठेवलेलं पहिलं रोप खुरटलेलं, निस्तेज पानांचं झालं. मेगच्या जुळ्या भावांच्या भोपळी मिरच्यांसारखं. वाचनालयाच्या एका खिडकीत ठेवलेलं, ज्याची नेमानं काळजी घेतली जात होती, पण लक्ष दिलं जात नव्हतं; ते दुसरं रोप सामान्यरीत्या वाढलं. ज्या तिसऱ्या रोपाला कॅल्विननं माया दिली; ते रोप मात्र छान मजबूत, हिरवंगार, नेहमीपेक्षा मोठं आणि निरोगी झालं.

बारीक आवाजात पण बरंच काही समजल्यासारखं मि. जेनकिन्सनं काईथ

केलं, "फिलोडेन्ड्रन आणि घेवड्याच्या बिया जर अशी प्रतिक्रिया देत असतील, तर मला फॅरन्डोलींबद्दल समजायला या माहितीची मदत होईल. हेच सांगण्याचा प्रयत्न करतो आहेस का तू?"

"अं... साधारणपणे तसंच." मेगनं उत्तर दिलं.

कॅल्विननं त्यात भर घातली, "बघितलंत ना तुम्ही? अंतर महत्त्वाचं नसतं. कुठेही असले तरी त्यांना कळतं आणि ते एकमेकांशी संवाद साधतात. त्यांच्यासाठी अंतर हे खरं तर अस्तित्वातच नसतं."

मि. जेनकिन्सनं अविश्वासाच्या लहरी पाठवल्या. "आणि त्यांना प्रेम मिळालं की ते चांगले वाढतात? आणि जर प्रेम नाही मिळालं तर..."

"तर मग त्यांच्यात इक्थ्रॉय शिरकाव करू शकतात."

तिला आता स्पोरॉसचा तंतुवाद्याची तार छेडल्यासारखा आवाज ऐकू आला. "ते सगळे फारच मंदबुद्धीचे आहेत, इतर मानवांसारखेच. तरीपण शेवटी तू त्यांना समजावून सांगण्यात, बराच यशस्वी झालायस हं देवदूता."

"माझं नाव प्रोगिनॉस्कीस आहे हं... बरं का उंदरासारख्या प्राण्या."

फॅरन्डोलाला गंमत वाटली नाही. "माझं नाव स्पोरॉस आहे." त्यानं ताकीद दिली.

"मेग", प्रोगिनॉस्कीस तिच्यात सखोल काईथ करत म्हणाला, "आत्ता काय घडलं, ते तुझ्या लक्षात आलंय का? तू मि. जेनकिन्सच्या खूप जवळ गेली होतीस, हो नं?"

"हो. मलाही तसंच वाटतंय."

"तुमची शरीरं जवळ नाहीयेत तरीदेखील. तुला तर माहीतच आहे, तू आणि कॅल्विन जेव्हा एकत्र काईथ करता, तेव्हा तुम्हा दोघांना कोणीही अलग करू शकत नाही."

खरंच. ती कॅल्विनसोबत होती. ते दोघे एकत्र होते. त्याच्या हसण्यातली ऊब तिला जाणवली. त्याच्या वयाच्या मानानं... त्याच्या हास्यात नेहमीच किंचितशी खेदाची छटा आणि भरवसा जाणवत असे. केवळ सोळा वर्षांचा होता तो. आता तो शब्द वापरून कायथिंग करत नव्हता; तर धैर्य, ताकद यांच्या लाटा तो तिच्यापर्यंत पोहोचवत होता.

तिनं ते स्वीकारलं, स्वतःत शोषून घेतलं. मनोधैर्य. तिला फार गरज भासणार होती त्याची. स्वतःला खुलं करून तिनं ते स्वतःत मुरवलं.

प्रोगिनॉस्कीस त्यांना सांगू लागला, "ठीक आहे, आपण एकत्र आहोत. आता आपण पुढे जाऊ."

"आपल्याला काय करायचं आहे?" मि. जेनकिन्सनं विचारलं.

"दुसरी परीक्षा", देवदूत त्यांना प्रेरणा देत म्हणाला, "आपण दुसऱ्या परीक्षेत उत्तीर्ण व्हायलाच हवं."

"आणि ती काय आहे?"

"स्पोरॉसला नाम देण. मेगला तुम्हाला नाम द्यावं लागलं ना...तसं."

"पण स्पोरॉसला तर आधीच नाम दिलेलं आहे की!"

"तो खोल जाऊन रुजेपर्यंत नाही."

"म्हणजे? मला नाही कळलं."

प्रोगिनॉस्कीस मि. जेनकिन्सना सांगू लागला, "स्पोरॉस खोल जाऊन रुजणार... याचा अर्थ असा की, त्याचं बालपण संपून प्रौढावस्था सुरू झाली आहे, किंवा तो वयात आला आहे. एखाद्या फॅरॅन्डोलाला, किंवा माणसाला, किंवा ताऱ्याला नेहमीच अपरिपक्व राहून सुख मिळवत राहण्याचा मोह पडतो. आपण जेव्हा, स्वत:चं सुख हे परम हित मानून त्याचा शोध घेतो, तेव्हा आपण स्वत:ला विश्वाच्या केंद्रस्थानी मानतो. एखाद्या फॅरॅन्डोलाचं, माणसाचं, ताऱ्याचं विश्वात एक स्थान असतं; पण विश्वाचं केंद्रस्थान हे मात्र स्वयंभू असतं, म्हणजेच निर्माण केलेलं नसतं."

मेगनं विचारलं, "ते छोटे फॅरॅन्डोली, माझा जीव वाचवला ते..."

"ते वयात आले होते मेग."

यावर तिनं विचार केला. "मला वाटतंय, मला समजलंय."

मि. जेनकिन्स म्हणाले, "मला नाही समजलं. आपण चार्ल्स वॉलेसला मदत करायला इथे आलोय, असं मी समजत होतो. त्याच्या मायटोकॉन्ड्रियांना काहीतरी झालं, म्हणून तो आजारी पडला."

प्रोगिनॉस्कीसनं कसाबसा संयम राखत म्हटलं, "तो आजारी आहे."

"पण मग स्पोरॉस आणि चार्ल्स वॉलेसचा काय संबंध?"

"यदामध्ये आयुष्याचा समतोल फार नाजूक, डळमळीत असतो. जर स्पोरॉस आणि त्याच्या पिढीतले इतर खोल जाऊन रुजले नाहीत, तर हा समतोल ढासळेल. जर फॅरॅन्डोलींनी खोल जायलाच नकार दिला तर त्यांचं गीत थांबवलं जाईल, आणि चार्ल्स वॉलेसचा मृत्यू होईल. इक्थ्रॉयचा विजय होईल."

मि. जेनकिन्सनं विचारलं, "पण एक मूल, एक लहान मूल, ते एवढं जास्त महत्त्वाचं का आहे?"

"सृष्टीच्या निर्मितीचं हे स्वरूप सातत्यानं आढळतं. एक मूल, किंवा एक माणूस, विश्वाचा समतोल खूप मोठ्या प्रमाणात बदलू शकतो. तुमच्या पृथ्वीवरचा इतिहास बघा ना... जर शार्लमेनचा रॉन्सेसव्होल्स येथील लढाईत मृत्यू झाला असता, तर काय झालं असतं? फक्त एक लहानशी किरकोळ लढाई?"

"तो इक्थ्रॉयचा विजय ठरला असता?"

"आणि तुमचा इतिहास अधिकच काळाकुट्ट बनला असता."

"मि. जेनकिन्स!" मेगनं हाक मारली. "ऐका ना, मला आत्ताच एक गोष्ट आठवली : एक खिळा निखळून पडला, म्हणून नाल हरवला; नाल नव्हता, म्हणून घोडा कुचकामी ठरला; घोडा नव्हता, म्हणून त्याचा घोडेस्वार कुठेही जाऊ शकला नाही; घोडेस्वार जाऊ शकला नाही, म्हणून तो नेणार असलेला संदेश पोचू शकला नाही; संदेश न मिळाल्यामुळे, युद्धात पराभव झाला; लढाई हरल्यामुळे, राज्य गमावले; आणि हे सगळं, फक्त एक खिळा हरवल्यामुळे झालं."

"आपण चार्ल्स वॉलेसला वाचवलंच पाहिजे!" मि. जेनकिन्स ओरडले. "आपण काय करू शकतो, प्रोगो? आपण काय करू शकतो?"

११

स्पोरॉस

मेग, देवदूत, कॅल्विन आणि मि. जेनकिन्स यांच्या सभोवताली एकदम अतिशय सुंदर सुरावट ऐकू येऊ लागली... अतिशय मधुर स्वरांचा मिलाफ असलेली. ती ऐकून सगळे मंत्रमुग्ध झाले. या स्वरांच्या लाटांमध्ये सगळे बुडून गेले. क्षणभर श्वासही थांबला. पण मग त्या फारींच्या गीतासाठी... मेग स्वत:ला खुलं करू शकली. फारी म्हणजे तेच अनोळखी, विचित्र जीव, जे खोल जाऊन रुजतात; त्यांच्यात कितीही अंतर असलं, तरीही अलग न होता एकमेकांशी संवाद साधू शकतात.

"आम्ही विश्वाचं गीत आहोत. आम्ही सर्व प्रकारच्या देवदूतांसोबत गातो. आम्ही संगीतकार आहोत. फारी आणि तारे गायक आहेत. आमचं गीत सृष्टीच्या निर्मितीची लय आणि ताल ठरवतं."

कॅल्विननं प्रश्न केला, "तुम्ही ताऱ्यांसोबत कसे गाऊ शकता?"

या प्रश्नाचं आश्चर्य वाटल्यासारखा आवाज आला, "ते गाणंच तसं आहे. आम्ही ते एकत्र गातो. तोच आमचा आनंद आहे, आणि आमचं अस्तित्वदेखील."

"पण तुम्हाला ताऱ्यांबद्दल कसं कळतं? म्हणजे तुम्ही तर इथे राहता एवढ्या आतमध्ये."

"जर फारी आणि तारे एकत्र गात असतील, तर त्यांना ताऱ्यांबद्दल कसं काही माहीत नसेल?"

"तुम्हाला तर तारे दिसत नाहीत, मग तुम्हाला त्यांच्याबद्दल कसं कळू शकतं?"

काहीही न समजल्यासारखं कायथिंग फारींकडून आलं. मेग आणि कॅल्विन दृश्यं वापरून काईथ करत असत, पण आता मात्र त्यांना मानवी मर्यादा जाणवली. फारींचं कायथिंग दृश्यांच्याही पलीकडचं होतं.

कॅल्विन म्हणाला, ''बरं ठीक आहे, आम्ही आमचा मेंदू आणि आमची क्षमता खूप कमी प्रमाणात वापरायला शिकलो आहोत, हे लक्षात आलंय माझ्या. आमच्या मेंदूत अब्जावधी पेशी असतात, पण आम्ही त्यातल्या अगदी थोड्याशाच वापरतो.''

मि. जेनकिन्स शुष्क दोरीसारखं काईथ करत म्हणाले, ''मी तर असं ऐकलंय की, अंतरिक्षातल्या ताऱ्यांची आणि मानवी मेंदूतील पेशींची संख्या अगदी तंतोतंत समान असते.''

''प्रोगो!'' मेग विचारू लागली, ''तू सगळ्या ताऱ्यांची नावं पाठ केली होतीस ना? एकूण किती आहेत तारे?''

''किती आहेत? देवा रे, अगं पृथ्वीवासी मुली, मला किंचितही कल्पना नाहीये.''

''अरे, पण तू म्हणालास ना... की ताऱ्यांची नावं पाठ करणं, हे तुझं या आधीचं काम होतं.''

''हो, आणि मी ते केलंही. सगळ्या आकाशगंगांमधले सगळे तारे. खूपच जास्त होते हं ते.''

''पण म्हणजे किती होते?''

''अगं, त्यामुळे काय फरक पडतो? मला त्यांची नावं माहीत आहेत. ते किती आहेत, हे माहीत नाहीये. नावं महत्त्वाची असतात.''

फारींचं मजबूत कायथिंग प्रोगिनॉस्कीसला दुजोरा देऊ लागलं. ''आणि गाणं. आकाशगंगांच्या गाण्याचा आधार नसता, तर आम्हा यदावरच्या फारींना ते मधुर स्वर मिळालेच नसते. खूप कमी फॅरन्डोली खोल जाऊन रुजत आहेत. नाम-नाशकांचं काम सुरू झालंय.''

अचानक मेगला थंडी जाणवली, मागे खेचल्यागत जाणवलं, खोल जाऊन रुजलेले फारी निस्तेज होतायत असं वाटलं; सुरेल संगीताचे स्वर अचानक बेसूर झाले; ताल चुकला.

तिच्या मनःचक्षुंसमोर एकदम एक दृश्य उभं राहिलं. फॅरन्डोलींचं एक टोळकं एका झाड बनलेल्या फाराभोवती जोरात नाचत होतं. त्यांच्या नाचाची लय अधिकच वाढत चालली होती... त्या वेगानं तिला गरगरायला लागलं.

''स्पोरॉस त्यांच्याबरोबरच नाचतोय'', प्रोगिनॉस्कीसने तिला सांगितलं.

''ते काय करतायत? इतक्या वेगानं गोल गोल फिरत का नाचतायत?'' आता ते फॅरन्डोलींचं टोळकं एवढ्या वेगानं गोल फिरायला लागलं, की ते नुसतंच गोल फिरणारं धूसर रिंगण वाटायला लागलं. ज्या फाराभोवती ते गोल फिरत होते, त्याची पानं मलूल पडायला लागली.

''फारासाठी आवश्यक असलेलं पोषक द्रव्य ते शोषून घेतायत. तो फारा

आहे ना, तो सेनेक्स आहे. त्याच्यापासूनच स्पोरॉस जन्मलाय.'' प्रोगिनॉस्कीस थंड आवाजात म्हणाला.

त्या नाचणाऱ्या फॅरन्डोलींचा वेग आता आणखीच जास्त वाढला. आपल्या कानात त्या वेगामुळे कर्कश किंचाळी ऐकू येतीये, असं तिला वाटू लागलं. ''थांबा'', ती ओरडली. ''अगदी ताबडतोब थांबवा हे!'' त्या नाचात अजिबात आनंद नव्हता. तो नुसताच रानटी, किंवा संतापून केलेला निर्दयी नाच वाटत होता.

त्या अफाट वेगवान, तांडव केल्यासारख्या नाचामधूनच एक भरदार, शुद्ध, सुमधुर सुरावट ऐकू आली. ते सूर शांत, स्थिर आणि उदात्त होते. त्या नाचणाऱ्या फॅरन्डोलींनी आपलं रिंगण मोडलं आणि ते नुसतेच इकडेतिकडे बागडू लागले. मग जरा वेळानं स्पोरॉसनं पुढाकार घेतला आणि इतरांच्या सोबतीनं दुसऱ्या एका फाराकडे धाव घेतली. त्या फाराच्या भोवती फेर धरून गोल फिरायला सुरुवात केली.

सेनेक्सची पानं पुन्हा हिरवी आणि टवटवीत झाली.

प्रोगिनॉस्कीस म्हणाला, ''इतर कुठल्याही फारींच्यापेक्षा सेनेक्स जास्त वेळ तग धरू शकतो. तेवढा ताकदवान आहे तो. तरीही तो कायम तग धरून नाही राहू शकणार.'' तो अचानक थांबला आणि म्हणाला, ''बघ, तुला जाणवतंय का काही ते.''

''जाणवतंय? काय?''

''मायटोकॉन्ड्रिऑनची लय. माझ्या घाबरटपणामुळे मला असं वाटतंय, का खरंच यदा डगमगतोय?''

''नाही, तुझ्या भीतीमुळे नाही'', मेगनं देवदूताला उत्तर दिलं. ते सगळे अत्यंत स्तब्ध झाले, कान देऊन ऐकू लागले, काही जाणवतंय का ते पाहू लागले. स्थिर स्पंदनं सुरू होती, आणि एकदम मध्येच त्या स्पंदनांत अनियमितता जाणवली. अडखळल्यासारखं, किंवा एक ठोका चुकल्यासारखं. मग ते पुन्हा स्थिर झालं आणि नियमितपणे स्पंदनं जाणवू लागली.

यदावरच्या त्या काळोखातून, जोरात वार व्हावा, तसं मेगच्या डोळ्यांपुढे चार्ल्सचं दृश्य झपकन झळकलं. चार्ल्स त्याच्या छोट्या खोलीत हवा मिळवण्यासाठी मोठमोठे खोल श्वास घेत आडवा झोपलेला होता. डॉ. लुईस दिसल्यासारखं वाटलं तिला, पण विचित्र गोष्ट म्हणजे त्या डॉ. लुईस कोलुब्रा होत्या, की पाळलेली मोठी लुईस होती, हे तिला कळेचना. त्या म्हणत होत्या, ''हिंमत सोडू नको बेटा, श्वास घे, चार्ल्स, श्वास घे'' आणि मग गंभीरपणे म्हणाल्या, ''ऑक्सिजन देऊन पाहू या. आता तसं करण्याची वेळ आलीये.''

मग ती पुन्हा मायटोकॉन्ड्रिऑनमध्ये परत आली, स्पोरॉक्सला जन्म दिलेल्या झाडाजवळ, सेनेक्सजवळ. तिनं आत्ता जे पाहिलं होतं, ते सेनेक्सला कळवण्याचा प्रयत्न केला; पण त्याला मि. जेनकिन्स एवढंदेखील कळत नसल्याचं तिच्या लक्षात आलं. तिनं प्रोगिनॉस्कीसला विचारलं, "चार्ल्स वॉलेस नावाचं कोणी अस्तित्वात आहे, हे तरी सेनेक्सला माहीत आहे का?"

"तुला मिल्की वे ही तुमची आकाशगंगा आहे, हे माहितीये ना तसंच."

"चार्ल्स वॉलेस आजारी आहे, हे त्याला माहीत आहे का?"

"तुमची पृथ्वी आजारी आहे, हे तुला माहितीये का? नदीतले मासे मरून पडतायत, जंगलातले पक्षी मरतायत, प्रदूषणामुळे शहरं घुसमटून तिथली माणसं मरतायत. युद्ध, तिरस्कार आणि अनागोंदी कारभारामुळेही लोक मरतायत. सेनेक्सचा मायटोकॉन्ड्रिऑन आजारी पडला आहे हे त्याला कळतंय, आणि त्याचं कारण म्हणजे, फॅरन्डोली खोल जाऊन रुजत नाहीयेत, आणि मोठे झालेले फारी मरायला लागलेत, हेदेखील त्याला माहितीये. लक्ष देऊन ऐक, काईथ कर."

फॅरन्डोलीचं टोळकं एका फाराच्या भोवती फेर धरून गोल फिरत होतं. त्या फाराची पानं मलूल पडली. त्यांचा रंग फिकुटला. ते फेर धरून नाचणं म्हणजे गडगडाटी ओरडत हसणंच वाटत होतं; अगदी अभद्र, विद्रूप. जुळ्यांच्या भाज्यांच्या बागेत, जेव्हा मेगचा पहिल्यांदाच इक्थ्रॉसशी सामना झाला होता, तेव्हा एक घाणेरडा वास पसरला होता. तसाच वास तिला आत्ताही जाणवला.

तिला एक आवाज ऐकू आला. खोटे मि. जेनकिन्स बोलत होते. एखाद्या खराब टेपरेकॉर्डवर टेप केल्यास जसा आवाज येईल, तसा होता तो आवाज. "तुला रुजण्याची काहीच गरज नाहीये. रुजल्यावर तू तुझी इकडेतिकडे फिरण्याची, नाचण्याची क्षमता गमावशील. तुला कोणीही तशी जबरदस्ती करू शकत नाही. त्या फारींचं अजिबात ऐकू नकोस. माझं ऐक."

ज्या फाराभोवती फेर धरलेला होता, त्या फाराचं भलंमोठं खोड लुळं पडू लागलं.

मेगनं त्यांचं ते रिंगण तोडून टाकण्यासाठी स्वत: काल्पनिकरीत्या तिथे पोहोचण्याचा प्रयत्न केला. "स्पोरॉस, बाहेर ये! त्याचं ऐकू नको. अरे, तुला शिक्षकाकडे पाठवलं होतं ना. तू आमच्यातलाच आहेस. बाहेर ये रे स्पोरॉस, अरे, तू आता रुजायला हवंस!" ती स्पोरॉसशी बोलू लागली.

आणि अचानक ती प्रचंड जोरात दूर फेकली गेली. 'क्रॅक द व्हिप' या वेगवान खेळात, साखळीतल्या शेवटच्या खेळाडूचा हात अचानक सुटल्यावर, तो जसा वेगानं लांब फेकला जातो, अगदी तसं. तिला फेकून देणारा जोर एवढा शक्तिशाली होता, की त्यामुळे तिचं कायथिंग पूर्णपणे पुसलं गेलं. डोळ्यांपुढे

अंधार पसरला.

"श्वास घे गं मेग, श्वास घे" मगाशी लुईस चार्ल्सला जे सांगत होती, तेच शब्द वापरून प्रोगिनॉस्कीस म्हणाला. "तू ठीक आहेस हं मेग, श्वास घेत राहा."

तिचा तोल जात होता, पाय लटपटत होते. काही वेळानं तिला पुन्हा आपला तोल सांभाळता येऊ लागला.

तिला पुन्हा ते भेसूर हसणं ऐकू आलं आणि मागोमाग त्या खोट्या मि. जेनकिन्सचा आवाज आला, "त्या फाराला मारून टाका!"

नंतर खऱ्याखुऱ्या मि. जेनकिन्सचा स्वत:चा आवाज आला, "हं... मला कळतंय." त्यांच्याकडून अप्रिय सत्य कसंबसं स्वीकारल्यागत शुष्क कायथिंग आलं.

तिला अजूनही किंचित धाप लागलेली होती, तिनं पटकन प्रतिसाद दिला, "तुम्हाला काय म्हणायचंय, मला कळलं नाही."

मि. जेनकिन्सनं तिला विचारलं, "हिटलरला सगळ्या जगावर राज्य का करायचं होतं? किंवा नेपोलियनला? किंवा टायबेरियसला?"

"मला नाही माहीत. असं कोणाला का वाटलं असेल, मला खरंच कळत नाही. मला वाटतं, अत्यंत वाईट गोष्ट असेल ती"

"पण त्या सगळ्यांनी तसं केलं होतं, हे तर तुला मान्य आहे नं मार्गारेट?"

"त्यांची तशी इच्छा होती", तिनं मान्य केलं. "पण त्यांना त्यात यश मिळालं नाही."

"काही काळ तरी त्यांनी चांगलंच यश मिळवलं होतं, त्या राज्यकर्त्यांना सहज विसरता येणार नाही. त्यांच्या राजवटीत कित्येक लोक मृत्युमुखी पडले."

"पण फॅरन्डोली... स्पोरॉससारख्या छोट्याशा फॅरन्डोलींना का वाटेल...?"

"ते तसं जाणवू देत नाहीत, माणसांसारखं नसतं त्यांचं."

तिला थंड शांतता जाणवली. एकदा सगळी परिस्थिती मान्य केल्यावर, मि. जेनकिन्सना ती परिस्थिती तिच्यापेक्षा चांगली समजली. तिनं विचारलं, "बरं, मग इक्थ्रॉयचा याच्याशी काय संबंध आहे? तेच ह्या सगळ्याला कारणीभूत असतात, नाही का?"

प्रोगिनॉस्कीसनं उत्तर दिलं, "इक्थ्रॉय नेहमीच लढाया घडवून आणत असतात."

दु:खानं मेग सेनेक्सकडे वळली. एखाद्या ओक वृक्षासारखा मजबूत आणि शांत होता तो, फरक एवढाच की सेनेक्स लवचिक होता. वाऱ्यामुळे तो वाकू शकत असे. मेग म्हणाली, "सेनेक्स आम्हाला इथे मदत करायला पाठवलं आहे, पण इक्थ्रॉयशी लढा देण्याएवढी ताकद माझ्यापाशी नाहीये. स्पोरॉस आणि इतर

फॅरॅन्डोली त्या फाराला मारतायत. मी त्यांना रोखू शकत नाही. सेनेक्स, जर त्यांना यश मिळालं तर ते स्वत:देखील मरणार नाहीत का?''

शांतपणे, थंडपणे सेनेक्सनं उत्तर दिलं, ''हो.''

''हा सगळा वेडेपणा आहे'', मि. जेनकिन्स म्हणाले.

''सगळ्या लढाया म्हणजे वेडेपणाच असतो'', प्रोगिनॉस्कीस म्हणाला.

''पण मला जे काही समजलंय'', मि. जेनकिन्सचं बोलणं सुरूच होतं, ''आपण आता चार्ल्स वॉलेसचा अत्यंत सूक्ष्म, मोजताही येणार नाही एवढा लहान भाग आहोत, बरोबर?''

''हो, खरंय.''

''म्हणूनच जर आपण या मायटोकॉन्ड्रिऑनवर अं किंवा त्याच्या आत आहोत... आणि जर चार्ल्सचा मृत्यू होणार असेल तर... अं.... आपलाही...''

''आपलाही मृत्यू होईल.''

''म्हणजे मी फक्त चार्ल्स वॉलेसच्या आयुष्यासाठी लढा देत नाहीये, तर मेग, कॅल्विन आणि...''

''आणि तुमच्या स्वत:च्या आयुष्यासाठीसुद्धा.''

मि. जेनकिन्सना स्वत:च्या आयुष्याची अजिबात फिकीर नसल्याचं मेगला जाणवलं. त्यांना तिच्याबद्दल काळजी वाटते, हे तिला अजूनही पटत नव्हतं. ''आपण त्याबद्दल विचार करायलाच नको! चार्ल्सखेरीज आपण दुसरा कुठलाही विचार करायला नकोय.''

प्रोगिनॉस्कीसनं वळून तिच्यामार्फत आपले विचार व्यक्त केले : ''आत्ता तुम्ही चार्ल्सची काळजी करणं थांबवा, आणि स्पोरॉसची काळजी करा. तुमच्या लक्षात कसं येत नाहीये? आपण सगळे एकमेकांचे भाग आहोत. इक्थ्रॉय देवानं निर्माण केलेल्या सृष्टीचा विनाश करायचा प्रयत्न करतायत नं, त्याचप्रमाणे त्यांना आपलाही विध्वंस करायचा आहे.''

ते नाचणारे फॅरॅन्डोली वेगानं गोलगोल फिरत ओरडत होते. स्पोरॉसचा आवाज ऐकू आला, असं मेगला वाटलं, ''आम्ही कोणाचेही भाग नाही आहोत! आम्ही फॅरॅन्डोली आहोत, आणि आम्ही यदा काबीज करणार आहोत. त्यानंतर...''

अत्यंत हिडीस, कर्कश हास्य मेगच्या कानावर आदळलं. ती पुन्हा त्यांच्या नाचाच्या दिशेनं झेपावली. तिला स्पोरॉसला त्यातून बाहेर काढायचं होतं.

आपल्या कायथिंगची शक्ती वापरून सेनेक्सनं तिला मागे ओढलं. ''तसं नाही गं, बळाचा वापर करून नाही.''

''पण स्पोरॉसनं खोल जाऊन रुजायला हवं! त्यानं करायलाच हवंय तसं!''

मग मेगला कुठूनसा तंतुवाद्याची तार छेडल्यागत आवाज ऐकू आला,

कॅल्विन स्पोरॉसबरोबर होता, त्याच्यापर्यंत पोहोचायचा प्रयत्न करत होता, त्याच्याशी काईथ करायचा प्रयत्न करत होता.

स्पोरॉसनं किणकिणता प्रतिसाद दिला, पण तो त्या फेरातून जरासा बाहेर आला, "ब्लजेनीनं तुम्हा परक्या जीवांना माझ्यासोबत यदावर कशाला पाठवलंय? माझ्या शिक्षणासाठी तुमची काय मदत होणार आहे? आमचं संगीत आम्ही स्वतः तयार करतो. आम्हाला तुमची गरज नाहीये."

प्रोगिनॉस्कीसचं ज्वालामुखीसारखं धुमसणं तिला जाणवलं; जोरदार वारा, आगीचे लोळही जाणवले तिला. "मूर्ख, मूर्ख", प्रोगिनॉस्कीस काईथ करत होता. "आपल्या सगळ्यांनाच एकमेकांची गरज आहे. विश्वातले सगळे अणू एकमेकांवर अवलंबून आहेत."

"मला तुझी गरज नाहीये."

अचानक प्रोगिनॉस्कीसनं शांतपणे, साधेपणानं काईथ केलं, "मला तुझी गरज आहे हं स्पोरॉस. अरे, आम्हा सगळ्यांनाच तुझी गरज आहे. चार्ल्स वॉलेसला तुझी गरज आहे."

"मला काही त्या चार्ल्स वॉलेसची गरज नाहीये."

ताबडतोब कॅल्विननं काईथ केलं, "तुला गरज नाही? अरे, चार्ल्स वॉलेसला काही झालं, तर तुझं काय होईल? अरे बाबा, कुणाचं सांगणं मानतो आहेस तू?"

स्पोरॉसनं कायथिंग बंद केलं. मेगला त्याची जाणीवही होईना.

कॅल्विन निराश झाला. "मी त्याच्यापर्यंत पोहोचू शकत नाहीये. त्याच्या अगदी जवळ गेल्यासारखं मला जेव्हा वाटतं, तेव्हा दरवेळी तो शिताफीनं निसटून जातो."

स्पोरॉस त्या गरगरणाऱ्या वर्तुळात पुन्हा ओढला गेला. ज्याच्याभोवती फेर धरला होता, तो फारा लुळा पडला होता. त्याचा जीव जात होता. दुःखानं सेनेक्स म्हणाला, "त्याचं गाणं बंद पडतंय."

प्रोगिनॉस्कीसनं काईथ केलं, "नष्ट झाला तो. मेणबत्ती फुंकून विझवावी तसा."

दुःखानं सेनेक्सची पानं मलूल झाली. तो म्हणाला, "स्पोरॉस आणि त्याच्या पिढीतले सगळे जण गाणं थांबवणाऱ्यांनाच मानतात. गाण्याचा आत्मा नष्ट करणाऱ्यांचं सांगणं ऐकतात ते."

आपले हात प्रेषितासारखे उंचावून एक मि. जेनकिन्स म्हणाले, "गाणं नष्ट करणं, हाच मोक्षप्राप्तीचा एकमेव मार्ग आहे."

"नाही" मि. जेनकिन्स, त्या दुसऱ्या मि. जेनकिन्सवर ओरडले, "तू माझं

फक्त प्रतिबिंब आहेस. तू नाहीयेस, तू शून्य आहेस!"

शून्य.........शून्य..........शून्य.......

या शब्दाचा प्रतिध्वनी घुमला. पोकळ, रिकामा नाद सतत ऐकू येत राहिला. मेग जिथेजिथे काईथ करत होती, तिथेतिथे सगळीकडे तिला इक्थ्रॉस मि. जेनकिन्स दृश्यरूपात दिसू लागले.

"इक्थ्रॉय तुमचे तारणहार आहेत, हे तुम्हाला समजत नाही का? जेव्हा प्रत्येक गोष्ट शिल्लकच राहणार नाही किंवा शून्य बनेल, तेव्हा युद्ध होणार नाही. कोणीही आजारी पडणार नाही. मृत्युमुखी पडणार नाही. गरीबी नसेल, दुःखं, वेदना नसतील, झोपडपट्ट्या नसतील, उपासमार नसेल."

सेनेक्सनं इक्थ्रॉसच्या कायथिंगमध्ये भर घालत काईथ केलं, "गाणंही मुळीच नसेल!"

प्रोगिनॉस्कीसनं सेनेक्सची री ओढली, 'तारे नसतील, किंवा देवदूत नसतील, समुद्रावर पडणारा चंद्रप्रकाश नसेल'.

कॅल्विननं पुढे जोडलं, "टेबलाभोवती बसून जेवायला कोणी नसेल. आपल्या कुटुंबीयांसोबत, मित्रपरिवारासोबत कोणी ब्रेडचे तुकडे कापणार नाही, किंवा वाइन पिणार नाही."

सगळ्यात जवळच्या इक्थ्रॉस – मि. जेनकिन्सना तीव्र विरोध करत मेगनं काईथ केलं, "तू शून्य आहेस! काहीच नाहीयेस तू! मि. जेनकिन्सचं शरीर तू उसनं घेऊन वापरतोयस. इथून निघून जा! तू काहीही नाहीयेस! शून्य आहेस नुसतंच!"

मग तिला जाणवलं, की खरे मि. जेनकिन्स तिच्यापर्यंत पोहोचायचा प्रयत्न करत आहेत. "निसर्गाला निर्वात पोकळीची घृणा वाटते, कमालीचा तिरस्कार वाटतो."

कॅल्विन म्हणाला, "मग आपण ती निर्वात पोकळी भरून टाकलीच पाहिजे. हे एवढंच करायला हवंय आपण."

"अरे, पण कसं?"

"जर इक्थ्रॉय म्हणजे शून्यत्व, रिकामेपणा असेल; तर ही रिकामी पोकळी भरता येईल की."

"हो, पण ती कशी भरायची?"

सेनेक्सनं शांतपणे काईथ केलं, "बहुदा तुमची ती पोकळी भरायची इच्छा तितकीशी प्रबळ नसावी. काय पणाला लागलंय, हे बहुदा तुम्हाला अजूनही नीटसं समजलेलं दिसत नाहीये."

"मला समजलंय! एक छोटा मुलगा, माझा भाऊ. तुला माझ्या भावाबद्दल

काय माहिती आहे?''

सेनेक्स पूर्णपणे गोंधळून गेल्यासारखा वाटला. 'भाऊ' या शब्दाबाबत जराशी संवेदना त्याला जाणवली, कारण सगळे फारी एकमेकांचे भाऊबंद असतात... किंवा भाऊ होते. 'लहान मुलगा' या शब्दाचा अर्थ मात्र त्याला मुळीच समजला नाही.

''मला एवढंच माहितीये की, मी ज्याच्यात राहतो, तो माझी आकाशगंगा असलेला यजमान, आजारी आहे. कदाचित त्याचा मृत्यू होऊ शकेल.''

''तोच चार्ल्स वॉलेस आहे! तो माझा छोटा भाऊ आहे! तुझ्यासाठी तो तुझी आकाशगंगा असेल, पण माझ्यासाठी मात्र तो फक्त एक छोटासा मुलगा आहे. अं... स्पोरॉससारखा'' तिनं आपलं कायथिंग त्या रानटीपणे नाचणाऱ्या फॅरन्डोलींकडे वळवलं. त्या फॅरन्डोलींनी आता दुसऱ्या फाराभोवती फेर धरला होता. या वेळेस तिनं सावध राहून स्वत:ला त्यांच्या दिशेनं काळजीपूर्वक काईथ केलं. त्यांच्यातल्या स्पोरॉसला कसं ओळखणार होती ती?

एक इक्थ्रॉस-मि. जेनकिन्स घोड्यासारखा खिंकाळत हसला. ''काही फरक पडत नाही. काहीही महत्त्वाचं नाहीये'', तो म्हणाला. जे फारी अजूनही मधुर गीत गात होते, त्यांच्या गाण्याचा रसभंग करणारा कर्कश टणत्कार ऐकू आला.

मेगला पुन्हा एकदा मायटोकॉन्ड्रिऑन डगमगल्यासारखा वाटला. यदाला वेदना जाणवत होत्या. प्रोगिनॉस्कीसनं तिला यदावर आणलं होतं, तेव्हा इक्थ्रॉसपासून ज्या फॅरन्डोलींनी तिला वाचवलं होतं, त्यांची अचानक तिला आठवण आली. सगळेच फॅरन्डोली इक्थ्रॉयना सामील झाले नव्हते. असं तर नव्हतं ना, की ज्या फॅरन्डोलींनी, ती जिवंत राहावी म्हणून स्वत:ला संपवून टाकलं, फक्त तेवढेच फॅरन्डोली इक्थ्रॉयना प्रतिकार करणारे होते?

तिनं तातडीनं हाका मारायला सुरुवात केली, ''ए स्पोरॉस! अरे फॅरन्डोलींनो! इक्थ्रॉयपासून दूर व्हा, या इकडे. असेच नाचत नाचत मरून जाल तुम्ही. सेनेक्सकडे या आणि खोल जाऊन रूजा बरं. ते करण्यासाठीच तुमचा जन्म झालाय. चला, या इकडे!''

त्यातले काही फॅरन्डोली थबकून अडखळले. इतर मात्र आणखीच जोराजोरात गोल फिरत ओरडू लागले, ''आम्हाला खोल जायची गरज नाहीये. ती फक्त एक जुनाट अंधश्रद्धा आहे. कसलं बावळटासारखं गातात ते, नुसतंच 'जय हो, जय हो, जय हो', असलं गौरवगीत! खरे गौरवशाली आणि विजयी तर आम्हीच आहोत.''

''सगळे तारे.'' मेग आटापिटा करत समजावत होती.

''ती आणखी एक अंधश्रद्धा. तारे वगैरे काही नाहीयेत. या विश्वातले सर्वांत

महान तर आम्हीच आहोत.''

मेग आणि स्पोरॅसच्या अंगावरून विद्रूप भेसूरता झिरपताना जाणवली. आवाज आला, ''तुला कशासाठी खोल जायचं आहे?''

स्पोरॅसचा किणकिणता आवाज किंचित विसंवादी वाटला. ''फॅरॅन्डोलींचा जन्म त्यासाठीच तर झालाय.''

''मूर्ख आहेस. एकदा तू खोल जाऊन रुजलास आणि तुला मुळं फुटली की मग तू आत्तासारखा इकडेतिकडे धांगडधिंगा करत बागडू शकणार नाहीस.''

''पण...''

''कायमचा एकाच जागी अडकून बसशील तू, आणि तेही त्या जुनाट रूढीवादी फारींच्या बरोबर. तुला पुन्हा कधीही पळता येणार नाही, हलता येणार नाही.''

''पण...''

सेनेक्स कणखरतेनं ती भेसूरता भेदत शांतपणे म्हणाला, ''आम्ही जेव्हा पूर्णपणे रुजतो, तेव्हाच खऱ्या अर्थानं हालचाली करू शकतो.''

काय करावं. काहीच निर्णय घेता येईना स्पोरॅसला. त्याचं अंग शहारलं.

सेनेक्सनं बोलणं सुरू ठेवलं, ''छोट्याशा बाळा, हे अगदी खरंय. मी आता मुळं फुटून एका जागी रुजलोय ना, आता मला गतीविषयी कुठलीही मर्यादा नाहीये. आता मी या विश्वात कुठेही संचार करू शकतो. मी ताऱ्यांसोबत गातो, आकाशगंगांबरोबर नाचतो. मी सुख-दुःखांची देवाणघेवाण करतो. मायटोकॉन्ड्रियांची लय राखण्यासाठी आम्ही फारींनी आमचं योगदान द्यायलाच हवं, नाहीतर आम्ही असूच शकणार नाही. आम्ही उरलोच नाही, तर आम्ही नसू ना.''

''म्हणजे तुमचा मृत्यू होईल, असं म्हणायचंय का तुला?'' मेगनं विचारलं.

''अच्छा.....मृत्यू...असं म्हणता का तुम्ही त्या गोष्टीला? असेलही तसं, मला माहीत नाही. यदाचं गाणं मात्र आता पूर्वीसारखं समृद्ध राहिलेलं नाही. फार कमकुवत झालंय. त्याच्या सुरावटी फारच कमी, अपुऱ्या झाल्यात. आमच्या मग्रुरीमुळे आम्ही यदाला त्रास सहन करायला लावतोय.''

सेनेक्सच्या शेजारी कॅल्विन आल्याचं मेगला जाणवलं. तो आर्जवानं म्हणाला, ''स्पोरॅस, तू माझा जोडीदार आहेस नं अरे, आपण एकत्र मिळून काम करायचं आहे.''

''का? मला तर तुझा काहीच उपयोग नाहीये.''

''हे बघ स्पोरॅस, आपल्याला आवडो की न आवडो, पण आपण जोडीदार आहोत.''

मेग त्याला सामील झाली, ''ए स्पोरॅस! अरे, चार्ल्स वॅलेसला वाचवायला

आम्हाला तुझी गरज आहे रे.''

''या चार्ल्स वॉलेसची फिकीर आम्हाला का करावी लागतीये? ते तर नुसतंच एक बावळट मानवी मूल आहे.''

''अरे बाबा, तो तुझी आकाशगंगा आहे. त्यामुळे तरी तो खास ठरतो ना... अगदी तुझ्यासाठीही.''

त्यांच्या कायथिंगमध्ये कोणीतरी घाव घातल्यागत वाटलं. एखादी खोल, वेडीवाकडी जखम व्हावी तसं, आणि ऐकू आलं, ''स्पोरॉस, मी बोलतोय, मि. जेनकिन्स. मी इक्थ्रॉयना ओळखतो, त्यामुळे सगळ्या शिक्षकांपेक्षा मी महान शिक्षक आहे.''

प्रोगिनॉस्कीसचं कायथिंग घट्ट बंद झाल्याचं मेगला जाणवलं.

त्या इक्थ्रॉस - मि. जेनकिन्सनं स्पोरॉसला धरून ठेवलं, आणि तो त्याच्याशी मधाळ आवाजात गोडगोड बोलू लागला, ''त्या पृथ्वीवासीयांचं ऐकू नकोस हं; त्या फारींचंही ऐकू नकोस बरं का. ते मूर्ख आणि कमजोर आहेत. मी सांगतो ते ऐक, म्हणजे तू इक्थ्रॉयसारखा शक्तिवान बनशील. अरे, तू विश्वावर राज्य करशील.''

''स्पोरॉस!'' खऱ्या मि. जेनकिन्सनं, त्या इक्थ्रॉसचं बोलणं तोडण्याइतपत कणखरपणे काईथ केलं. ''तो मि. जेनकिन्स नाहीये. त्याचं ऐकू नकोस!''

कॅल्विनच्या कायथिंगमध्ये अधिक ताकद होती. ''तुझ्या शेजारी दोन मि. जेनकिन्स उभे आहेत. स्पोरॉस, दोन मि. जेनकिन्स तुझ्याकडे काईथ करतायत. त्यातला एक खरा नाहीये, हे तुला माहीत आहे. खोलवर जा रे स्पोरॉस. तिथेच तुझं वास्तव दडलंय. तू तुझं स्थान याच पद्धतीनं शोधणार आहेस, आणि त्याचप्रमाणे तुझा मूळ गाभाही शोधशील तू.''

मेगच्या मनाच्या कानांवर कर्णभेदी किंचाळी आदळली, ती त्या खोट्या मि. जेनकिन्सची किंचाळी आहे असा भास होत असला, तरी खरं म्हणजे इक्थ्रॉयचीच होती ती. ''वास्तव हे अर्थहीन आहे. मूळ गाभ्याच्या ठिकाणी किंवा केंद्रस्थानी काहीही नाहीये, शून्य आहे. चल, चल, इतरांच्यात सामील हो. आता फक्त थोडेसेच फारी राहिले आहेत, आणि मग यदावर तुमचंच राज्य असेल.''

''अरे, अशानं यदा मरून जाईल'', मेग ओरडली. ''आपण सगळेच मरून जाऊ. तूसुद्धा मरशील की!''

''जर तू आमच्याबरोबर आलास, तर तू शून्य बनशील, तू नसशीलच.'' मि. जेनकिन्सरूपी इक्थ्रॉसनं काईथ केलं. तो इतक्या कृत्रिमपणे अतिगोड शब्दात कायथिंग करत होता, की आता त्याचा वीट आला होता. ''आणि जे शून्य आहे, अस्तित्वातच नाहीये, त्याला काही होणारच नाही.''

स्पोरॉसच्या लांबसडक मिशा उदासवाण्या थरथरल्या. तो म्हणाला, "मी खूप लहान आहे. अजून काही शतकं तरी मला महत्त्वाचे निर्णय घ्यायला कोणी भाग पाडू नये."

"सेनेक्सचं म्हणणं मान्य करण्याइतका मोठा नक्कीच आहेस हं तू." मेगनं त्याला सांगितलं. "माझं ऐकण्याएवढा नक्कीच मोठा आहेस. काही असलं तरी, मी तुझ्यासाठी आकाशगंगा आहे. आता तुझी खोल जायची वेळ झालीये."

इक्थ्रॉसरूपी मि. जेनकिन्सच्या पकडीत स्पोरॉस चुळबुळ करू लागला. "चल ये रे स्पोरॉस, इक्थ्रॉयसोबत उड हं. मग तू सगळ्या विश्वात दिमाखानं फिरशील. या सृष्टीत फारच जास्त मायटोकॉन्ड्रिया आहेत. स्वर्गात खूप जास्त तारे आहेत. आमच्यासोबत शून्यत्वाकडे चल काहीही नसतं तिथे, पूर्ण शून्यत्व."

"खोल जा रे स्पोरॉस... माझ्या बाळा, खोल जा."

"स्पोरॉस!" इक्थ्रॉयचं धोकादायक केकाटणं यदाच्या लयीचा ठोका चुकवून गेलं. "आम्ही तुला इक्थ्रॉयमधला राजकुमार बनवू."

मेगला तिच्याजवळ वाऱ्याचा झोत, फडफडती ज्वाला याची जाणीव झाली, ओळखीचं वाटत होतं तिला हे सगळं : प्रोगिनॉस्कीस. डोंगराच्या एका कड्यावरून दुसऱ्या कड्याकडे दोर फेकावा, तसं त्या देवदूतानं आपलं कायथिंग त्या शून्यस्वरूपी इक्थ्रॉस – मि. जेनकिन्सकडे भिरकावलं. "स्पोरॉस, अरे, सगळेच फॅरन्डोली राजेशाही असतात बरं का. ते गीत गाणारे सगळे गायक राजकुमार असतात."

"मूर्खपणा आहे सगळा. नावापुरतेच राजे असतात ते."

"नाम महत्त्वाचं असतंच मुळी."

"फक्त भौतिक पदार्थांसाठीच."

प्रोगिनॉस्कीसनं इतकं सौम्य कायथिंग केलं की त्यामुळे इक्थ्रॉयचं वादळी कायथिंग जरा कमी झालं. "तू देवानं निर्माण केलेला जीव आहेस, स्पोरॉस. तू त्या विशाल योजनेचा एक भाग आहेस... अत्यंत महत्त्वाचा भाग. तुझी गरज आहे रे स्पोरॉस, निर्मितीच्या स्वातंत्र्यात तुझा महत्त्वाचा आणि अद्वितीय सहभाग आहे."

"त्या ओंगळवाण्या भेसूर देवदूताकडे लक्ष देऊ नको. तो फक्त ऊर्जानिर्मितीचं एक विकृत रूप आहे, दुसरं काहीही नाही. आम्ही तुला कुठलंही नाम देणार नाही, आणि तुला शक्ती मिळेल."

कॅल्विन मध्येच म्हणाला, "हे बघ स्पोरॉस, तू माझा जोडीदार आहेस. जे काय करायचं, ते आपण दोघांनी मिळून करायला हवं. तू जर त्या रानटी फॅरन्डोलींना पुन्हा सामील होणार असशील, तर मीदेखील तुझ्याबरोबर त्या नाचात सहभागी होतो."

स्पोरॅस थरारला आणि त्यानं विचारलं, "फारींना मारण्यासाठी मदत करायला येशील?"

"नाही रे. तुझ्यासोबत राहण्यासाठी."

मेग ओरडली, "प्रोगो, चल आपणही जाऊया! आपण कॅल्विनला मदत करू." काहीतरी करण्यासाठी ती एवढी उतावीळ झाली होती, की देवदूत तिला मागे खेचतोय, हे तिला जाणवलंही नाही. तिनं त्या विक्षिप्त नाचात स्वतःला झोकून दिलं, आणि तिचं स्वतःवरचं नियंत्रण ताबडतोब सुटलं. कॅल्विन स्पोरॅसशेजारी गरगरत होता, पण त्याला नाचाबाहेर काढणं कॅल्विनला जमत नव्हतं. मृत्युपंथाला लागलेल्या त्या फाराभोवतीचं नाचणारं रिंगण, आता फाराच्या जास्त जवळ येत चाललं होतं.

मेग पूर्णपणे त्या गरगरणाऱ्या, किणकिणाट करत नाचणाऱ्या फॅरन्डोलींच्या शक्तीच्या तावडीत सापडली होती. पाण्यात तयार झालेल्या भोवऱ्यासारखे वेगानं गरगरत गोल फिरत होते ते. त्या वर्तुळाकार कक्षीय गतीमुळे, ती वर्तुळाच्या आत खेचली गेली, आणि फाराच्या लुळ्या पडलेल्या खोडाला चिकटली.

त्या गरगरत्या नाचाच्या प्राणघातक केंद्राशी काळोख होता. ते फेर धरून गोलाकार नाचणारे फॅरन्डोली तिला दिसेनात; तिला कॅल्विन किंवा स्पोरॅसशी काईथही करता येईना... फक्त भयाण शांतता होती तिथे... शांतता नव्हती म्हणा... कारण त्या गरगरत्या भोवऱ्याच्या आतमध्ये एक रिक्तपणा, किंवा शून्यत्व होतं, आणि त्यामुळे कुठल्याही आवाजाला तिथे मज्जाव होता.

या पीडादायक निर्वात पोकळीत ती अगदी पूर्णतया शक्तिहीन झाली होती. त्या फाराच्या खोडाला ती अधिकच चिकटत चालली होती... जणू आत शोषली जावी तसं... पण तो फाराही तिला आधार देऊ शकत नव्हता, कारण तो स्वतःच शक्तिहीन होऊन लुळा पडला होता. तिलाच त्या फाराला धरून ठेवावं लागत होतं. तिला स्वतःची प्राणशक्ती त्याला द्यावी लागत होती. तिच्या अंगातून ती प्राणशक्ती हळूहळू ओसरत चालल्याचं तिला जाणवलं. त्या फाराचं खोड थोडंसं मजबूत झालं, आणि मेग मात्र मरणाच्या दारात जाऊन पोचली.

मग तिच्याभोवती हातांचा विळखा पडला. त्या हातांनी तिला धरून ठेवलं, ते हात तिला पुन्हा जीवनदान देऊ लागले. ते हात होते खऱ्याखुऱ्या मि. जेनकिन्सचे. त्यांची ताकद आणि प्रेम तिच्यात पुरेपूर भरलं गेलं.

ती मृत्यूच्या दारातून परत आली. जीवनदान मिळून फारा पुन्हा पूर्ववत होऊ लागला. त्या फारानं आपल्या कोवळ्या नाजूक फांद्यांनी तिला कुरवाळलं. मि. जेनकिन्सनं दोघांना धरून ठेवलं होतं, तरीही त्यांची ताकद कमी झालेली नव्हती. ते जीवघेणं वर्तुळ मोडलं होतं. कॅल्विननं स्पोरॅसला आपल्या हातांच्या कवेत

घेतलं होतं. त्याच्या गालावरून एक अश्रू ओघळला. त्याला दिलासा देण्यासाठी, मेगनं आपलं कायथिंग त्याच्या दिशेनं वळवलं.

मेगनं, मि. जेनकिन्सकडून कॅल्विनकडे काईथ केलं, आणि त्याच क्षणाला एक नवं वर्तुळ तयार झालं, ते वर्तुळ फॅरन्डोलींचं नव्हतं, तर अनेक खोट्या मि. जेनकिन्सचं होतं. खऱ्याखुऱ्या मि. जेनकिन्सभोवती या खोट्या मि. जेनकिन्सनी प्राणघातक फेर धरला होता आणि ते वेगानं गोलगोल फिरत होते.

मेग त्यांच्याकडे गरकन वळली, पण फार उशीर झाला होता. त्यांनी मि. जेनकिन्सभोवती वेढा घातला होता. मेग ओरडली, "स्पोरॉस, अरे, खोल जा रे बाबा, आता तेवढीच आशा उरली आहे!"

विखुरले गेलेले इतर फॅरन्डोली गोंधळून जाऊन सैरावैरा धावत सुटले. प्रोगिनॉस्कीसनं आपले अदृश्य पंख एकामागून एक लांबवले, आणि त्या फॅरन्डोलींना ओढून एकत्र गोळा केलं. त्यांचा तो किणकिणता आवाज घाबरल्यासारखा वाटत होता.

"अरे, ते इक्थ्रॉय बघा ना!" प्रोगिनॉस्कीसनं आदेश दिला. तो पुढे म्हणाला, "तुमच्या स्वतःच्या फारींना तुम्हाला ठार करायला लावलं ना त्यांनी, तसेच ते आता मि. जेनकिन्सना मारतायत. बघा, बघा, असेच आहेत ते, असेच वागणार."

'मि. जेनकिन्स!' मेगनं हाक मारली. "आपण मि. जेनकिन्सना वाचवायलाच हवं. ए स्पोरॉस, खोल जा ना रे, ही दुसरी परीक्षा आहे, तू खोल जाऊन रुजायलाच हवं."

"त्या मि. जेनकिन्ससाठी?"

"अरे, तुझ्यासाठीसुद्धा, आपल्या सगळ्यांसाठी."

"पण आपलं काय होणार आहे, हे मि. जेनकिन्सना माहीत नव्हतं का?"

"अरे, त्यांना चांगलंच माहीत होतं रे हे सगळं. त्यांनी आपला जीव वाचवण्यासाठी केलं."

त्यात भर घालत कॅल्विन म्हणाला, "आपल्या सगळ्यांचा जीव वाचावा, म्हणून त्यांनी केलं तसं. स्पोरॉस, ते इक्थ्रॉयच्या तावडीत सापडलेत. ते त्यांना ठार मारणार आहेत. तू काय करशील आता?"

स्पोरॉसनं सेनेक्सकडे वळून पाहिलं, त्याच्यापासूनच जन्माला आला होता तो. सेनेक्सनं आपल्या नाजूक, कोवळ्या, हिरव्या वेलींसारख्या फांद्या सगळ्या फॅरन्डोलींच्या दिशेनं लांबवल्या, आणि म्हणाला, "आता खोल जाण्याची वेळ झालीये."

ब्लजेनी त्यांना ताऱ्याचा जन्म दाखवायला घेऊन गेला होता, तेव्हा जसं आनंददायी

संगीत ऐकू आलं होतं, आताही तसंच संगीत मंद आवाजात ऐकू येऊ लागलं. सगळे फारी गात होते. मजबूत बनत होते. त्या गाण्यात स्पोरॉसदेखील सामील झाला. त्यांच्या चहूबाजूंना फॅरन्डोली खोल जात होते, आणि गाण्यात आपली भर घालत होते.

अत्यंत थकवा आणि सुटका झाल्याची भावना, इतकी प्रबळ होती की मेग मि. जेनकिन्सना विसरूनच गेली. 'स्पोरॉस आणि इतर फॅरन्डोली खोल गेलेत, दुसरी परीक्षा यशस्वीपणे पार पडलीये... आता तर सगळं ठीक झालंच आहे; इक्थ्रॉयचा पराभव झालाय; आता चार्ल्सदेखील बरा होईल; तिला जरा आराम करता येईल' असाच समज तिनं करून घेतला.

मग विचारहीन अवस्थेत तिला प्रोगिनॉस्कीसचा हलकासा धक्का जाणवला. तो म्हणत होता, ''मेग! अगं, तू विसरते आहेस! एकूण तीन परीक्षा द्यायच्या आहेत नं!''

तिचा आनंद काहीसा कमी झाला. अनेक खोट्या मि. जेनकिन्सचं ते वर्तुळ आता खूपच वेगानं खऱ्या मि. जेनकिन्सभोवती गरगरत होतं, त्यांच्या जवळ चाललं होतं.

प्रोगिनॉस्कीसनं एवढ्या ताकदीनं काईथ केलं, की मेग धाडकन त्या दुःखद वास्तवात परतली. ''आपण इक्थ्रॉयना मि. जेनकिन्सपर्यंत पोचू द्यायचं नाही. मि. जेनकिन्सची सुटका करणं, हीच आपली तिसरी परीक्षा आहे. सेनेक्स, स्पोरॉस... सगळे जण मदत करा आम्हाला!''

मेगला एक अत्यंत कर्कश, उंच स्वरातली किंचाळी ऐकू आली, आणि नंतर त्या किंचाळीचं रूपांतर अतिशय भेसूर अशा विजयी हास्यात झालं. ते हास्य एका खोट्या मि. जेनकिन्सकडून येत होतं. आता ते पूर्णपणे खऱ्या मि. जेनकिन्सच्या जवळ पोचले, आणि त्यांच्यात शिरले.

प्रोगिनॉस्कीसनं सुरीसारखं धारदार कायथिंग केलं. ''इक्थ्रॉयनं ताब्यात घेतलंय त्यांना. आपण त्यांना बाहेर काढून दूर न्यायलाच हवं.''

१२

दारातील वादळ

इक्थ्रॉस – मि. जेनकिन्स त्यांच्याकडे येऊ लागला. त्याच ओळखीच्या घाणेरड्या वासानं मेगवर हल्ला चढवला. दोन धातू एकमेकांवर घासल्यावर जसा आवाज येतो, तशी कर्कश किरकिर सतत ऐकू येऊ लागली, आणि त्या पार्श्वभूमीवर मि. जेनकिन्सच्या आवाजात अत्यंत ओंगळवाणं कायथिंग मेगकडे आलं. "मूर्ख आहात. मला मुळीच इक्थ्रॉयनं पकडलेलं नाहीये. मी मि. जेनकिन्स आहे, आणि मीच इक्थ्रॉयला आपणहून माझ्यात शिरू दिलंय, कारण ते इक्थ्रॉय अगदी बरोबरच आहेत. इक्थ्रॉय मुळीच रिकामे किंवा शून्य नाहीयेत; उलट मीच याआधी रिकामा होतो. शून्यत्वाच्या अथांग सुखानं त्यांनी मला भरून टाकलंय. चल, तुला नष्ट करू दे; चल, ये माझ्याकडे, ये."

स्पोरॉसच्या लांबसडक मिशा थरथरल्या. त्यांच्यातून मंद किणकिणाट ऐकू आला, पण आता मात्र तो काईथ करत होता. त्याची नवी कोवळी पालवी लयबद्ध हेलकावत होती. नवी नाजूक पानं सेनेक्सच्या, गाणाऱ्या फारींच्या, यदाच्या तालावर चमचमत डोलत होती. "पृथ्वीवासीयांनो, मला माफ करा. मी तुमच्यासाठी गाईन. इक्थ्रॉयना हे गाणं सहन होत नाही."

एखादा मोठा स्क्रू किंवा गिरमीट, गोल फिरत आत जात राहावं, तसं मि. जेनकिन्सनं काईथ केलं. "आयुष्य किती अर्थहीन आहे, ते आपल्याला माहीतच आहे मार्गरेट. सगळा सामाजिक, सांस्कृतिक विकास अपयशी ठरला आहे. तुझ्या आई-बाबांनासुद्धा हे माहितीये. ते समर्पण करतायत."

नकार देत कॅल्विन म्हणाला, "नाही, नाही, ते तसे नाहीयेत. ते कधीही समर्पण करणार नाहीत."

"गा रे." सगळ्या फॅरन्डोलींना उद्देशून स्पोरॉस म्हणाला, "आमच्यासोबत गा. आपली आकाशगंगा संकटात सापडली आहे; आपण तिला वाचवायलाच हवं."

त्याला झिडकारत मि. जेनकिन्स म्हणाले, “पूर्ण नायनाट करण्याशिवाय दुसरी कोणतीही आशा नाहीये. लवकरच करून टाकू ते.”

त्या गिरमीटासारख्या कायथिंगमधूनच मेग ओरडली, “नाही मि. जेनकिन्स! थांबवा हो ते.”

कॅल्विन तिच्या साथीला आला, “मि. जेनकिन्स, परत या, इक्थ्रॉयमधून परत या ना!”

“मी तर परत आलोय की. इथेच आहे मी. शेवटी माझं स्वत्व मला गवसलं आहे. काहीच नसलेला. नष्ट - मि. जेनकिन्स. असा नायनाट होणं ही एकमेव चांगली गोष्ट आहे.”

पुन्हा एकदा मेगला हाडं मोडावी एवढं पिळवटून निघाल्यागत वाटलं. त्याच्या विरोधात तिच्या शरीरातला प्रत्येक स्नायू ओरडला. मग तिच्या डोळ्यांसमोर कॅल्विन मि. जेनकिन्सना ओढत असल्याचं तेजस्वी चित्र झळकलं. त्याचप्रमाणे कॅल्विन एका मि. जेनकिन्सशी झटापट करत असल्याची प्रभावी दृश्यंही झळकू लागली. मि. जेनकिन्सचे हडकुळे, दुबळे हात कॅल्विनला मारत होते, पोलादाची शक्ती आली होती त्या हातांत. लवचिकता आणि चपळाई अंगी असल्यामुळे कॅल्विननं त्यांचे बरेचसे वार चुकवले आणि त्यांचे हात, विशेषत: मनगटं पकडण्याचा आटोकाट प्रयत्न केला...

अखेर पकडलीच त्यांची मनगटं...

पण... पण हे काय? त्यांची मनगटं तर शिकारी पक्ष्यांच्या नख्या असतात, तशी बनली... आणि मग तीही गायब झाली... काहीही नाही... कॅल्विनच्या हातात काहीही धरलेलं नव्हतं. मेगला ते इक्थ्रॉयचं केकाटत हसणं ऐकू आलं, आणि मि. जेनकिन्सनं कॅल्विनला एक खूप जोरदार ठोसा मारला.

मेगच्या डोळ्यांसमोर लालसर काळोख आला, कॅल्विन हादरला, अडखळला आणि त्या इक्थ्रॉस – मि. जेनकिन्सच्या भोवऱ्यात खेचला जाऊ लागला.

मग ठोसा लागल्यामुळे अडखळणाऱ्या, त्यातून सावरणाऱ्या कॅल्विनची दृश्यं अचानक गायब झाली. ती दृश्यं जरी दिसेनाशी झाली, तरी कॅल्विन होता तिथे. तिच्यासोबत होता. तिचाच एक भाग होता. आता ती कॅल्विनला नुसतं बाह्य रूपानं ओळखत नव्हती, तर त्याच्याही पलीकडे, इंद्रियातीत जाणिवेच्याही पलीकडे, बाह्य रूप, आवाज, स्पर्श या सगळ्यांपलीकडे जाऊन त्याच्या मूळ आत्म्याला जाणून घेऊ लागली होती. दोघांचं जणू अद्वैत झालं होतं. आता ती फक्त आणि फक्त कॅल्विनशी काईथ करत होती; लाल केसांच्या, चेहऱ्यावर लालसर डाग असलेल्या, किंवा निळे उत्सुक डोळे असलेल्या, छानपैकी चमकदार हसणाऱ्या कॅल्विनशी नव्हे. तिला आता त्याचा शांत, घोगरा आणि अधूनमधून

किंचित कापणारा आवाजही ऐकू येत नव्हता. या कशाशीही तिला आत्ता काही देणंघेणं नव्हतं, ती काईथ करत होती.

फक्त कॅल्विनशी.

ती कॅल्विनच्या सोबतच होती, तिचा प्रत्येक अणुरेणू काईथ करत होता. आत्तापर्यंत त्यानं तिला वेळोवेळी देऊ केलेली आशा, सहनशक्ती, मनोधैर्य हे सगळं ती आता त्याला परत देत होती.

प्रोगिनॉस्कीस तिचं लक्ष वेधून घेण्याचा प्रयत्न करत असल्याचं तिला जाणवलं. अनिच्छेनंच तिनं तिचं काईथ त्याच्याकडे वळवलं. तो म्हणत होता, "मेग, कॅल्विनला मी मदत करू शकीन, पण मि. जेनकिन्सना मात्र नाही. कदाचित तू त्यांना मदत करू शकशील. त्यांच्यापर्यंत पोहोचायचा प्रयत्न कर. तू अजूनही पोहोचू शकशील त्यांच्यापर्यंत."

ती मागे सरली, आपलं काईथ मागे घेतलं आणि ती विचारात पडली. "जर ती त्या इक्थ्रॉस – मि. जेनकिन्सकडे गेली, तर त्या इक्थ्रॉयच्या वेदना तिला पुन्हा सतावतील का? या वेळी तर तिला वाचवायला ते छोटेछोटे फॅरन्डोलीही नाहीयेत. नाही, तिला नाही जमणार ते, पुन्हा त्या वेदना जाणूनबुजून स्वतःवर ओढवून घेऊ शकणार नाही ती."

पण... पण मि. जेनकिन्स तिच्यासाठीच त्या जीवघेण्या गरगरत्या वर्तुळात घुसले होते. तिच्यावरच्या प्रेमापोटीच तर ते इक्थ्रॉयच्या ताब्यात गेले.

एक खोल निःश्वास टाकून तिनं निर्धार केला. आपलं काईथ मि. जेनकिन्सकडे वळवलं. स्वतःचं प्रतिबिंब असलेल्या त्या भयानक इक्थ्रॉयमध्ये कुठेतरी होते ते.

"मि. जेनकिन्स!" तिनं सर्व शक्तीनिशी आपलं काईथ त्यांच्याकडे भिरकावलं. आता त्यांचे विरळ तपकिरी केस दिसेनासे झाले. तिचे केसही असेच, उंदरासारख्या फिकट तपकिरी रंगाचे होते. चष्म्यातून दिसणारे मध्यमवयीन डोळे, केसातला कोंडा, पडलेले उतरते खांदे, सगळंच दिसेनासं झालं. पण या सगळ्या इंद्रियातीत किंवा बाह्य रूपापलीकडे, जी अगदी खरी मूळ व्यक्ती होती, ते काहीसं जाणवलं. थोड्या वेळापूर्वी ती ज्याप्रमाणे कॅल्विनसोबत होती, तशीच आत्ता ती मि. जेनकिन्सबरोबर होती. कॅल्विन तर तिच्यासाठी एवढा महत्त्वाचा होता की, अगदी स्वतःशी तसं कुजबुजायचं धाडसही तिला नव्हतं.

मि. जेनकिन्सदेखील अगदीच खरेखुरे होते, आणि आता ती त्यांच्यासोबत होती. त्यांच्याशी स्वतः अगदी पूर्णत्वानं काईथ करत होती.

त्यांचं प्रतिबिंब असलेल्या त्या भयानक इक्थ्रॉयच्या अगदी आतून कुठूनतरी, मि. जेनकिन्स काहीतरी सांगायचा प्रयत्न करत होते, आणि ते पुन्हा पुन्हा एकच वाक्य म्हणत होते. सरतेशेवटी तिला ते ऐकू आलं. ते एक लहानसं वाक्य होतं,

"निसर्गाला निर्वात पोकळीची घृणा वाटते." हे वाक्य त्यांनी आधीही म्हटलं होतं. कसंबसं एवढंच म्हणू शकत होते ते.

तिनं त्यावर विचार केला, "जर इक्थ्रॉय हे शून्यत्व आहेत, आणि आता मि. जेनकिन्स त्या शून्यत्वाचा भाग बनलेत... जर कॅल्विनचा नाश होऊन तो त्या शून्यत्वात विलीन होण्याच्या मार्गावर आहे..."

"भरून टाक ते! भरून टाक गं ते!" व्याकूळपणे कॅल्विनचं काईथ आलं. त्यासोबतच चार्ल्स वॉलेसचं दृश्य स्पष्टपणे दिसू लागलं. चार्ल्स निळसर पडला होता, धापा टाकत होता. तिचे आई-बाबा त्याच्या पलंगाशेजारी उभे होते. आणीबाणीची परिस्थिती उद्भवल्यामुळे, तातडीचे उपचार म्हणून, डॉ. लुईस ऑक्सिजन - सिलेंडरची नळी जोडत होत्या. फोर्टिनब्रास खोलीच्या दारात पहुडला होता, जणू मृत्यूला खोलीत शिरण्यापासून रोखून धरत होता. 'भर गं ते' पुन्हा एकदा ऐकू आलं.

निराशेनं ती व्याकूळ झाली. "ए प्रोगो! प्रोगो, मी काय करू रे?"

तिला फक्त कॅल्विनचा आवाज घुमताना ऐकू येत होता. "निर्वात पोकळी भरून टाक. भर गं, भर ती." तो जिवावर उदार होऊन झगडत होता, स्वतःच्या आयुष्यासाठी नाही; तर मेगच्या, चार्ल्सच्या, गाणाऱ्या फारींच्या, सगळ्यांच्याच आयुष्यासाठी तो लढा देत होता.

तिनं घाईनं काईथ केलं, "प्रोगो, आपण पहिली परीक्षा उत्तीर्ण झालो, तेव्हा मी मि. जेनकिन्सना नाम दिलं होतं. दुसऱ्या परीक्षेच्या वेळी स्पोरॉस खोल जाऊन रुजला. ए... अरे... आपण तिसऱ्या परीक्षेत नापास होतोय का रे? कॅल्विन आणखी जास्त वेळ तग धरू शकणार नाही. मला इक्थ्रॉयमध्ये जावं लागेल का? मी तेच करायला हवंय का? ए, मी अपयशी झाले, तर तू काय करशील रे?"

तिला माहीत होतं. प्रोगिनॉस्कीस काय करेल, हे तिला चांगलंच माहीत होतं.

कॅल्विन भरभर शक्तिहीन होत चालला होता. त्याला इक्थ्रॉस – मि. जेनकिन्सच्या मोठ्या हातोड्यासारख्या घणाघाती ठोशांचा प्रतिकार करता येत नव्हता.

ती मि. जेनकिन्सवर झेपावली, त्यांचे ते क्रूर हात पकडण्याचा प्रयत्न करू लागली. आपल्या काईथच्या संपूर्ण ताकदीनिशी, ती त्यांना कॅल्विनपासून बाजूला ओढून काढण्याचा प्रयत्न करू लागली.

ती वेदना...

तीच वेदना पुन्हा जाणवू लागली. असंच होणार, हे तिला माहीत होतंच.

पराकोटीचं दुःख, यातना. तिच्या डोळ्यांना अतीव वेदनेनं सगळं लालसर दिसू लागलं...

...चार्ल्सलादेखील अशाच यातना होत होत्या. त्याचं छोटंसं शरीर वेदनेमुळे

आचके देत होतं, त्याला आकडी येत होती, आणि त्यामुळे झटके येत होते. त्याचे आई-बाबा हताश, असहाय झाले होते. त्याचे आई-बाबा, डॉ. लुईस सगळे जण आकडी आली की त्याला धरून ठेवण्याची धडपड करत होते, अतीव यातना सहन करत असलेल्या त्याच्या शरीराला जरासा आधार देण्यासाठी सगळे प्रयत्न करत होते...

फोर्टिनब्रास दारात गुरगुरत उभा होता. त्याच्या पाठीवरचे केस ताठ उभे राहिले होते. जणू हल्ला करायच्या तयारीत होता तो.

इक्थ्रॉय.

मेगचं काईथ मंदावत चाललं होतं. वेदनेनं जणू नाहीसंच झालं. "कॅल्विन, मि.जेनकिन्स, इक्थ्रॉयशी लढू नका. त्याऐवजी त्यांना भरून टाकायला मला मदत करा....."

थंडी.

बर्फापेक्षाही कितीतरी जास्त, तापमापकातल्या घसरत्या पाऱ्यापल्याडची थंडी.

बाहेरच्या अंतरिक्षातल्या केवल शून्यांकापल्याडची थंडी.

तिला चिरडून टाकत, तिचा विध्वंस करून, तिला नाहीशी करू पाहणारी थंडी.

थंडी आणि वेदना.

ती झगडायला लागली.

इक्थ्रॉय, तुम्ही माझा नि:पात करणार नाही, मी तुम्हाला भरून टाकते आहे.

कमालीची थंडी.

अंधार.

रिक्तपणा.

काहीही नाही.

संपूर्ण रिकामं.

शून्यत्व.

इक्थ.

नष्ट.

***

आणि मग

प्रोगिनॉस्कीस.

एक खूप मोठी किंचाळी. वादळी वारे. त्या कमालीच्या थंडीतून धगधगत्या आगीचा लोळ, ती थंडी आणि वेदना मोडून काढणारी, जाळून टाकणारी आग.

प्रोगिनॉस्कीसचा सर्वनाश.

पंख... त्याचे सगळे, अगदी पूर्ण पसरलेले पंख, आणि डोळे... सगळे डोळे उघडत होते... बंद होत होते... उघडलेले... मंदावणारे...

अरे बापरे, नाही, नाही.

विझून गेले...

नको...

आगीच्या ज्वाला. धूर. इकडेतिकडे उडणारी पिसं. प्रोगिनॉस्कीस स्वतःचं देवदूताचं शरीर इक्थ्रॉयच्या शून्य पोकळीत भिरकावून देताना दिसला. हेच इक्थ्रॉय मि. जेनकिन्सचा, कॅल्विनचा, मेगचा आणि...

...आणि चार्ल्सचा नायनाट करू पाहत होते.

पंख, आग आणि वादळी वारे, जणू जगातली सगळी चक्रीवादळं एकमेकांवर आदळून लढत असावीत अशी वादळी आवाजातली जोरदार गर्जना...

''ए... प्रोगो!'' तिचं ओरडणं सगळ्या यदाभर काईथ झालं, आणि मग काय करायला हवं, ते तिला स्पष्ट कळलं. मि. जेनकिन्स ते गरगरत्या फॅरन्डोलींचं वेडपट वर्तुळ भेदून तिला वाचवायला आत आले, आणि तिला धरून ठेवलं होतं. त्या वेळी मि. जेनकिन्सनं जे केलं होतं, तेच तिनंही करायला हवं. मि. जेनकिन्सना आणि कॅल्विनला धरून ठेवायला हवं... आणि चार्ल्स वॉलेसलादेखील... म्हणजे इक्थ्रॉयला धरल्यासारखं होईल...

धर त्यांना मेग, त्या सगळ्यांना कवेत घे. तुझे हात वेढून घे त्यांच्याभोवती, आणि सर्वनाशी शून्यत्व सृष्टीत पसरविणाऱ्या इक्थ्रॉयभोवतीही वेढा घाल तुझ्या हातांचा.

आकारमान महत्त्वाचं नसतं. तू त्या सगळ्यांना कवेत घेऊ शकतेस. चार्ल्स, कॅल्विन, मि. जेनकिन्स आणि नव्यानं जन्मलेला तो धगधगता गोलाकार ताराही

ती ओरडली, ''मी तुम्हाला पकडून धरलंय! माझं प्रेम आहे तुमच्यावर, मी तुम्हाला नाम देते. बरं का... इक्थ्रॉय... मी तुम्हाला नाम देते. तुम्ही शून्यत्व, रिक्तपणा नाही आहात... तुम्ही आहात...''

त्या थंडीत एक लहानसं शुभ्र पीस तरंगलं. खऱ्या अर्थानं पीस नव्हतंच ते.

इक्थ्रॉय, मी तुम्हाला नाम देते. मी तुम्हाला 'मेग' असं नाम देते.

मी तुम्हाला 'कॅल्विन' हे नाम देते.

मी तुम्हाला 'मि. जेनकिन्स' हे नाम देते.

मी तुम्हाला 'प्रोगिनॉस्कीस' हे नाम देते.

मी तुम्हाला नामांनी भरून टाकते.

तुम्ही बना!

तुम्ही फुलपाखरू आणि बिहीमॉथसारखे विशालकाय पशू बना,
तुम्ही आकाशगंगा आणि नाकतोडे बना,
तारा आणि चिमणी बना,
तुम्हाला भौतिक वस्तुरूप मिळू दे / तुम्ही महत्त्वाचे आहात,
तुम्ही आहात,
तुम्ही बना!
तुम्ही सुरवंट आणि धूमकेतू बना,
तुम्ही साळिंदर आणि ग्रह बना,
सागरी वाळू आणि सूर्यमाला बना,
आमच्यासोबत गाणं गा,
आमच्यासोबत नाचा,
आमच्याबरोबर आनंद साजरा करा,
देवानं निर्मिलेल्या सृष्टीच्या गौरवासाठी,
सीगल्स आणि दैवी फरिश्ते,
अळ्या आणि देवदूतांची सेना,
शेवंती आणि देवदूत
(ओह, देवदूत)
तुम्ही व्हा!
जिवंत असलेल्यांचं आणि प्रेमळ जीवांचं
गौरवगीत गा
निर्मितीच्या ज्वाला
आमच्यासोबत गा
आमच्यासोबत नाचा
आमच्यासोबत राहा
तुम्ही असं बना!
हे फक्त तिचे एकटीचेच शब्द नव्हते.
हे शब्द होते सेनेक्सचे,
खोल जाणाऱ्या स्पोरॉसचे,
सगळ्या गाणाऱ्या फारींचे,
हिरवी, कोवळी पालवी फुटलेल्या फॅरन्डोलींचे,
यदाचे स्वत:चे शब्द,
सगळ्या मायटोकॉन्ड्रियांचे शब्द,
सगळ्या मानवी यजमान शरीरांचे शब्द,

पृथ्वीचे
सूर्याचे
ज्या ताऱ्याचा जन्म तिनं पाहिला होता, त्याच्या नृत्याचे,
आकाशगंगांचे,
देवदूत आणि दैवी फरिश्त्यांचे,
वारा आणि आगीचे,
गौरवाचे महिमामय शब्द.

इक्थ्रॉय! तुम्हाला नाम दिलंय! माझ्या हातांचा विळखा तुमच्याभोवती पडलाय. तुम्ही आता शून्यत्व नाही आहात. तुम्ही आहात. तुम्हाला भरून टाकलंय मी. तुम्ही म्हणजेच मी आहात.

तुम्ही आहात
मेग.

"मेग!"

तिच्या हातांचा चार्ल्स वॉलेसभोवती विळखा पडला होता.

"कुठे......"

(कुठे...ते महत्त्वाचं नाहीये)

इथे.

इथे, चार्ल्सच्या, नेहमीच्या ओळखीच्या खोलीत. मेग, कॅल्विन, मि. जेनकिन्स; फक्त एकच मि. जेनकिन्स. खरेखुरे मि. जेनकिन्स.

सगळे मरी कुटुंबीय, डॉ. लुईस होते तिथेच. डॉ. लुईसचा स्टेथोस्कोप त्यांच्या गळ्यात हलकेच झुलत होता. त्यांचे केस विस्कटले होते, आणि त्या दमलेल्या असूनही खूप खूश दिसत होत्या.

तिचे जुळे भाऊदेखील होते तिथे. डेनीसच्या चेहऱ्यावर बागेतल्या मातीचा मोठा डाग उमटला होता. दोघे अजूनही मळलेले आणि बागकामामुळे दमून गेलेले दिसत होते.

आणि चार्ल्स वॉलेस. चार्ल्स वॉलेस पलंगावर उठून बसला होता; अगदी सहजपणे नेहमीसारखा श्वासोच्छ्वास करत होता. आता फोर्टिनब्रास दारात रखवाली करत बसला नव्हता. आता ते दार, आत येण्याचं आमंत्रण दिल्यागत, उघडं होतं. ऑक्सिजनच्या सिलेंडरची आता गरज नसल्यामुळे ते एका कोपऱ्यात ठेवलं होतं.

"चार्ल्स! माझा चार्ल्स!" एक मोठा हुंदका गिळून टाकत मेगनं त्याला मिठीत घेतलं. "तू ठीक आहेस ना? तू खरंच ठीक आहेस ना रे?"

डॉ. लुईस म्हणाल्या, "आता त्याची अवस्था खूप सुधारलीय. मायटोकॉन्ड्रायटिस या आजाराबद्दल आम्हाला फारच थोडी माहिती आहे, पण..." त्यांचा लहानशा पक्ष्यासारखा आवाज मंद होत गेला आणि त्यांनी प्रश्नार्थक नजरेनं मेगकडे पाहिलं.

तिच्या बाबांनीही तसंच पाहिलं. ते म्हणाले, "जे काय घडलं आहे... तू जिथे कुठे गेली होतीस... चार्ल्स वॉलेसला भ्रम झाला होता... आणि त्या भ्रमात तो मायटोकॉन्ड्रिया आणि फॅरन्डोलींच्याबद्दल काहीबाही बडबडत होता... आणि हां... तो काहीतरी इक्थ्रॉय की असलंच काहीसंदेखील बरळत होता."

"आणि तुझ्याबद्दलही बोलत होता तो." तिच्या आईनं सांगितलं.

मेगनं सरळ सांगून टाकलं, "आम्ही चार्ल्सच्या शरीरातल्या एका मायटोकॉन्ड्रिऑनमध्ये होतो."

श्री. मरींनी चष्मा बोटानं नाकावर ढकलून बसवला, अगदी आपल्या लेकीसारखा. ते म्हणाले, "हो, तोही तसंच म्हणाला होता." त्यांनी आपल्या शेंडेफळाकडे नजर टाकली आणि म्हणाले, 'मी आत्ता कुठलीही शंका घेण्याच्या मन:स्थितीत नाहीये'.

सौ. मरी म्हणाल्या, "जेव्हा आम्हाला वाटलं... जेव्हा वाटलं की आता सगळं संपलंय... अगदी तेव्हाच चार्ल्स वॉलेसनं खोल श्वास घेतला आणि म्हणाला, "ते इक्थ्रॉय नाहीसे झालेत!" आणि अचानक त्याच्या श्वासोच्छ्वासात सुधारणा होऊ लागली.

डेनीस म्हणाला, "मला तर एवढंच म्हणायचंय की, आता जेव्हा चार्ल्स पुन्हा शाळेत जायला लागेल, तेव्हा तो भ्रमिष्ट झालेला असताना जसं बोलत होता, तसं त्यानं अजिबात बोलू नये."

"मला तर काहीही समजलेलं नाहीये", सँडी म्हणाला, "आणि ज्या गोष्टी मला समजत नाहीत, त्या मला आवडत नाहीत."

मेगकडे चिडक्या नजरेनं बघत डेनीस म्हणाला, "आई-बाबांना चार्ल्सची खूप जास्त चिंता वाटत होती म्हणून, नाहीतर शाळेतून सरळ घरी न आल्याबद्दल तुला चांगलेच रागावले असते ते."

"अगं, पण तू कुठे गेली होतीस?" सँडीनं विचारलं.

"तू चार्ल्स वॉलेसच्या शरीराच्या आत गेली होतीस, असं मगाशी म्हणालीस. ही बकवास आम्ही मान्य करावी, असं खरंच वाटतंय की काय तुला?"

"अगं, निदान एकदा तरी वास्तव जगात राहा की गं."

"आम्हालासुद्धा किती काळजी वाटत होती."

"तुम्हाला वाटतंय त्यापेक्षा आणखी कितीतरी जास्त आहे ते सगळं," एक आवाज आला.

त्यांनी मेगकडे पाहिलं, आणि गरकन वळून त्या आवाजाच्या दिशेनं पाहिलं. तिथे मि. जेनकिन्स उभे होते.

मि. जेनकिन्स म्हणाले, "मेग अगदी खरं तेच सांगतिये. मीसुद्धा तिच्याबरोबर होतो."

ते दोघेही आश्चर्यानं थक्क होऊन काहीच बोलू शकले नाहीत.

शेवटी जरा वेळानं डेनीस खांदे उडवून म्हणाला, "जाऊ दे, नक्की काय झालं होतं, ते बहुदा नंतर एखाद्या दिवशी कुणीतरी सांगेल आम्हाला."

"मी काय म्हणतो, की आता चार्ल्स तर बरा झालाय ना... मग झालं तर."

"हो. आपण त्याच्यातच आनंद मानू या. ते म्हणतात ना ज्याचा शेवट गोड, ते सगळंच गोड."

"अगदी नेहमीप्रमाणे जरी प्रत्येक जण आपल्यापासून काही लपवत असेल.... तरीही."

डॉ. लुईसकडे वळून त्यांनी विचारलं, "चार्ल्स खरंच ठीक झालाय ना? अगदी खरंच सांगा, चार्ल्स आता बरा झालाय ना?"

डॉ. लुईसनं उत्तर दिलं, "हो आणि माझ्या मते एकदोन दिवसांत तर तो अगदी ठणठणीत बरा होईल."

मेगनं मि. जेनकिन्सना हटकलं, "हे तर ठीक आहे, पण आता त्याच्या शाळेचं काय? त्याला पुन्हा त्या दांडग्या मुलांचा त्रास तसाच सहन करावा लागणार नाही का?"

मि. जेनकिन्स पराकोटीच्या तिरकसपणानं म्हणाले, "मला नाही वाटत तसं."

"तुम्ही काय करणार आहात, मि. जेनकिन्स? तुम्ही या गोष्टी बदलू शकणार आहात का?"

"मला नाही माहीत. हे बघ, मी चार्ल्सच्या कायमस्वरूपी सुरक्षेबद्दल खात्री देऊ शकत नाही. त्यानं स्वत: जुळवून घ्यायला शिकलंच पाहिजे. मला या परिस्थितीची आधी जेवढी धास्ती वाटायची, तेवढी आता मात्र वाटत नाहीये. आपल्या... अं... नुकत्याच मिळालेल्या अनुभवांमुळे... आता आपल्या शाळेच्या, लाल रंगाच्या इमारतीत रोज सकाळी शिरणं मुलांना तितकंसं अवघड वाटणार नाही. मला वाटतंय की, त्या प्राथमिक शाळेचा विकास करणं हा माझ्यासाठी सुखद बदल असेल. आत्ता या क्षणी तरी मला हे आव्हान चांगल्यापैकी पेलता येईल, असं वाटतंय."

जुळे भाऊ आश्चर्यात पडल्यासारखे दिसले. नीरसपणे सँडीनं विचारलं, "बरं... ठीक आहे तर मग, कोणाला भूक लागली नाहीये का?"

"आम्हाला चार्ल्सची एवढी चिंता वाटत होती ना, आम्ही कधीपासून काही

खाल्लंच नाहीये......''

"मला जेवणात टर्कीचं मांस असलं, तर आवडेल." चार्ल्स वॉलेस म्हणाला.

हे ऐकून सौ. मरींनी त्याच्याकडे पाहिलं, आणि त्यांच्या चेहऱ्यावरचा तणाव थोडा कमी झाला. "अरे, आत्ता लगेच ते जमणार नाही रे बाळा, पण फ्रीझरमध्ये मांसाचे भाजलेले मोठे तुकडे आहेत, मी ते गरम करते हं."

"मी जेवण तयार झालं की खाली येऊ का? चालेल ना?"

डॉ. लुईसनं त्याच्याकडे रोखून पाहिलं आणि मग म्हणाल्या, "हो, चालेल. न चालण्यासारखं काहीच नाही. मेग, तू आणि कॅल्विन तोपर्यंत त्याच्याजवळ थांबा. आम्ही बाकीचे खाली जाऊन मदत करतो. चला मि. जेनकिन्स, तुम्ही टेबलावर मांडामांड करायला मला मदत करू शकता."

सगळे खाली गेले. आता त्या खोलीत फक्त मेग, कॅल्विन आणि चार्ल्स एवढेच उरले. चार्ल्स कॅल्विनला म्हणाला, "तू एक शब्दही बोलला नाहीस."

"तशी गरजच नव्हती." कॅल्विन पलंगावर चार्ल्सच्या पायांशी बसला होता. तो डॉ. लुईसएवढाच थकलेला आणि तेवढाच आनंदीही दिसत होता. त्यानं मेगच्या हातावर आपला हात हलकेच ठेवला, आणि म्हणाला, "आता आपण मस्तपैकी एकत्र मेजवानी करू या, आणि आनंद साजरा करू या."

मेग ओरडली, "अरे, प्रोगोशिवाय मेजवानी कशी करू शकतो आपण?"

"मी प्रोगोला विसरलेलो नाहीये गं, मेग."

"पण कुठे आहे तो?"

('कुठे' हे महत्त्वाचं नसतं)

कॅल्विन मेगचा हात घट्ट दाबून म्हणाला, "प्रोगोच्या शब्दात सांगायचं तर, त्याला नाम मिळालेलं आहे, आणि म्हणून तो अगदी ठीक आहे. इक्थ्रॉयनं त्याला पकडलं नव्हतं मेग, त्यानं स्वतःच्या इच्छेनं स्वतःला संपवलं."

"कॅल्विन, अरे पण..."

मेगच्या डोळ्यांत पाणी आल्यानं ते खूप चमकायला लागले. ती म्हणाली, "माणसांनादेखील भावना असू नयेत, असं वाटतंय मला. मला भावना आवरता येत नाहीयेत, खूप दुखावतात या भावना."

तिला मिठी मारत चार्ल्स वॉलेस म्हणाला, "चला, म्हणजे माझे ड्रॅगन्स काल्पनिक नव्हते तर, बरोबर ना?"

त्याच्या अपेक्षेप्रमाणे ती रडता रडता मध्येच हसली. तेच तर हवं होतं त्याला.

डॉ. लुईसनं, जेवण झाल्यावर लगेच चार्ल्सला झोपायला जायला सांगितलं. मेगनं त्याला मिठीत घेऊन त्याचा पापा घेतला. तिला प्रोगिनॉस्कीसशिवाय सगळं अधुरं

वाटतंय, हे चार्ल्सला माहीत असल्याचं मेगला कळलं होतं. तिच्या गालाची पापी घेत तो कानात कुजबुजला, "तू आणि कॅल्विन मिळून, त्या उत्तरेकडच्या माळरानातल्या मोठ्या खडकांपाशी जाऊन, आजूबाजूला बघून का येत नाही गं?"

तिनं मान डोलावली आणि कॅल्विनकडे नजर टाकली. एक शब्दही न बोलता ते हळूच कोठीघरात गेले आणि जॅकेट्स घालून बाहेर पडले. ते घराबाहेर पडल्यावर कॅल्विन म्हणाला, "कायथिंगऐवजी तोंडानं बोलणं किती मजेदार वाटतंय, हो ना? आता त्याची सवय करायला हवी."

त्याच्या जवळून चालत राहिली ती. त्यांनी बागेतली नुकतीच उकरलेली माती ओलांडली. ती म्हणाली, "आपल्याला इतर लोकांसमोर काही गोष्टी बोलता येणार नाहीत, पण त्या आपण काईथ करू शकतो."

कॅल्विन तिचा हातमोजे घातलेला हात धरत म्हणाला, "मला वाटतंय, की त्यांच्याबद्दल आपण जास्त नको बोलायला."

मेगनं विचारलं, "पण तो ब्लजेनी... ब्लजेनी... कुठे आहे?"

तिचा हात घट्ट धरत कॅल्विन म्हणाला, "मला माहीत नाही गं मेग. मला मात्र वाटतंय हं, त्याला जिथे कुठे पाठवलं असेल नं, तिथे तो शिकवतच असणार."

ते दगडी भिंतीपाशी येऊन थांबले.

"थंडी आहे आणि रात्रही झालीय मेग. मोठी लुईस आता बाहेर येणार नाही बहुतेक." असं म्हणून कॅल्विन त्या दगडी भिंतीवर चढला आणि पलीकडे हिमनदीमुळे बनलेल्या त्या दोन मोठ्या खडकांपाशी पटकन गेला. मेगही त्याच्या पाठोपाठ गेली. आकाशाखाली ते खडक काळेभोर दिसत होते. हिमकण पडल्यामुळे आजूबाजूचं गवत कडक झालं होतं. कोणीही नव्हतं तिथे.

मेग म्हणाली, "चल, तारे पाहायच्या खडकापाशी जाऊ या."

आकाशात तारे चमचमत होते. तो खडक थंडगार पडला होता. तिथे काहीही नव्हतं. मेगच्या गालावरून एक अश्रू ओघळला, आणि तिनं तो हातमोजे घातलेल्या पालथ्या हातानं पुसला.

आपला हात तिच्याभोवती वेढत कॅल्विन म्हणाला, "मला कळतंय गं मेग. प्रोगोचं काय झालं, ते जाणून घ्यायची माझीही खूप इच्छा आहे. कसं कोण जाणे, पण मला वाटतंय, की तो ठीक आहे."

"अरे, मला माहितीये की तो ठीक आहे. पण माझ्या मनाला सगळं सगळं समजून घ्यायला आवडेल रे." ती कुडकुडत म्हणाली.

"चल, आपण जाऊ या परत. आपण जास्त वेळ बाहेर राहणार नाही, असं मी तुझ्या आई-बाबांना कबूल केलंय."

तिला अजिबात जायचं नव्हतं, पण अत्यंत अनिच्छेनं ती कॅल्विनच्या मागोमाग

निघाली. ते जेव्हा दगडी भिंतीपाशी पोचले, तेव्हा ती थबकली आणि म्हणाली, "थांब रे एक मिनिट."

"अगं, आत्ता लुईस..." कॅल्विननं बोलायला सुरुवात केली आणि तेवढ्यात एक काळी आकृती दगडांमधून सरपटत बाहेर आली, डौलानं सावकाश वेटोळं सोडून उभी राहिली, आणि वाकून त्या दोघांना अभिवादन केलं.

"ओह, लुईस..." मेग उद्गारली. "लुईस."

पण लुईस मात्र पुन्हा सरपटत त्या दगडी भिंतीत कुठेतरी नाहीशी झाली. तरीदेखील मेगला जरा आश्वासक आणि शांत वाटलं. काहीही न बोलता ते घरापाशी आले. कोठीघरात येऊन त्यांनी आपली जॅकेट्स खुंटीला टांगली. प्रयोगशाळेचं दार बंद होतं, आणि स्वयंपाकघराचं दारही बंदच होतं.

आणि मग अचानक स्वयंपाकघराचं दार धाडकन सताड उघडलं.

सँडी आणि डेनीस टेबलापाशी बसून गृहपाठ करत होते. सँडी म्हणाला, "ए... अगं, काय हे? इतका धसमुसळेपणा करायची गरज नाहीये."

"अग, नुसतं हळूच ढकलायचं नं दार, त्याच्या बिजागऱ्या मोडून टाकायची काय गरज आहे?"

"अरे, आम्ही तर हातसुद्धा लावला नाही त्या दाराला, ते आपोआपच तसं धाडकन उघडलं." मेग सफाई देत म्हणाली.

सँडीनं आपलं लॅटिनचं पुस्तक पटकन बंद केलं आणि म्हणाला, "मूर्खपणा आहे सगळा. आपोआप कसं उघडेल गं? आज तर वारादेखील वाहत नाहीये, आणि ज्या थोड्याफार मंद झुळुका येतायत, त्या विरुद्ध दिशेनं येतायत."

डेनीस गणितं सोडवत होता. त्यानं मान वर उचलून मेगकडे पाहिलं, आणि तिला सांगितलं, "मेग, चार्ल्सनं तुला त्याच्या खोलीत बोलावलंय, आणि सगळ्यात आधी ते दार बंद कर गं. किती थंडी आहे!"

सँडीनं उठून दार घट्ट बंद केलं. तो मेगला म्हणाला, "तू खूप वेळ बाहेर गेली होतीस हं."

"काय, तारेबिरे मोजत होतात की काय?"

"अरे, ते मोजायची गरज नसते", मेग सांगू लागली. "त्यांना फक्त नावानं ओळखण्याची गरज असते."

कॅल्विन आणि मेगची नजरानजर झाली, खूप वेळ दोघांच्या नजरा एकमेकांत गुंतून राहिल्या. काहीही न बोलता, काईथ न करता, फक्त एकटक बघत राहिले दोघे.

आणि मग ती चार्ल्स वॉलेसकडे गेली.

❖

शब्द सूची

१. क्रोके (Croquet):- हा हिरवळीवर खेळला जाणारा खेळ आहे. या खेळात लाकडी चेंडूला काठीनं टोलवत, फटके मारत तारेच्या गोल रिंगणातून, किंवा कड्यातून पलीकडे ढकलायचे असते.

२. मायटोकॉन्ड्रिया (Mitochondria):- हे घटक सजीवांच्या पेशीत असतात. ते लंबगोलाकार असून त्यांच्यात श्वसनाच्या जैव-रासायनिक प्रक्रिया घडून येतात, आणि ऊर्जा निर्माण होते. मायटोकॉन्ड्रिया :- अनेकवचन मायटोकॉन्ड्रिऑन (Mitochondrion):- एकवचन.

३. प्रोकॅरियोसायटिक पेशी (Prokaryocytic Cells):- जीवाणू, विषाणू, नील-हरित शैवाल, यासारख्या, उत्क्रांतीच्या प्रारंभिक टप्प्यावरील सजीवांच्या पेशी. त्यांच्यात सुस्पष्ट असे पेशी-केंद्रक नसते व आनुवंशिक घटक पेशीत इकडे-तिकडे विखुरलेले असतात. 'प्रोकॅरीयोसाईट', या शब्दाचा अर्थ 'पहिल्या पेशी' असा आहे.

४. यूकॅरियोसायटिक पेशी (Eukaryocytic Cells):- जीवाणू, विषाणू यांच्यासारखे सजीव वगळता, इतर सजीवांच्या पेशी यूकॅरियोसायटिक पेशी असतात. त्यांच्यात स्पष्ट पेशी-केंद्रक असते आणि डीएनए सारखे आनुवंशिक घटक पेशी-केंद्रकात एकवटलेले असतात. या पेशींमध्ये पेशींचे इतरही सर्व घटक असतात.

५. डी.एन.ए., व आर.एन.ए. (D.N.A. and R.N.A.):- पेशींमध्ये असलेले, गुणसूत्रांतील आनुवंशिक घटक.

६. गॉल (Gaul):- पश्चिम युरोपातील लोहयुगादरम्यानच्या काळात असलेला प्रदेश. तेव्हा तेथे सेल्टिक लोकांचे राज्य होते. इ.स.पूर्व दुसऱ्या व पहिल्या शतकादरम्यान ज्युलियस सीझरच्या नेतृत्वाखाली रोमन साम्राज्याने हा प्रदेश,

गॉल साम्राज्याशी लढाई करून जिकून घेतला. रोमन साम्राज्याने पाच शतके गॉलवर राज्य केले. हा प्रदेश म्हणजे, सध्याचा फ्रान्स, लक्झेंबर्ग, बेल्जियम, स्वित्झर्लंडचा बराचसा भाग, उत्तर इटली, आणि नेदरलँड्स व जर्मनीचा - हाईन नदीच्या पश्चिम किनाऱ्यावरील भाग.

७. मायटोकॉन्ड्रायटिस (Mitochondritis):- हा एक आजार असून, तो पेशीतील मायटोकॉन्ड्रियांच्या कार्यात बिघाड झाल्यामुळे होतो. या आजारात मायटोकॉन्ड्रिया पुरेशी ऊर्जा निर्माण करू शकत नाहीत व त्यामुळे अनेक प्रकारच्या समस्या उद्भवतात. रुग्ण दगावू शकतो.

८. स्पॅघेटी (Spaghetti):- मैद्याच्या शेवयांसारख्या नूडल्स. हा पदार्थ वेगवेगळ्या भाज्या, सॉसेस वापरून तयार करतात.

९. पॅलस अथीना (Pallas Athena):- ही ग्रीक पुराणानुसार, बुद्धिचातुर्य, कला, संस्कृती आणि युद्धाची देवता आहे. तिने बासरी या वाद्याचा आविष्कार केला असं मानतात.

१०. पार्मेसन चीज (Parmesan Cheese):- चीजचं एक प्रकार. हे चीज कडक आणि दाणेदार असतं, आणि कोणत्याही पदार्थावर वरून भुरभुरता येतं.

११. पाय (Pie):- फळं, किंवा भाज्या, किंवा मांस वापरून, भाजून बनवलेला एक केकसारखा गोड पदार्थ.

१२. जेलो (Jello):- फळांचा जेलीसारखा गोड पदार्थ.

१३. हीटर (Heater):- खोली गरम करायचं विजेवर चालणारं यंत्र.

१४. बोआ कनस्ट्रिक्टर (Boa Constrictor):- जगातल्या सर्वात मोठ्या सापांपैकी एका जातीचा साप. साधारण अजगरासारखा, पण अजगर नव्हे, जरा वेगळा. हा साप विषारी नसतो, पण फार धोकादायक असतो. हा साप छोटे, मध्यम आकाराचे प्राणी खातो, उदा. उंदीर, लहान पक्षी, इ.

१५. द प्लॅनेट्स (The Planets):- होल्स्ट या संगीतकारानं रचलेलं, सगळ्या ग्रहांची माहिती सांगणारं गाणं.

१६. पारसेक (Parsec):- अंतराळातील सूर्यमालेबाहेरचे, अतिदूरवरचे किंवा आकाशगंगांमधील अंतर मोजण्याचे एकक. १-पारसेक = ३.२६ प्रकाशवर्षे.

१७. केल्प (Kelp):- समुद्राच्या तळाशी असलेली वनस्पती

१८. फॅदम (Fathom):- पाण्याची खोली मोजायचे एकक. १ फॅदम = ६ फूट =१.८३ मीटर

१९. शार्लमेन (Charlemagne):- रोमन साम्राज्याचा महान सम्राट. तो ८ व्या शतकाच्या अंतास रोमन सम्राट बनला. त्यानं पश्चिम व मध्य युरोप एकाच छत्राखाली आणला. त्याला युरोपचा पिता असं म्हणतात. त्यानं त्याच्या

कालखंडात शिक्षण, कला, संस्कृती यांना प्रोत्साहन दिले.

२०. रॉन्सेसव्हॉल्स (Roncessvalles):- स्पेनमधील एक ऐतिहासिक महत्त्व असलेलं लहानसं गाव. या गावाजवळील एका खिंडीत, लढाई होऊन शार्लमेनच्या सैन्याचा पराभव झाला होता.

२१. मायक्रोसोनारस्कोप (Micro-sonar-scope):- अतिसूक्ष्म ध्वनिलहरी टिपणारं, मोजणारं यंत्र.

२२. मला वाटतंय, ते सद्गृहस्थ फारच जास्त विरोध करतायत. (Methinks the gentleman doth protest too much) :- हे शेक्सपिअरनं लिहिलेल्या हॅम्लेट या नाटकातलं वाक्य आहे. आता हा वाक्प्रचार एखाद्याच्या प्रामाणिकपणावर, निष्ठेवर संशय घेताना वापरला जातो.

२३. तुम्हाला वाटतंय, त्यापेक्षा कितीतरी जास्त आहे हे सगळं (And then some):- हा वाक्प्रचार असून, तो 'एखादी भलीबुरी गोष्ट, घटना, एखाद्याच्या अपेक्षेपेक्षा जास्त आहे' हे सांगायचं असेल, तेव्हा वापरला जातो.

❖

लेन्गल यांच्या व्यक्तिरेखा

मरी कुटुंब आणि ओ'कीफ कुटुंब यांचा समावेश असलेली पुस्तकं

कालपटलावरील सुरकुती (WT)
ए विंड इन द डोअर (WD)
ए स्विफ्टली टिल्टिंग प्लॅनेट (STP)
मेनी वॉटर्स (MW)
द आर्म ऑफ द स्टारफिश (AS)
ड्रॅगन्स इन द वॉटर्स (DW)
ए हाउस लाइक ए लोटस (HL)
ॲन ॲक्सेप्टेबल टाइम (AT)

ऑस्टिन कुटुंबाचा समावेश असलेली पुस्तके आणि व्यक्तिरेखा पुस्तके

मीट द ऑस्टिन्स (MA)
द मून बाय नाइट (MN)
द ट्वेंटीफोर डेज बिफोर ख्रिसमस (TDC)
द यंग युनिकॉर्न्स (YU)
ए रिंग ऑफ एंडलेस लाइट (REL)
ट्रबलिंग ए स्टार (TS)

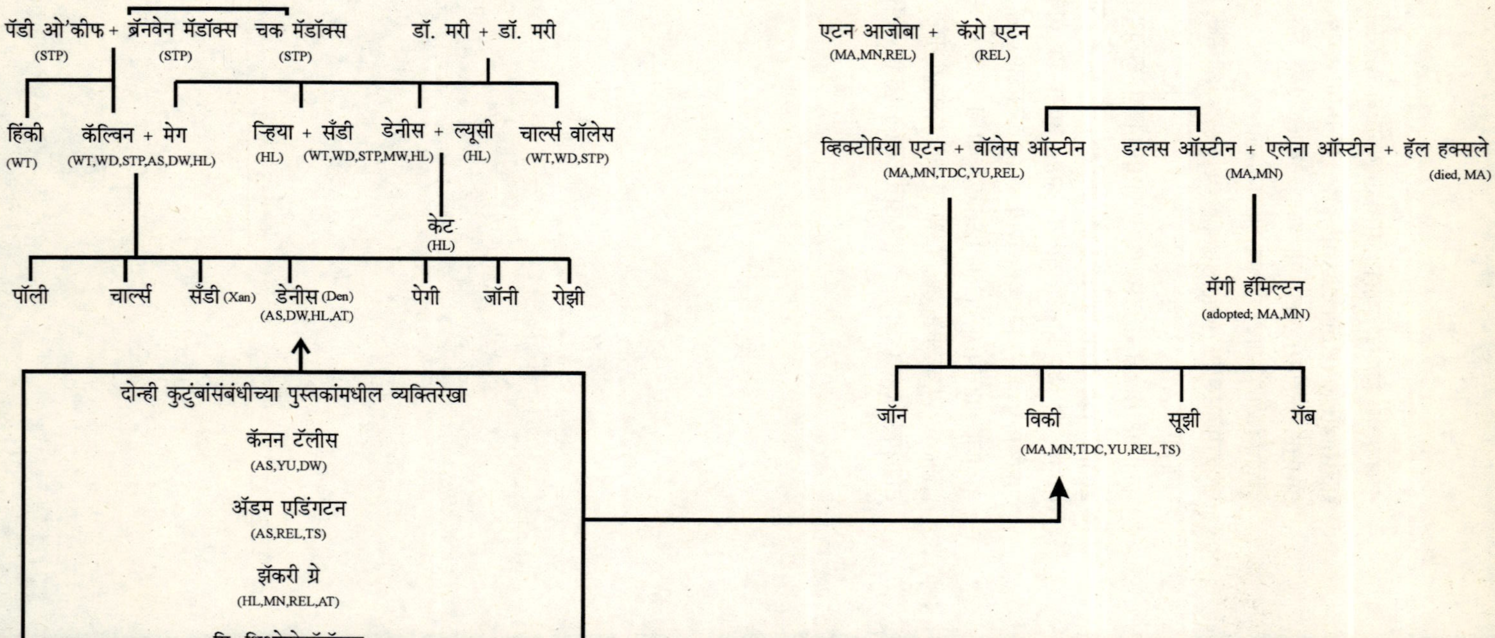